कसा कराल स्वत:चा

विकास
आणि
प्रशिक्षण

आत्मविकासाची सात पावलं

बेस्टसेलर पुस्तक
'विचार नियम'
चे रचनाकार

सरश्री

यांच्या मार्गदर्शनावर आधारित
Based on the teachings of
Sirshree

कसा कराल स्वतःचा विकास आणि प्रशिक्षण
आत्मविकासाची सात पावलं

Kasa Karal Swatacha Vikas Aani Prashikshan - Aatmavikasachi Saat Pavala
By Tejgyan Global Foundation

प्रकाशक : वॉव पब्लिशिंग्ज् प्रा. लि., पुणे

प्रथम आवृत्ती : मे २०१७
पुनर्मुद्रण : ऑगस्ट २०१७
पुनर्मुद्रण : नोव्हेंबर २०१९

ISBN : 978-81-8415-617-1

© Tejgyan Global Foundation
All Rights Reserved 2017.
Tejgyan Global Foundation is a charitable organization having its headquarters in Pune, India.

सर्वाधिकार सुरक्षित

'वॉव पब्लिशिंग्ज् प्रा. लि.' द्वारे प्रकाशित हे पुस्तक अशा अटीवर विकण्यात येत आहे, की प्रकाशकाच्या लेखी पूर्वअनुमतीविना ते व्यापाराच्या दृष्टीने अथवा अन्य प्रकारे उसने, भाड्याने अथवा विकत अन्य कोणत्याही प्रकारच्या बांधणीत अथवा अन्य मुखपृष्ठासह देता येणार नाही; तसेच अशाच प्रकारच्या अटी नंतरच्या ग्राहकावर बंधनकारक न करता आणि वर उल्लेखिलेल्या कॉपीराइटपुरत्या मर्यादित न ठेवता या पुस्तकाच्या कोणत्याही स्वरूपाच्या विनिमयास, तसेच कॉपीराइटधारक व वर उल्लेखिलेले प्रकाशक दोघांच्याही लेखी पूर्वअनुमतीविना इलेक्ट्रॉनिक, मेकॅनिकल, फोटोकॉपी, रेकॉर्डिंग इत्यादी प्रकारे या पुस्तकाचा कोणताही अंश पुन:प्रस्तुत करण्यास, जवळ बाळगण्यास अथवा सुधारित स्वरूपात प्रस्तुत करण्यास मनाई आहे.

'संपूर्ण प्रशिक्षण' या मूळ हिंदी पुस्तकाचा मराठी अनुवाद

अनुक्रमणिका

	सुवर्णाक्षरांत लिहा स्मृतिदायक ध्येय संपूर्ण प्रशिक्षण, पूर्ण नकाशा	७
१	पहिलं प्रशिक्षण- सांकेतिक शब्द DELIVER 100%	१०
२	प्रशिक्षणाचा दुसरा पासवर्ड CONTINUITY COUNTS	१७
खंड १	**आत्मानुशासन शिका**	**२१**
३	स्वतःला पारखण्याची ७ चिन्हं AM I TRAINED?	२३
४	स्वयंशिस्त कोणाला आणि का गरजेची 7 STEPS OF BEING SELF-DISCIPLINED	३१
५	प्रशिक्षणाकरिता आत्मविश्वासाचं महत्त्व KICK FEAR OUT	३९
६	स्वयंशिस्तीची पहिली सशक्त पद्धत LESS INPUT MORE OUTPUT	४४
७	स्वयंशिस्तीची दुसरी सशक्त पद्धत TIME MANAGEMENT TECHNIQUES	५१
खंड २	**विकासपथात येणाऱ्या बाधांपासून वाचा**	**५९**
८	आपल्याला भुलवणारी ७ आकर्षणं ACHIEVE YOUR GROWTH TENFOLD	६१

९	क्रोध कसा वाचाल सात अचूक उपाय FIRST OBSTACLE	७२
१०	साहसाच्या दिशेने भयापासून मुक्ती – सात आत्मनिर्देश SECOND OBSTACLE	८०
११	सत्याकडे वाटचाल कपटवृत्तीची बाधा THIRD OBSTACLE	८५
१२	उत्साही बना सुस्ती कमी करा FOURTH OBSTACLE	८९
१३	दोषारोप करूनका दूषण देणं बंद करा FIFTH OBSTACLE	९३
१४	विशाल हृदयी बना कंजुसीचा दोर SIXTH OBSTACLE	९८
१५	समयसंपन्न बना चुकीची वेळ, चुकीचं स्थळ SEVENTH OBSTACLE	१०२
खंड ३	**महान तंत्रात नैपुण्य मिळवा**	**१०५**
१६	अत्यावश्यक प्रशिक्षण TRAIN YOUR SENSES	१०७
१७	ध्येयाप्रति ठाम राहा PREPARATION TO GET TRAINED	११६
१८	विचार करण्याचं प्रशिक्षण FIRST TRAINING	१२०

१९	शिकण्याची कला शिका SECOND TRAINING	१३०
२०	स्वतःला कलमबद्धतेची सवय लावा THIRD TRAINING	१३७
२१	विविध तंत्रांद्वारे प्रशिक्षण FOURTH TRAINING	१४३
२२	अल्प आराम देण्याचं प्रशिक्षण FIFTH TRAINING	१५१
२३	सर्जनशील बनण्याची कला आउट ऑफ बॉक्स थिंकिंग SIXTH TRAINING	१५५
२४	निर्णयक्षमता वृद्धिंगत करण्याचं प्रशिक्षण SEVENTH TRAINING	१६०
	परिशिष्ट	**१६५**
	अडचणींतून मुक्त होण्याचे ७ संरक्षक उपाय 7 SAFETY TASKS	१६६

सुवर्णाक्षरांत लिहा स्मृतिदायक ध्येय
संपूर्ण प्रशिक्षण, पूर्ण नकाशा

'निसर्गनियम जाणणारे आत्मप्रशिक्षण घेण्याकरिता
कधी डगमगत नाहीत, ते कधी छोटं ध्येय बाळगत नाहीत.'

'आपल्या जीवनाला काही अर्थ आहे का? आपण इतकी धावपळ का करत असतो?' जर असे प्रश्न आपल्याला विचारले, तर आपण काय उत्तरं द्याल? आपल्या जीवनाला काही अर्थ असावा, असं तुम्हाला खरोखरच वाटत असेल, तर सर्वप्रथम आपलं उद्दिष्ट निश्चित करा. मग ते पूर्ण करण्यासाठी आपलं शरीर प्रशिक्षित करून तन, मन, धन आणि वेळ अर्पण करावं लागेल. जेव्हा उद्दिष्ट निश्चित असतं, तेव्हा सर्वाधिक मोठी क्षमता प्राप्त करणं खूपच सोपं आणि सहज होतं. शिवाय अडचणींचा डोंगरही अतिशय लहान भासू लागतो.

आपलं ध्येय जितकं विशाल आणि महान असतं, त्याच्या कित्येक पट अधिक शक्ती निसर्ग आपल्याला प्रदान करतो. परंतु, या गोष्टीची कधीही प्रतीक्षा करू नका, की निसर्ग स्वतःच आपल्याला एक दिवस उद्दिष्टाची जाणीव करून देईल. कारण आपलं

ध्येय आपल्यालाच निश्चित करायचं आहे. मात्र निसर्ग याबाबत काही संकेत जरूर देईल. ज्यादिवशी आपण आपलं ध्येय निर्धारित करू शकाल, तो दिवस तुमच्यासाठी आयुष्यातील सर्वांत अविस्मरणीय दिवस ठरेल. तो दिवस आपण सुवर्णाक्षरांत लिहून ठेवाल.

उद्दिष्टाशिवाय कोणताही मनुष्य आपल्या जीवनात कधीही पूर्ण विकास करू शकत नाही. जोपर्यंत आपल्याला आपल्या जीवनध्येयाची आठवण करून दिली जात नाही, तोपर्यंत आयुष्यात कोणतंही मोठं परिवर्तन (रूपांतरण) शक्य होत नाही.

काही लोक आपल्या जीवनात यशस्वी होतात, तर काही होत नाहीत. काही लोक दृढनिश्चयाने आपल्या स्वप्नांच्या भराऱ्या घेतात; पण काही लोक आपली स्वप्नं पूर्ण होण्याआधीच आत्मविश्वास हरवून बसतात. मात्र असेही काही लोक असतात, जे आत्मविश्वासाच्या कमतरतेमुळे स्वतःवरच शंका घेऊ लागतात. त्यांना वाटतं, नक्कीच काहीतरी चुकीचं घडतंय, ज्यामुळे यश आपल्यापासून दूर जात आहे. परंतु जे लोक यशस्वी होतात, त्यांनी आपल्या यशोमार्गातील अडथळ्यांवर मात करण्याचा उपाय शोधून काढलेला असतो, त्याबाबत प्रशिक्षण घेतलेलं असतं.

विश्वातील प्रत्येक मूल मोठं होऊन यशस्वितेचा उत्सव साजरा करू शकतं; फक्त अट इतकीच, की त्याला उमलण्यापासून, फुलण्यापासून आणि खेळण्या-बागडण्यापासून अडवता कामा नये. प्रत्येक मूल सकाळी उठल्यापासून रात्री झोपेपर्यंत सतत काही ना काही प्रयोग करत असतं; परंतु वय वाढल्यानंतर त्याचे हे प्रयोग बंद होतात. कारण आसपासच्या सर्व लोकांकडून त्याला त्यांच्या आकलनक्षमतेनुसार अर्धवट प्रशिक्षण मिळालेलं असतं.

मनुष्याला नेहमी असं वाटत असतं, की ज्या कामामधून आपल्याला काही लाभ होत नाही, असं काम व्यर्थ आहे; परंतु खरंतर असं नसतं. मनुष्याद्वारे होणारं कार्यं कधीही व्यर्थ जात नाही; मग ते यशस्वी ठरो अथवा अपयशी. प्रत्येक कामामधून त्याला जो अनुभव मिळतो, त्याद्वारे त्याला प्रशिक्षणच मिळत असतं आणि हे प्रशिक्षणच त्याला खरं यश प्राप्त करण्याकरिता सक्षम बनवत असतं.

आपल्या हातात यावेळी संपूर्ण प्रशिक्षणाचा नकाशा आहे. हा एक असा नकाशा आहे, जो आपल्याला आपल्या उच्च लक्ष्यप्राप्तीकडे अगदी सहजपणे अग्रेसर करू

शकतो. कारण हा एक परिपूर्ण नकाशा आहे. संपूर्ण ध्येयपूर्तीसाठी असलेला परिपूर्ण नकाशा, संपूर्ण मार्गदर्शन... परिपूर्ण पुस्तक!

प्रस्तुत पुस्तक आपल्याला एक अशी योजना देतं, जी संपूर्ण लक्ष्यप्राप्तीचा नकाशा केवळ उलगडतच नाही, तर त्या नकाशाशी आपल्याला परिचितही करतं; केवळ इतकंच नव्हे, तर पुढे जाऊन आपल्याला त्या नकाशानुसार मार्गक्रमण करण्यासाठी प्रेरितही करतं.

स्वतःला प्रशिक्षित करण्यासाठी वेळेची वाट पाहणं व्यर्थ आहे, त्यामुळे आजपासूनच प्रशिक्षणाशी संबंधित गोष्टी अमलात आणण्यास प्रारंभ करा. हे पुस्तक वाचून बनवलेल्या कार्ययोजनेनुसार कार्यं करत राहा. त्यासाठी करायची कार्यं आणि आपल्यात आणलेल्या गुणांच्या प्राथमिकतेच्या आधाराने एक सूची बनवा. ही सूची पाहून आपल्याला हे समजू शकेल, की किती कालावधीत हे काम पूर्ण होऊ शकतं. या बनवलेल्या सूचीलाच प्रशिक्षणाचा नकाशा, म्हणजेच आपली कार्ययोजना समजा.

या नकाशात कदापि बदल होऊ शकत नाही, त्यामुळे आपल्याला स्वतःमध्येच या नकाशानुसार परिवर्तन घडवावं लागणार आहे. मग असं जर झालं तर नियंत्रित जीवन आणि परिपूर्ण यशाचा आनंद केवळ आपलाच असेल.

आज आपलं शरीर किती प्रशिक्षित आहे, याची पडताळणी करा. जर ते अजिबातच प्रशिक्षित नसेल, अथवा त्यात खूप कमतरता असतील, तर हे पुस्तक वाचून त्यापासून प्रेरणा घ्या. आज या विश्वाला उच्च पातळीवरील विकासाकरिता प्रशिक्षित मनुष्यबळाची अत्यंत आवश्यकता आहे. पण यासाठी आपलीही काही जबाबदारी आहे, असं जर आपल्याला वाटत असेल तर याची सुरुवात आपण स्वतःपासूनच करायला हवी. तसं पाहिलं तर या पुस्तकाद्वारे आपलं प्रशिक्षण सुरू झालंच आहे. आता आपल्याला मागे वळून पाहण्याची आवश्यकताच नाही, संपूर्ण प्रशिक्षणाचा प्रशस्त मार्ग जणू आपली प्रतीक्षाच करत आहे!

...हॅपी थॉट्स

पहिलं प्रशिक्षण-
सांकेतिक शब्द

DELIVER 100%

प्रतिष्ठा प्राप्त करण्यासाठी २० वर्षे लागतात तर
ती धुळीला मिळण्यासाठी केवळ पाच मिनिटं.
ही गोष्ट जर तुम्ही लक्षात ठेवली, तर आपण
एका वेगळ्या, वैशिष्ट्यपूर्ण पद्धतीने काम करू लागाल.
– वॉरेन बफेट

कोणत्याही मनुष्याला प्रशिक्षण प्राप्त करण्यापासून आणि यशप्राप्तीपासून कोणीच परावृत्त करू शकत नाही. कारण त्याला प्रशिक्षणाच्या सांकेतिक शब्दाचं (पासवर्डचं) ज्ञान प्राप्त झालंय. प्रत्येक मनुष्याला प्रशिक्षणाचं कुलूप उघडण्यासाठी दोन पासवर्ड दिलेले आहेत. चला तर मग, आपण या दोन पासवर्डना समजून घेऊन त्यांचा अवलंब करण्यासाठी स्वतःला वचनबद्ध करूया. पुढे दिलेल्या पहिल्या पासवर्डपासून याची सुरुवात करूया.

पहिला पासवर्ड : १०० टक्के योगदान द्या

जो मनुष्य आपल्या प्रत्येक कार्यात स्वतःकडून

संपूर्ण १०० टक्के योगदान देतो आणि या सवयीत सातत्य ठेवतो, असा मनुष्य निश्चितच यशप्राप्तीकडे वाटचाल करत असतो. त्यामुळे आपणसुद्धा आपल्यामध्ये ही सवय विकसित करायला हवी. यासाठी सुरुवातीला आपण आपल्या दैनंदिन छोट्या-मोठ्या गोष्टींमध्येही आपल्याकडून संपूर्ण योगदान देण्यास शिकलं पाहिजे.

जसं, एखाद्या विद्यार्थ्याला समजलं, त्याची परीक्षा अगदी चार दिवसांवर येऊन ठेपलीये, तर आता अभ्यासासाठी हाती असलेल्या चार दिवसांमध्ये त्याने त्याच्याकडून शंभर टक्के योगदान देऊन झटून अभ्यास करायला हवा. 'आता चार दिवसांत काय होणार आहे... अभ्यास तर इतका प्रचंड... वेळ अत्यंत कमी... आता इतक्या कमी वेळेत अभ्यास कसा काय पूर्ण होणार...' असा विचार करून त्याने रडगाणं गात बसू नये. अशा नकारात्मक विचारांमध्ये आपला वर्तमानातील बहुमूल्य वेळ त्याने वाया घालवता कामा नये. खरंतर तो वेळ त्याच्या उत्तम अभ्यासासाठी अत्यंत उपयुक्त ठरू शकला असता.

जीवनात येणाऱ्या प्रत्येक परिस्थितीमध्ये जर आपण आपल्या वर्तमानातील उपलब्ध वेळेचा सदुपयोग केला, तर ही सवय आपल्याला आयुष्यभरासाठी लाभदायक ठरेल. सद्यःस्थितीत आपण जे काही काम करत असाल, त्याला सर्वोत्तम करण्याचा प्रयत्न करा. जसं, कोणाचं काही ऐकत असाल, तर पूर्णपणे मन लावून समोरच्याचं म्हणणं ऐकून घ्या. असं केल्याने तुम्ही पाहाल, की अचानक नवी परिस्थिती निर्माण होते. समोरच्याच्या अंतरंगातून अशा काही गोष्टी निघतात, ज्या त्याने यापूर्वी कोणाकडेही व्यक्त केलेल्या नसतात. त्यामुळे समोरच्या दृश्यात अथवा घटनेतसुद्धा आपल्याला पूर्ण योगदान द्यायचं आहे. जेव्हा तुमच्याकडून प्रत्येक घटनेत पूर्णपणे प्रतिसाद मिळू लागेल, तेव्हा त्याचे सकारात्मक परिणाम पाहून तुम्हालाही आश्चर्य वाटेल. ज्या लोकांमध्ये पूर्णपणे सहयोग देण्याची सवय नसते, ते या सवयीमुळे मिळणाऱ्या उत्तम परिणामांपासून कायम वंचित राहतात.

जसं, पाण्याला शंभर अंशांपर्यंत उकळल्यानंतर त्याचं वाफेत रूपांतरण (ट्रान्सफॉर्मेशन) होऊ लागतं, अगदी तसंच जेव्हा तुम्ही समोरच्याची बाजू शंभर टक्के ऐकून घेता, तेव्हा त्याच्यामध्येही परिवर्तन येऊ लागतं. याआधीही तुम्ही लोकांच्या गोष्टी ऐकत होता, पण तेव्हा असा चमत्कार होत नव्हता. कारण त्यावेळी तुम्ही त्या गोष्टीमध्ये तुमच्याकडून शंभर टक्के योगदान देत नव्हता. याचाच अर्थ, आपली शंभर टक्के

असलेली उपस्थितीच आपल्यासमोर अनेक रहस्यं उलगडत असते.

लोक समोरच्याची बाजू तर ऐकत असतात; पण त्याचवेळी त्यांच्या मनात विचारांचा कल्लोळ सुरू असतो, 'कधी एकदा हा गप्प बसतो आणि मला बोलायची संधी देतो... हा श्वास घ्यायला जरी थांबला, तरी मला काही बोलण्याची संधी मिळेल... समोरचा पुनःपुन्हा तेच ते सांगत आहे... मला काही बोलूच देत नाही...' असे विचार चालू असल्याने लोक समोरच्याची बाजू पूर्णपणे ऐकूनच घेत नाहीत. परंतु, जेव्हा आपण त्याच्याकडून आधी ऐकलेल्या गोष्टीही पुन्हा पहिल्यांदाच ऐकल्यासारखं, पूर्णपणे लक्ष देऊन ऐकाल, तेव्हा त्यातूनही आपल्याला काही नवं शिकायला मिळेल.

बहुतेक लोकांची ही सवय असते, की ते ऐकलेल्या गोष्टी पुन्हा ऐकू इच्छित नाहीत. एकदा ऐकलेला विनोद जर कोणी पुन्हा सांगत असेल, तर तो ऐकण्याची त्यांची इच्छा नसते. परंतु जर आपण तोच मार्मिक विनोद पूर्ण लक्ष देऊन पुन्हा ऐकला, तर त्यात दडलेल्या काही गोष्टी आपल्याला नव्यानं समजू लागतात. अन्यथा माणूस विचार करतो, 'हे तर मला माहीत आहे, हे मी पूर्वी ऐकलेलंच आहे...' अशा तऱ्हेने पूर्ण योगदान न दिल्याने आपल्यासमोर जे रहस्य उलगडणार होतं, काही नवे पैलू समोर येणार होते, जो चमत्कार घडणार होता, त्यापासून आपण वंचित राहतो. त्यामुळे पूर्ण योगदान देण्याचं महत्त्व समजून घ्या. जेव्हा तुमच्याकडून या गोष्टीचं काटेकोरपणे पालन होऊ लागेल, तेव्हा चमत्कार, परिवर्तन होणारच हे निश्चित...

चहाचा आस्वाद घेतानाही शंभर टक्के ध्यान

आपल्या जीवनात घडणाऱ्या प्रत्येक छोट्या-मोठ्या प्रसंगात आपण शंभर टक्के योगदान द्यायला हवं. समजा, आपण चहा पीत आहात, तर पूर्णपणे मन लावून चहाचा आस्वाद घ्यायला हवा. पूर्वीच्या काळी झेन मास्टर्स चहा पितानाही ध्यानाचं आयोजन करत असत. त्या ध्यानामध्ये लोक रोज सकाळी आश्रमात येऊन एक मोठं वर्तुळ करून बसत. त्यावेळी सर्वांना चहाचं वाटप केलं जाई आणि त्या चहाचा आस्वाद घेतल्यानंतर सर्वजण आपापल्या कामाला सुरुवात करत. फक्त चहा पितानाच याचं आयोजन यासाठी केलं जात असे, जेणेकरून लोकांना वर्तमानात राहण्याची कला शिकता यावी.

खरंतर मानवी मन हे सतत धावपळ करत असतं, ते एका जागी कधी स्थिर होऊच शकत नाही. परंतु चहा पिण्यासारखं एखादं छोटंसं कामसुद्धा आपण जेव्हा अगदी शंभर टक्के लक्ष देऊन करतो, तेव्हा त्या साधारण क्रियेतूनसुद्धा प्रेम, आनंद, मौन अभिव्यक्त

होत आहे, हे आपल्याला समजेल. मग यातून आपल्याला हे जाणवू लागेल, की आता वर्तमानात मी ज्या पद्धतीने सहभागी आहे, तसा सहभाग माझा यापूर्वी कधीच नव्हता.

याचा अर्थ असा आहे, की आपल्याला वर्तमानात जगण्याची कला अवगत होऊ लागली आहे. या आधी चहा पितानासुद्धा आपल्या मनात हेच विचार येत असत, 'आज दिवसभरात काय काय करायचं आहे... अमुक काम झाल्यानंतर काय करायचं आहे... सकाळी काय करायचं आहे... दुपारी काय करायचं आहे.' परंतु आता आपलं मन शांत आहे आणि फक्त चहाचा आस्वाद घेत आहे, हे एक प्रकारचं ध्यानच (मेडिटेशन) आहे. आपण मन लावून स्नान करत असाल, तर तेही ध्यानच आहे. कारण आपण त्या क्रियेत शंभर टक्के योगदान देत आहात, ज्यामुळे आपली जागरूकता वाढू लागली आहे.

रोपट्यासमोर शंभर टक्के उपस्थिती

आपण लुकमान हकीम (वैद्य) यांचं नाव तर ऐकलं असेलच; त्यांनी विविध वनस्पतींपासून कितीतरी औषधांचा शोध लावला. कोणती वनस्पती कोणत्या आजारावर उपयोगी ठरू शकेल, हे त्यांना कसं बरं समजू शकत असेल? असं म्हटलं जातं, की ते वनस्पतींच्या रोपांबरोबर तासन्तास बसलेले असत, त्यांच्यामध्ये ते शंभर टक्के रममाण होत असत. लुकमान हकीम यांची काम करण्याची हीच पद्धत होती. अशा स्थितीत बहुतेक वेळा मनुष्य आपला धीर हरवून बसतो आणि असाच विचार करू लागतो, 'मी इतका वेळ झाला इथं बसलो आहे; परंतु काहीच लक्षात येत नाही, त्यापेक्षा चला आता आपण दुसरं काहीतरी काम करूया.' परंतु लुकमान हकीम मात्र जोपर्यंत त्या विशिष्ट रोपट्याची सर्व गुणवैशिष्ट्यं लक्षात येत नाहीत, तोपर्यंत त्या रोपट्याजवळच त्याचं निरीक्षण करत बसून राहात. मग बसल्या बसल्या त्यांना काही समजू लागे, काही अंदाज बांधता येत असत, काही विचार स्फुरत; मग त्यांच्याकडून त्यावर काही प्रयोग केले जात असत.

लोकांसाठी मात्र हे मोठं आश्चर्य होतं, की एखाद्या रोपट्याविषयी इतकी विस्तृत माहिती, जी जाणून घेणं केवळ कठीणच नव्हे, तर अगदी अशक्यच भासत होती, तीसुद्धा उजेडात येऊ शकली. जेव्हा कोणत्याही गोष्टीसाठी आपण आपलं शंभर टक्के योगदान देत असतो, तेव्हा काही कालावधीनंतर ती गोष्ट स्वतःच आपली रहस्यं उलगडू लागते. लुकमान हकीमदेखील पूर्ण क्षमतेने त्या वनस्पतींसोबत शंभर टक्के राहात असत, त्यामुळे त्या वनस्पतीही त्यांना ते देत असत, जे त्यांच्या आत लपलेलं असे.

तक्रार नाही, तर प्रतिसाद शंभर टक्के असावा

माणसाचं मन जर नेहमीच गतकाळ आणि भविष्यकाळात गुंतलेलं असेल, तर वर्तमानातील एखादं कार्य ते कसं काय पूर्णपणे समरस होऊन शंभर टक्के यशस्वीरीत्या करू शकेल? परंतु, मनुष्य जेव्हा आपल्या प्रत्येक कार्यात शंभर टक्के योगदानाने झोकून देणं शिकू शकेल, तेव्हा मात्र त्याचं प्रत्येक काम अगदी उत्तमच होऊ शकेल.

कधी कधी माणूस अगदी छोट्या- छोट्या किरकोळ गोष्टींसाठीही तक्रारी करत राहतो. जसं, चहात साखरच कमी पडली आहे... चहा अगदीच बेचव झाला आहे... चहात साखर गरजेपेक्षा खूपच जास्त टाकली आहे... इत्यादी. खरंतर अशा छोट्या-छोट्या गोष्टींसाठी तक्रारी करण्याची काहीच आवश्यकता नसते. कारण समोरचा मनुष्य जेव्हा चहा पिऊ लागेल, तेव्हा त्याला कळणारच असतं, की चहा कसा बनला आहे. आपल्याला केवळ तो गोड चहासुद्धा शंभर टक्के लक्ष देऊन प्यायचा आहे. अशा छोट्याछोट्या गोष्टींबाबत तक्रारी करण्याऐवजी प्रत्येक गोष्टीतून आनंद घ्यायला शिकायचं आहे. जर एखाद्या दिवशी भाजीशिवाय चपाती खावी लागली तर त्यातूनही आनंद घ्यायला हवा. मग पाहा, त्या चपातीतूनही कशा प्रकारे प्रेम, आनंद आणि शांती मिळू लागते. जेव्हा आपण प्रत्येक घटनेतून आनंद मिळवायला शिकू, तेव्हाच आपल्याकडून कोणत्याही गोष्टीबाबत तक्रारीचा सूर निघू शकणार नाही.

होमिओपॅथीचे जन्मदाते डॉ. हनिमन यांनी निसर्गाकडून प्राप्त होणाऱ्या प्रत्येक गोष्टीचा, अर्क काढून स्वतः तो पिऊन पाहिल, मग ती कितीही विषारी असो. त्यांनी आपलं संपूर्ण लक्ष ही माहिती मिळवण्यावर केंद्रित केलं, की कोणता अर्क घेतल्याने शरीरास कोणता त्रास होतो... कोणता अर्क घेतल्याने घाम जास्त प्रमाणात येतो... भीतिदायक विचार येऊ लागतात... त्यांनी शरीरास होणाऱ्या प्रत्येक व्याधीला पूर्णपणे जाणून, अनुभवून घेतलं. शिवाय आपला प्रत्येक अनुभव त्यांनी लिहूनदेखील ठेवला.

त्यानंतर ज्या लोकांना खूप घाम अथवा भीतिदायक विचार येत असत, त्यांच्याकरिता त्यांनी त्या अर्कांपासून औषधं बनवली. जर कोणाला विषारी पदार्थांच्या सेवनाने पोटात दुखत असेल, तर त्याच विषापासून बनवलेलं औषध त्याची पोटदुखी दूरसुद्धा करू शकतं. हे औषध जर एखाद्या निरोगी मनुष्याने प्यायलं, तर त्याला पोटदुखी होऊ लागेल आणि जर एखाद्या आजारी व्यक्तीने प्यायलं, तर तिची पोटदुखीसुद्धा दूर होऊ शकेल. डॉ. हनिमन यांनी आपलं शंभर टक्के योगदान देऊन असं विज्ञान शोधून

काढलं, ज्याद्वारे निसर्गाकडून मिळणाऱ्या प्रत्येक गोष्टीचे सार काढून त्याचं औषध बनवलं गेलं. मग त्या औषधाद्वारे आजाराने त्रस्त लोकांना निरोगी करण्यात आलं. परंतु त्यासाठी त्यांनी प्रथम ती व्याधी आपल्या शरीरात निर्माण होऊ दिली. त्यांनी ती औषधं घेतली, तो आजार सहन केला, कारण त्यांच्या मनात हीच इच्छा होती, की आपल्याला मानवजातीला वेदनेतून मुक्त करायचं आहे. हे ते उत्तमप्रकारे समजू शकत होते, की जर लोकांना आजारापासून आणि वेदनेतून मुक्ती मिळवून द्यायची असेल, तर तो आजार, ती वेदना प्रथम आपल्याला शंभर टक्के सहन करावी लागेल.

लोकांना जेव्हा शरीराच्या एखाद्या भागात वेदना होऊ लागतात, तेव्हा ते लगेच त्यावर औषध घेतात. कारण शरीराचा तो भाग बधिर होऊन जावा आणि आपल्याला वेदना सहन कराव्या लागू नयेत. परंतु लोकांना आजारातून मुक्त करण्यासाठी डॉ. हनिमन स्वतः प्रत्येक आजार अनुभवत होते. आजारसुद्धा त्यांनी शंभर टक्के सोसले, समजून घेतले. मग त्यावर उपचाराकरिता औषधांची निर्मिती करून, त्या आजाराने त्रस्त व्यक्तींना व्याधिमुक्त करून स्वास्थ्य प्रदान केलं. अशा लोकांचं नाव भूतलावर कायम स्मरणात ठेवलं जातं, ज्यांनी आपलं शंभर टक्के योगदान देऊन, पूर्ण समर्पणाने निसर्गासोबत असं काही कार्य केलं. मग निसर्गानेही त्यांच्यासमोर आपली सर्व रहस्यं उलगडली. तुम्हीसुद्धा आपल्या प्रत्येक कार्यात अशाच प्रकारे शंभर टक्के योगदान द्यायला हवं.

सकाळी उठल्यापासून रात्रीपर्यंत आपल्याकडून जी काही कामं होत आहेत, त्यात आपली उपस्थिती कशा प्रकारची आहे, हे आपण पाहायला हवं... कदाचित आपलं मन भूतकाळ आणि भविष्यकाळात फेऱ्या मारण्यात तर गुंतलेलं नाही ना... मनात काही वेगळाच स्वसंवाद तर चाललेला नाही ना... जर असं होत असेल, तर आपण निसर्गातील रहस्यं समजू शकणार नाही. त्यामुळे जेव्हाही, जिथेही, जे काही काम करत असाल, त्यात आपली उपस्थिती अगदी शंभर टक्के असायला हवी. पण जिथे गरज असेल, तिथे आपल्या सामान्यज्ञानाचाही उपयोग व्हायला हवा. कित्येकदा एकाच वेळी खूप साऱ्या गोष्टींकडे लक्ष देणं आवश्यक असतं. अशा वेळी मात्र आपण आपल्या सामान्य ज्ञानाचा उपयोग करायला हवा. पण जे यांत्रिकरीत्या करण्याचं, सरावाचं काम आहे, तिथे मात्र शंभर टक्के उपस्थित राहायला शिकायला हवं. जसं, आपण स्नान करत असाल, तर तिथे आपल्याला हा प्रयोग करता येऊ शकतो.

आपण जर रक्तदान करण्यासाठी गेला असाल, तर त्यावेळी असा विचार करू नका, की 'मी आता शंभर टक्के रक्तदान करूनच परत जाईन.' तुम्ही शंभर टक्के रक्तदान केलं, तर घरी परत येऊच शकणार नाही. त्यामुळे अशा प्रसंगी आपल्या सामान्यज्ञानाचा उपयोग अवश्य करा आणि जे कराल ते अगदी मनापासून करा. दिवसभरातील छोट्या-छोट्या कार्यात शंभर टक्के लक्ष देऊन आपण ही सवय अधिक विकसित करू शकाल.

पुढील अध्यायात दुसरा पासवर्ड समजून घेऊन त्याला आपल्या जीवनात अमलात आणा.

मनन प्रश्न
अशी कोणती कामं आहेत, ज्यांत मला आपलं शंभर टक्के योगदान द्यायचं आहे?

आजचा प्रशिक्षण संकल्प
आज प्रत्येक काम शंभर टक्के लक्षपूर्वक करायचं आहे.

२

प्रशिक्षणाचा दुसरा पासवर्ड

CONTINUITY COUNTS

यशस्विता कर्माशी संबंधित असते. यशस्वी लोक सतत अग्रेसर होत असतात. त्यांच्याकडून चुकाही होतात; परंतु ते काम करणं कधीही थांबवत नाहीत.

– कॉनरेड हिल्टन

बहुतेक वेळा असं पाहायला मिळतं, की लोकांना कोणतंही काम सातत्याने करणं खूपच अवघड वाटतं. सुरुवातीला खूपच गाजावाजासहित काम होत असतं; परंतु काही दिवसांनंतर मात्र सगळा उत्साह थंडावू लागतो. या कामातून हवा तितका फायदा होणार नाही, असा विचार करून लोक ते काम अर्ध्यातूनच सोडून देतात. वास्तवात, आपल्या मनाच्या सवयी इतक्या खोलवर बिंबलेल्या असतात, की सातत्य हा गुण आपल्यामध्ये उतरवणं अगदी अशक्यप्राय वाटू लागतं.

एखादा पाषाण फोडण्याकरिता घणाचे शंभर

घाव घालण्याची जरी गरज भासली असेल, तरी शेवटच्या प्रहारानेच तो दगड फुटत असतो. पण याचा अर्थ असा होत नाही, की शंभराव्या फटक्यानेच दगड फोडण्याचं कार्य झालं. त्या दगडावर घातलेला पहिला घावही तितकाच महत्त्वाचा असतो, जितका शेवटचा. पहिल्याच आघातानंतर लगेच परिणाम होत नाही म्हणून एखाद्याने जर काम करणंच थांबवलं, तर अशा व्यक्तीला सातत्याचा नियमच माहीत नाही असंच म्हणावं लागेल. **सातत्य हीच यशस्वितेची किल्ली आहे.** दररोज अथवा आठवड्यातून किमान तीन दिवस व्यायाम करणारा मनुष्य स्वास्थ्य प्राप्त करतो. दररोज थोडा वेळ, परंतु योग्यरीत्या नियमित अभ्यास करणारा विद्यार्थी परीक्षेमध्ये कौतुकास्पद यश प्राप्त करतो. दररोज मनन करणारा मनुष्य आयुष्यातील सगळी रहस्यं जाणून घेऊ शकतो. प्रत्येक दिवशी कष्ट करणारा मनुष्य धनप्राप्ती करू शकतो. प्रत्येक दिवशी थोडा वेळ का होईना; परंतु सातत्याने सराव करणारा कलाकार जागतिक स्तरावर कीर्ती प्राप्त करू शकतो.

विख्यात यूनानी वक्ते डेमोस्थनीज हे 'निरंतरतेने योग्यता प्राप्त करणे' यासाठी प्रसिद्ध आहेत. सुरुवातीला बोलताना ते फार अडखळत असत; परंतु वक्ता बनण्यासाठी त्यांनी आपल्यातील हा दोष दूर करण्याचा जणू काही विडाच उचलला. आपला बोलताना अडखळण्याचा, तोतरेपणाचा दोष घालवण्यासाठी डेमोस्थनीज तोंडात काचेच्या गोट्या ठेवून बोलण्याचा सराव करत असत. बोलताना चेहरा वेडावाकडा होऊ नये म्हणून ते आरशात पाहून बोलण्याचा सराव करत असत. शब्दोच्चार स्पष्ट व्हावेत यासाठी ते उंच उंच डोंगरांवरून धावत असताना बोलण्याचा सराव करत, ज्यायोगे आपल्या हृदयाच्या झडपा सक्षम व्हाव्यात. आपला आवाज बुलंद, कणखर करण्याकरिता ते समुद्राच्या लाटांच्या खळखळाटामध्येही बोलत असत. हे सर्व यासाठीच, की सार्वजनिक सभांमधील कोलाहलामध्येदेखील ते मोठ्याने बोलू शकतील. नित्यनिरंतर अभ्यास, सराव आणि कठोर परिश्रम यांमुळेच आपल्या कमकुवत बाबींवर विजय प्राप्त करून, ते यूनानच्या महान वक्त्यांपैकी एक उत्तम वक्ता बनू शकले.

निरंतरतेचं, सातत्याचं महत्त्व ओळखून आजपासूनच अशा कार्यास सुरुवात करा. आपल्याला जे काही काम करण्याची इच्छा असेल, ते दररोज सातत्याने करण्याचा निश्चय करा. या पुस्तकाद्वारे आपण जे प्रशिक्षण प्राप्त करणार आहात, त्यातही सातत्य असू द्या. ध्यान करण्याचा निश्चय करणार असाल, तर दररोज दहा मिनिटे नियमितपणे ध्यान करा. व्यायाम करण्याचा निश्चय केला, तर रोज व्यायाम करा. शिवाय असाही निश्चय करू शकता, 'मी आठवड्यातून पाच दिवस ध्यान करेन, अथवा व्यायाम

करेन.' पण, तुम्ही जी सवय स्वतःमध्ये बिंबवू इच्छिता, त्याबाबत नियमितपणे काम मात्र करायलाच हवं.

तुम्हाला एखादं कसब, कला शिकायची असेल, तर त्यासाठी रोज नियमितपणे वेळ द्यायला हवा. संगीतकार बनायचं असेल, तर त्यासाठी नियमितपणे रियाज करावा लागेल. लोक आरंभशूर असतात, ते सुरुवातीला खूप काही सुरू तर करतात; पण मग अर्ध्यातूनच बंद करून टाकतात. म्हणून जे काही कार्य सुरू कराल, त्यात सातत्य ठेवा. सातत्यामुळे जे काही परिणाम मिळतील, ते आश्चर्यजनक, चमत्कारिकच असतील, यात शंकाच नाही. मनुष्याच्या अंतर्यामी जे 'प्रेम, आनंद, मौन' दडलेलं असतं, ते काही काळाने आपल्यासमोर प्रगट होऊ लागेल. कारण आता आपण शंभर टक्के योगदान देण्याची कला आणि सातत्याचं महत्त्व समजून घेतलं आहे.

मनन प्रश्न
अशी कोणती कार्यं आहेत, ज्यात मला सातत्य राखायचं आहे?

आजचा प्रशिक्षण संकल्प
आज एखाद्या छोट्याशा कार्याचा प्रारंभ करा आणि त्यातच सातत्य ठेवण्याचा निश्चय करा

खंड १
आत्मानुशासन शिका

स्वतःला पारखण्याची ७ चिन्हं

AM I TRAINED?

स्वतःला जिंकणं हा आद्य आणि सर्वश्रेष्ठ विजय आहे.
— प्लेटो

कोणी लॉटरीचं तिकीट खरेदी करण्यास जात असेल, तर आधी त्याने स्वतःलाच हा प्रश्न विचारावा, 'इतके पैसे सांभाळण्याकरिता मी योग्य रीत्या प्रशिक्षित आहे का? माझं शरीर त्यासाठी पात्र आहे का?' जर या प्रश्नाचं उत्तर 'हो' असं असेल, तरच त्याने ते लॉटरीचं तिकीट खरेदी करावं. मात्र उत्तर नकारार्थी असेल, तर त्याने ते तिकीट मुळीच खरेदी करू नये. अप्रशिक्षित माणसाला सांगितलं जाईल, 'तू हे तिकीट घेऊच नकोस' आणि प्रशिक्षित माणूस तर ते तिकीट घेणारच नाही, कारण त्याला निसर्गनियम माहीत असतात.

लोक आत्मानुशासित नसल्याने कधीकधी

मिळवलेलं धनसुद्धा ते गमावून बसतात. शिवाय पूर्वीपेक्षाही बिकट अवस्था ओढवून घेतात. कारण अचानक धन-संपत्ती मिळाल्याने ते अनावश्यक खर्च करू लागतात. आपल्या शरीराला सुख-सुविधांद्वारे अनेक चुकीच्या सवयी लावतात. पैसा संपल्यानंतर मात्र अशा लोकांना त्यांच्या या सवयी खूपच हैराण करत असतात. परिणामी, मनुष्य आपल्या छोट्या छोट्या चुकीच्या सवयींमुळे मोठ्या उद्दिष्टापासून दूर जाऊ लागतो.

तसं पाहिलं तर प्रत्येक छोट्या-मोठ्या कामासाठी प्रशिक्षित असणं आवश्यकच असतं. आपण आपल्या चपला कशा काढून ठेवतो, याबाबतही जागरूकता असायला हवी. नाहीतर एक चप्पल इथे आणि दुसरी भलतीकडेच, असं होऊ शकतं. मग कोणीही आपल्या चपलांना चेंडूसारखं उडवून इकडे तिकडे फिरवू शकेल. आपण आपल्या चपला कशा पद्धतीने काढून ठेवता, हे पाहूनसुद्धा आपलं शरीर किती प्रशिक्षित आहे, हे सांगता येऊ शकतं.

प्रशिक्षण मिळवण्याच्या प्रवासात सर्वप्रथम आपल्याला हे माहीत असायला हवं, 'आपण प्रशिक्षित आहोत का?' ज्या दिवशी ही गोष्ट आपल्या लक्षात येईल, तो दिवस आपल्या प्रशिक्षणाचा पहिला दिवस असेल.

मोठं उद्दिष्ट प्राप्त करण्यासाठी प्रत्येक मनुष्याला प्रशिक्षणाची आवश्यकता असते. प्रशिक्षण म्हणजे शरीर, मन, बुद्धी यांवरील संपूर्ण नियंत्रण!

आयुष्य एक आगगाडी, ट्रेन आहे, ज्यात प्रत्येक मनुष्याला काहीतरी शिकायला मिळत असतं. जिथे प्रत्येक स्टेशनवर (आयुष्याच्या प्रत्येक वळणावर) काही लोक आपल्याला भेटत असतात आणि काही लोक आपल्याला सोडून जात असतात. काही नातेसंबंध निर्माण होतात, तर काही नाती दुरावतात. मात्र प्रत्येक नातं आपल्याला काहीतरी शिकवून जातं, प्रत्येक दृश्य आपल्याला काहीतरी सांगून जातं. एखाद्या स्टेशनवर आपण काही वेळा उतरतो, तर कधी भरकटतो. पण प्रत्येक चुकीतून आपल्याला हे समजतं, की आपल्याला कोणत्या स्टेशनवर कधी, का आणि कुठे उतरायचं आहे अथवा कोणत्या स्टेशनवर कधी उतरू नये. स्टेशनची ही समज आपल्याला उत्तम जीवन जगण्यासाठी शिकवण देत असते आणि नवनव्या प्रवाशांच्या गर्दीत आपल्याला धैर्य राखायला शिकवते. दुर्घटनांची शंका आपलं साहस वाढवते, अथवा पीडित व्यक्तींची दुर्दशा आपल्याला करुणा शिकवते. अशा प्रकारे आयुष्याची ही यात्रा आपल्याला दृढ विश्वास, विनाअट प्रेम आणि कर्म करायला शिकवत असते.

१. प्रशिक्षित मनुष्याची पारख करण्याचे चार मापदंड

प्रशिक्षणाची उंची मोजण्याकरिता कोणत्याही कार्याला चार निकषांवर विभागलं जाऊ शकतं. १. वेळ, २. व्यवस्थितपणा, ३. उत्साह – प्रसन्नता आणि ४. रचनात्मकता. कसं ते एका उदाहरणाद्वारे समजून घेऊया.

एक प्रशिक्षित टंकलेखक (टायपिस्ट) अप्रशिक्षित टंकलेखकाच्या तुलनेत आपलं काम १. कमी वेळेत पूर्ण करेल, २. त्याचं काम नीटनेटकं आणि कमी चुका असलेलं होईल, ३. काम पूर्ण झाल्यानंतर तो दुसऱ्या टंकलेखकाच्या तुलनेत कमी थकलेला असेल आणि ४. पुढच्यावेळी तो तेच काम यांत्रिक पद्धतीने जसंच्या तसं नव्हे, तर अधिक कुशलतेने आणि वेगळ्या, नव्या पद्धतीने करण्याचाही प्रयत्न करेल.

या चार गोष्टी प्रशिक्षित मनुष्याला अप्रशिक्षित मनुष्याहून वेगळं ठरवतात. एक प्रशिक्षित वाचक केवळ वेगाने वाचू शकणार नाही, तर अधिकाधिक समजून घेऊन जास्तीत जास्त लक्षात ठेवू शकेल. तो कमी थकेल आणि पुढच्यावेळी आधी वाचलेल्या माहितीचा योग्य उपयोग नवी माहिती लक्षात ठेवण्यासाठी करू शकेल.

आपण आपलं प्रत्येक काम प्रशिक्षणाद्वारे वर सांगितलेल्या चार निकषांनुसार करू लागताच या प्रशिक्षणाचा पुरेपूर लाभ घेऊ शकाल. त्यामुळे प्रत्येक काम करताना त्याला केवळ आपलं कर्तव्य समजू नका, तर प्रशिक्षण प्राप्त करण्याची आणि कर्म करण्याची एक सुवर्णसंधीच समजा.

२. प्रत्येक गोष्टीला संधी बनवा

प्रशिक्षण आणि कर्म करण्याच्या संधीची ओळख प्राप्त झाल्यानंतर आपण प्रत्येक क्षणाचा योग्य रीतीने उपयोग करू शकाल. कारण प्रशिक्षित मनुष्याचा पहिला स्वभावगुण आहे, 'प्रत्येक गोष्टीचा योग्य उपयोग करणे.' त्यात असंही होऊ शकतं, की एखादी गोष्ट इतर लोकांना निरुपयोगी वाटेल; परंतु प्रशिक्षित मनुष्य प्रत्येक गोष्टीचा योग्य उपयोग करण्याची कला जाणतो. या विश्वात निरुपयोगी (यूझलेस) असं काहीही नसतं. नकारात्मक गोष्टींचाही लाभ घेऊन, त्यांना निमित्त बनवून तुम्ही सर्वांसाठी प्रेरणादायी ठरू शकता. नकारात्मक बाबींना शिडी (स्टेपिंग स्टोन) बनवून तुम्ही गगनभरारी घेऊ शकता, विशाल ध्येय साकारू शकता आणि आपल्या चेतनेचा स्तरही उंचावू शकता.

अप्रशिक्षित मनुष्याच्या डोक्यात जेव्हा कोणताही विचार येतो, तेव्हा तो त्या विचारांत एवढा हरवून जातो, ज्यामुळे त्याची कामं अर्धवट राहतात. इतकंच काय पण

शिक्षणासारखं महत्त्वाचं कामसुद्धा त्याच्याकडून पूर्ण होऊ शकत नाही. असं झाल्याने त्याच्या साठलेल्या कामांची यादी वाढते आणि कालची राहिलेली कामं त्याला आज करावी लागतात. अशा स्थितीत त्याचा आजचा मौल्यवान वेळ कालची अर्धवट राहिलेली कामं पूर्ण करण्यातच व्यतीत होतो. मग पुन्हा आजची कामं उद्यावर ढकलली जातात. अशा प्रकारे हे दुष्टचक्र चालूच राहतं.

३. प्रशिक्षित मनुष्य आणि समस्या

आता प्रशिक्षित मनुष्याबाबत कोणत्या घटना घडतात आणि तो त्या प्रसंगांना कसा प्रतिसाद देतो, ते विस्ताराने समजून घेऊया.

प्रशिक्षित मनुष्याच्या जीवनात समस्या येतच नाहीत, असं समजू नका. प्रशिक्षित मनुष्याच्या जीवनातसुद्धा समस्या येतच असतात; परंतु समस्या निर्माण झाल्यानंतर 'आता यावर काय उपाय असेल?', 'पुढे काय करता येऊ शकेल? या समस्येच्या गुंत्यातून कशा पद्धतीनं बाहेर पडता येऊ शकेल?' याविषयी तो विचार करू लागतो. प्रशिक्षित मनुष्य समस्यांमुळे कधीही रडत बसत नाही. प्रशिक्षित मनुष्य दुधाचा ग्लास पडला, तर असा विचार करत नाही, 'ग्लास तिथे कुणी ठेवला होता? त्यात कोणत्या कंपनीचं दूध होतं? दूध महागडं होतं की स्वस्त?' तर पहिल्यांदा 'ग्लास फुटल्याने काचेचे जे तुकडे अस्ताव्यस्त विखरून पडले आहेत, ते कोणाच्या पायाला टोचून, त्याला इजा होऊन त्याचं नुकसान होऊ नये म्हणून त्यांना आधी लवकरात लवकर तिथून हलवायला हवं,' असा विचार तो करेल.

प्रशिक्षित मनुष्य जुन्या समस्या संपवण्याबाबत आणि नव्या समस्या निर्माण होऊ नयेत म्हणून नेहमी सावध राहतो. असं नसतं, की त्याच्याकडे सगळ्या समस्यांवरची उत्तरं उपलब्ध असतात. पण तो आपल्या सामान्यज्ञानाचा उपयोग निश्चितपणे करतो. तो असाही विचार करू शकतो, की प्राप्त परिस्थितीत उद्भवलेल्या समस्येतून मार्ग काढण्यासाठी काय उपाय केला जाऊ शकतो? त्याची सामान्य बुद्धिमत्ता त्याला सांगते, अशीच समस्या जर स्वामी विवेकानंद, लिंकन अथवा अन्य कोण्या महापुरुषाच्या जीवनात आली असती, तर त्यांनी त्यावर मात करण्यासाठी काय केलं असतं बरं? लिंकन अशा समस्येमुळे दु:खी होऊन आपल्या नशिबाला दोष देत बसले असते का? की त्यांनी काही वेगळा प्रयत्न केला असता? याचाच अर्थ, प्रशिक्षित मनुष्याने लिंकन अथवा स्वामी विवेकानंद यांना आपले आदर्श मानल्याने त्यांनी अशा स्थितीत काय केलं असतं,' याचा विचार तो करतो. अशा पद्धतीने केवळ प्रशिक्षित मनुष्यच असा

विचार करतो, की या समस्येवर काय उपाय असू शकतो?

४. प्रशिक्षित मनुष्य आणि जागरूकता

प्रशिक्षित मनुष्याला कधीही कोणता रोग अथवा आजार जडत नाही, असं नसतं. तोसुद्धा आजारी पडतो, पण त्या आजारामुळे दुःखीकष्टी होत नाही, तर त्या आजाराचं मूळ, खरं कारण शोधून काढण्याचा प्रयत्न करतो. जर एखादा आजार वारंवार होत असेल, तर तो विचार करतो, 'या मागचं मूळ कारण काय असू शकेल?' प्रशिक्षित मनुष्य आपली निखळलेली कडी (मिसिंग लिंक) त्वरित शोधून काढतो. शरीरातील वात, पित्त आणि कफ या त्रिदोषांपैकी आपल्याबाबतीत नक्की काय असंतुलन झालंय, कोणत्या प्रकारच्या खाण्यामुळे, कोणत्या ऋतूमध्ये जास्त त्रास होतोय? अशा प्रकारे प्रशिक्षित मनुष्य आपल्या आजाराचं कारण लगेचच शोधून त्याचं निवारणही त्वरित करतो. त्याचा आजार बरा होण्यासाठी जर एक वर्ष लागणार असेल, तर तो आपला हा आजार आता वर्षभराच्या आधी बरा होणारच नाही, असं समजत नाही. याउलट या आजारातून मुक्त होण्यासाठी आपण आतापासूनच जोरदारपणे प्रयत्न करायला हवा. ज्यामुळे हा आजार बरा होण्यासाठी वर्षभराचाही कालावधी लागू नये, ही इच्छा बाळगतो.

प्रशिक्षित मनुष्याला जर समजलं, त्याला चुकीच्या मित्रांची संगत जडलीय, जे त्याचं अधःपतन करू शकतील, तर तो लगेच सावध होऊन त्यावर काम करणं सुरू करेल. अशा चुकीच्या मित्रांची संगत सोडण्यास त्याला कमीत कमी सहा महिने तरी लागतील, पण तरी त्या दिशेने त्याचं काम मात्र त्याच दिवशी सुरू झालेलं असेल. आधी जर तो त्या मित्रांबरोबर दिवसातून दोन हजार शब्द बोलत असेल, तर आता तो फक्त पंधराशेच शब्द बोलेल. त्यानंतर हळूहळू बाराशे शब्द बोलू लागेल. असं करता करता एक वेळ अशी येईल, की आपली त्या चुकीच्या मित्रांसोबतची संगत कधी सुटली, हेदेखील समजणारही नाही. अशा प्रकारे कोणतंही शत्रुत्व निर्माण न करता प्रशिक्षित मनुष्य चुकीच्या मित्रांची सोबत सोडू शकतो, कारण तो प्रत्येक क्षणी सजग असतो.

थोडक्यात, प्रशिक्षित मनुष्य कोणत्याही गोष्टीची वाट पाहत नाही, तर योग्य परिणाम प्राप्त करण्यासाठी तो स्वतः त्वरित सारासार निर्णय घेत असतो.

५. प्रशिक्षित मनुष्य आणि कमकुवत बाबी

प्रशिक्षित मनुष्य अडचणींचा डोंगर पाहून हैराण होत नाही, तर त्या मागचं खरं कारण शोधून काढतो. एकदा का कारण समजलं, तर मग लगेच तो त्यावर मात करण्याचं काम करायला सुरू करतो. रोज थोडंसं का असेना; पण प्रशिक्षित मनुष्य प्रत्येक दिवशी त्यावर सातत्याने काम करतच राहतो.

आपण लक्षपूर्वक पाहिलं तर आपल्याला समजेल, आपल्या अवतीभोवती कोणते लोक प्रशिक्षित आहेत आणि कोणते अप्रशिक्षित? अप्रशिक्षित लोकांकडे पाहूनच आपल्याला आपण त्यांच्याकडून कोणतंही प्रशिक्षण का घेऊ इच्छित नाही, हे समजू शकेल. आपल्याला जर असं दिसत असेल, की आपल्या चारही बाजूंना केवळ अप्रशिक्षित लोकच आहेत, तर अशा लोकांना पाहून तुम्हाला प्रशिक्षणाची कधी गरजच जाणवणार नाही.

प्रत्येक मनुष्याला प्रशिक्षणाची किती आवश्यकता आहे, ही गोष्ट आज आपण समजू शकता. प्रशिक्षणाद्वारे मानवी मन खूप मोठमोठे चमत्कार घडवू शकतं. आता जरा स्वतःलाच विचारा, तुमचं मन कोणता चमत्कार करत आहे? कदाचित आपण फक्त खाण्या-पिण्याची साधनं आणि उपजीविकेसाठी कमाई करण्यातच आपल्या मनाचा वापर करून सीमित, संकुचित आयुष्य तर जगत नाही ना?

६. प्रशिक्षित मनुष्य आणि यशाची परीक्षा

प्रशिक्षित मनुष्य अपयशी होणारच नाही, असं कधीही समजू नका. प्रशिक्षित मनुष्यसुद्धा अपयशी होऊ शकतो; पण आलेल्या अपयशानंतर तो विचार करेल, 'हे अपयश कशामुळे मिळालं?' या अपयशामुळे तो आत्मपरीक्षण करेल. कोणत्या गोष्टींमुळे अपयश मिळालं, त्या बाबी तो शोधून काढेल. त्यानंतर तो निश्चय करेल, 'आयुष्यात घसरलोय तर खरं; पण सावरणारही नक्कीच. तोल सुटू देणार नाही, भान हरपू देणार नाही. जेव्हा वर उठेन, तेव्हा रिकाम्या हाताने उठणार नाही, काही तरी घेऊनच उठेन.' प्रशिक्षित मनुष्य अपयशाच्या दरीत कोसळल्यानंतरही हेच पाहत राहील, की त्याच्या आसपास आता कोणकोणत्या संधी उपलब्ध आहेत. मग वेळ न दवडता प्रत्येक संधीतून तो नवीन अनुभव प्राप्त करेल. कारण प्रशिक्षित मनुष्याला प्रत्येक गोष्टीतून संधी साधण्याची कला अवगत असते.

ज्या मनुष्यामध्ये शिस्त नसते, तो परीक्षेदरम्यानही रडत राहील आणि ज्या दिवशी

परीक्षेचा निकाल घोषित होणार असेल, त्या दिवशीही रडतच असेल. निकालाच्या दिवशीही त्याला सतत चिंता वाटत राहील, 'आज माझ्या परीक्षेचा निकाल जाहीर होणार आहे. तेव्हा आता काय होईल, माहीत नाही.'

जसं, एका विद्यार्थ्याने दुसऱ्या विद्यार्थ्याला विचारलं, 'आज निकाल जाहीर होणार आहे, याची तुला काहीच चिंता वाटत नाही का?' यावर दुसऱ्या विद्यार्थ्याने उत्तर दिलं, 'नाही, मला कोणतीही चिंता वाटत नाही.' यावर पुन्हा पहिला विद्यार्थी आश्चर्याने त्याला म्हणाला, 'मला हे खरंच वाटत नाही, की तुला याची कोणतीही चिंता सतावत नाही. असं कसं होऊ शकेल?' त्यावर दुसरा विद्यार्थी म्हणाला, 'जर परीक्षा दिली आहे, तर निकालसुद्धा लागणारच, त्यात घाबरण्यासारखं काय आहे?'

अर्थात, कर्म केलं आहे, तर त्याचं फळसुद्धा नक्कीच मिळणार असतं. परीक्षा आणि निकाल या दोन्हीही बाबी एकमेकांशी निगडित आहेत, त्यामुळे अशा गोष्टींचा तणाव घेऊन चिंता करत बसण्याची काहीच आवश्यकता नसते. आपण फक्त इतकंच पाहायला हवं, की जर आपण परीक्षा देण्यासाठी जात आहोत, तर मग भयभीत होऊनच परीक्षा देणार काय? निकालाच्या वेळी आपल्याला भीती वाटेल का? आपण त्याच त्या गोष्टी पुनःपुन्हा करत राहणार का?

काही गोष्टी जर आयुष्यात पुनःपुन्हा घडत असतील, तर यात नक्कीच कोणता तरी कमकुवत दुवा आहे. हे प्रशिक्षित मनुष्याला माहीत असतं. त्या कमकुवत दुव्याला तो शोधून काढतो आणि त्यावर योग्य उपाय करून अशा गोष्टींतून मुक्त होतो.

७. प्रशिक्षित मनुष्य आणि निवांत क्षण

प्रत्येक मनुष्याने आपल्या जीवनात प्रशिक्षित होण्यासाठी आपल्याला मिळालेल्या निवांत क्षणांचा निश्चितच भरपूर उपयोग करून घेतला पाहिजे. आयुष्यात जे निवांत क्षण मिळतात, त्यांचा सदुपयोग पाया भक्कम करण्याकरिता केला पाहिजे.

- निवांत मिळालेला वेळ रटाळपणे आळसात व्यर्थ न घालवता, त्या फावल्या वेळेचा उपयोग उत्तम ग्रंथ, आदर्श व्यक्तिचरित्रं, आत्मचरित्रं वाचण्याकरिता करायला हवा.
- अशा लोकांची माहिती मिळवावी, ज्यांनी अनेक यातना सहन करून, जीवनात आलेल्या अनेक अडचणींवर मात करून समाजाला काही तरी करून दाखवलं आहे.

- जगात अशी कित्येक पुस्तकं उपलब्ध आहेत, ज्यांच्या वाचनानं आपल्याला प्रेरणा मिळू शकेल.
- फावल्या वेळेत असे काही कोर्सही करता येऊ शकतात, ज्यामुळे प्रशिक्षण आणि प्रेरणा दोन्ही प्राप्त होतील.
- आपण आपली बुद्धी आणि मन या दोन्हींचा अगदी शंभर टक्के उपयोग करतोय ना, हे अवश्य पडताळून पाहा.

प्रशिक्षित शरीर जेव्हा या गोष्टींवर काम करून असं ध्येय साध्य करतं, ज्याच्या प्राप्तीमुळे लोकांमध्ये कुतूहल निर्माण होतं. 'एका माणसात इतकी क्षमता कशी असू शकते?' याचं लोकांना आश्चर्य वाटतं.

अशा प्रकारच्या क्षमता निर्माण झाल्यानंतर लोकांना तर आश्चर्य वाटेलच; पण आपल्या स्वतःलाही अप्रूप वाटू लागेल. 'अरे, मी याआधी तर कधी अशा गोष्टी साध्य करू शकत नव्हतो, कारण त्यावेळी माझं मन माझ्या ताब्यात नव्हतं. पण आज तेच माझं अनियंत्रित मन नियंत्रित आणि शिस्तबद्ध कसं बनलं असेल!'

मनन प्रश्न

आयुष्यात मी काय प्राप्त केलं आणि काय गमावलं?

आजचा प्रशिक्षण संकल्प

आज आपल्या सभोवताली उपलब्ध असलेली संधी ओळखूनतिचा योग्य उपयोग करून घ्यायचा आहे.

४

स्वयंशिस्त कोणाला आणि का गरजेची

7 STEPS OF BEING SELF-DISCIPLINED

आपल्या जीवनातून जर दडपण, तणाव आणि शिस्त यांना दूर केलं तर आपण कदापि तसे बनू शकणार नाही, जसं बनू शकता.

– डॉ. जेम्स जी. बिल्की

'आयुष्य आपल्यावर प्रेम करतं का?' त्याचं उत्तर आहे, 'आयुष्य आपल्यावर तेव्हाच प्रेम करेल, जेव्हा आपण स्वतःवर प्रेम कराल.' स्वतःवर प्रेम करण्यासाठी आपल्यात स्वयंशिस्त असणं आवश्यक आहे आणि ती योग्य, संपूर्ण प्रशिक्षणाद्वारेच प्राप्त होऊ शकते.

विश्वात कोणत्याही प्राण्याला शिस्तीने राहण्याची गरज भासत नाही, तर केवळ मानवालाच ती भासते. कारण केवळ मानवच अज्ञान आणि बेहोशीत यंत्रवत जीवन जगत असतो. कोणत्याही प्राण्यांना कधी मधुमेह अथवा रक्तदाब होत नाही,

कारण ते सहज जीवन जगत असतात. त्यांना जेव्हा भूक लागते, तेव्हा ते अन्न भक्षण करतात आणि जितकी गरज असते तितकंच अन्न खातात. पण मनुष्याला कितीही सांगितलं, 'बाबा रे, तुला मधुमेह झाला आहे, जास्त साखर खाऊ नकोस,' तरीही तो गुपचूप मिष्टान्नाचं सेवन करत असतो. ज्यामुळे त्याचा आजार आणखीनच वाढतो. त्यामुळे मनुष्याच्या शरीराला शिस्त नसते, हेच लक्षात येतं.

मनुष्याला हे माहीत असतं, की धूम्रपान अथवा मद्यपान हे विषप्रयोगाप्रमाणे आपल्या हृदयाच्या झडपा आणि मूत्रपिंडं खराब करत असतं; परंतु तरीही तो त्याचं सेवन करतच असतो. याचाच अर्थ, माणसाचं स्वतःवर अजिबात नियंत्रण नाही. अप्रशिक्षित मनुष्य प्रत्येक वेळी दारू पिण्याकरिता कारणं शोधत राहतो. जसं, एका मद्यपीने दुसऱ्या मद्यपीला सांगितलं, 'मी एकदा दारू पिणं बंद केलं, तेव्हा भारत आणि पाकिस्तान यांच्यात युद्ध झालं, त्यामुळे त्या दिवसापासून मी शपथच घेतली, की किमान आपल्या देशासाठी तरी मी दारू पिणं सोडणार नाही.' याला म्हणतात यांत्रिकी आयुष्य, जिथे अशा पद्धतीने बहाणेबाजी केली जाते. आपल्या आयुष्यातील ही यांत्रिकता २५ टक्क्यांनी जरी कमी झाली, तरी आपण अशा प्रकारच्या बेहोशीतून जागे व्हाल. आजपासूनच अशा घातक व्यसनांपासून दूर होण्याच्या दिशेने अग्रेसर व्हा आणि मनोमन हा निश्चय करा, 'अमुक अमुक वाईट सवयींपासून मुक्त होऊन मला सदैव त्यांपासून दूर राहायचं आहे.' व्यसनांतून मुक्त होण्यासाठी थोडा वेळ नक्कीच लागेल; पण जर नियमितपणे यावर काम करत राहिलात, तर लवकरच आपण त्यांपासून मुक्त झालोय असं तुमच्या लक्षात येईल.

स्वयंशिस्तीनेच आपण व्यसनमुक्त होऊन, स्वतःवर तसेच इतरांवरही प्रेम करू शकाल. सुरुवातीला आपल्या हे लक्षात येणार नाही, की स्वयंशिस्त आणि प्रेमाचा काय संबंध आहे? पण जे लोक खऱ्या प्रेमाविषयी समजू शकतात, तेच स्वयंशिस्तीने आपलं जीवन जगतात.

स्वयंशिस्त म्हणजे स्वतःवर प्रेम करणं. स्वतःवर प्रेम करणं म्हणजे आपलं शरीर, मन आणि बुद्धी या तिन्हींवर प्रेम करणं. शरीर, मन आणि मेंदूला योग्य प्रमाणात प्रेम मिळाल्यानंतरच आपल्या जीवनात स्वयंशिस्तबद्धता येऊ लागते. मग त्यापासून होणारे असंख्य लाभ आपल्याला जीवनात पाहायला मिळतात. जर आपलं शरीर स्वयंशिस्त असेल, तर आपली सर्व कामं, यश, आनंद आणि जगातील प्रत्येक गोष्ट आपणास प्राप्त करता येऊ शकते, हे सर्वांनाच माहीत असतं. आयुष्यात या साऱ्या गोष्टी मिळवण्यासाठी

आपलं शरीर, मन आणि बुद्धी यांना प्रेम कसं द्यायचं, ते आता आपण शिकूया.

एक वडिलांचं प्रेम असतं, एक आईचं प्रेम असतं, तर एक गुरूंचं प्रेम असतं. प्रेमाचे हे तीनही प्रकार जर आपण स्वतःला द्यायला शिकलो, तर आपलं जीवन स्वयंशिस्तबद्ध होऊ शकेल. शरीराला वडिलांचं प्रेम, मनाला आईचं वात्सल्य आणि बुद्धीला गुरूंचं प्रेम द्यायला हवं. आपलं शरीर, मन आणि बुद्धी यांना जेव्हा हे प्रेम मिळू लागेल, तेव्हाच आपल्या जीवनाची पूर्तता होऊ लागेल, मगच खऱ्या अर्थाने आपलं प्रशिक्षण पूर्ण होऊ शकेल, अन्यथा सतत अपूर्णता जाणवत राहील. मनुष्य बाहेर प्रेम शोधत असतो; परंतु खरं प्रेम तर त्याच्या आतच दडलेलं असतं. जेव्हा आपण हे खरे प्रेम समजू शकाल, तेव्हाच आपण स्वतःला ओळखू लागाल.

१. शरीराकरिता पित्याचं प्रेम

पित्याच्या प्रेमाला टफ लव्ह म्हणजे कठोर प्रेम म्हटलं जातं. आपल्याला हे ठाऊकच आहे, वडील आपल्या मुलाकडून व्यायाम करून घेतात. ते म्हणतात, 'चल रे, ऊठ लवकर, व्यायामाची वेळ झालीय.' खरंतर अशा वेळी मुलाला लवकर उठण्याची इच्छा नसते. आई वडिलांना म्हणते, 'झोपू द्या हो त्याला.' पण वडील ठामपणे म्हणतात, 'नाही, चल ऊठ, व्यायाम करायचा आहे.' अशा वेळी मग ते मूल चेहरा वेडावाकडा करत, नाइलाजाने उठतं आणि कुरबूर करत आपलं काम करू लागतं. त्याला वडिलांचं हे वरवर कठोर भासणारं शिस्तबद्ध प्रेम आवडत नाही. 'आपल्याला जे आवडतं, तेच करू दिलं, तरच ते प्रेम' अशी जणू काही मुलाची प्रेमाविषयीची परिभाषा झालेली असते, त्यामुळे पित्याचं हे प्रेम शरीराला आवडत नाही. परंतु आयुष्यात शिस्तबद्धता आल्यानंतर मात्र त्याला हे समजेल, की तेच खरं प्रेम होतं. जेव्हा आपलं शरीर प्रशिक्षित होईल, तेव्हा शिस्तबद्धतेसाठी पित्याचं प्रेम किती आवश्यक होतं, हे आपल्याला जाणवू लागेल. अशाच पद्धतीने आपणास आपल्या शरीराला एका पित्याप्रमाणे कठोर प्रेम द्यायचं आहे. जेव्हा आपण स्वतःला जाणू लागाल, तेव्हा आपल्या शरीराला हे पित्याचं प्रेम देऊ शकाल. मग आपण या शरीराकडून व्यायाम आणि प्राणायामासह संकल्पसुद्धा करून घेऊ शकाल. पित्याचं प्रेम हे कठोर प्रेम आहे. आपल्या शरीराला शिस्तबद्ध ठेवण्यासाठी, त्याची आपल्याला नितांत आवश्यकता असते.

२. मनासाठी आईचं प्रेम

आईचं प्रेम हे विनाअट, निःसंशय आणि अपरंपार असतं. आपल्या मनाला असंच प्रेम हवं असतं. जेव्हा मूल एखादी चूक करतं, तेव्हा वडील त्याला योग्य समज

देण्याच्या उद्देशाने छोटीशी शिक्षा देतात. जसं, त्याला एकवेळचं जेवण देण्यात येऊ नये. परंतु आईचं प्रेम हे विनाअट असतं, त्यामुळे ती मुलाला लगेच क्षमा करून टाकते. त्याला प्रेमाने समजावून खाऊ घालते. नाहीतर मुलाचं मन दुखावण्याची शक्यता असते. मूल चुकीच्या मार्गावर भरकटलं जाईल, असंही होऊ शकतं. ज्यावेळी मन इकडेतिकडे धावू लागतं, त्यावेळी त्याला काहीतरी हवं असतं. ज्याप्रकारे भुंगा मधुर रसासाठी प्रत्येक फुलाभोवती पिंगा घालत असतो. एका जागेवर तो थांबू शकत नाही, मध मिळवल्यानंतरच तो शांत-तृप्त होतो. अगदी तसंच या मनाला जेव्हा खरं प्रेम, विनाअट प्रेम मिळतं, तेव्हा ते शांत होऊ लागतं. आपलं मन शांत होण्यासाठी त्याला आईचं प्रेम मिळणं अत्यावश्यक आहे.

३. बुद्धीसाठी गुरूंचं प्रेम

बुद्धीसाठी गुरूंचं प्रेम मिळणंही अत्यावश्यक आहे. गुरू जे प्रेम देतात, ते ज्ञानयुक्त प्रेम असतं. ज्ञानयुक्त प्रेमामध्ये मेंदू, बुद्धी आणि विवेक यांना युक्ती, शक्ती आणि भक्ती मिळत असते. गुरूंच्या प्रेमाबरोबरच मेंदूला युक्ती मिळते. युक्ती म्हणजे कल्पना, नवा दृष्टिकोन. या नव्या दृष्टिकोनामुळे मनुष्याला ही समज प्राप्त होते, ज्या पद्धतीने त्याची बुद्धी विचार करत होती, ती पद्धतच चुकीची होती.

गुरूंचं प्रेम मिळाल्यानंतर मनुष्य प्रत्येक गोष्टीकडे एका नव्या दृष्टिकोनातून पाहू लागतो आणि 'आता मला समस्येवर तोडगा नकोय, तर त्याकडे पाहण्याचा एक नवा दृष्टिकोन हवाय,' असं तो म्हणू शकतो. कारण, ज्ञानचक्षूंद्वारे पाहिल्यानंतर सगळ्या समस्यांचं उत्तर एकाच वेळी मिळतं, सगळ्या समस्यांचा गुंता एकत्रच सुटतो. अशा प्रकारे गुरू युक्तीपासून सुरुवात करतात आणि मग शरीरात शक्तीचा संचार होतो. त्यानंतर कार्याची अंमलबजावणी होते. मग शेवटी शरीरातील साऱ्या चुकीच्या धारणा, चुकीचे संस्कार विलीन होऊ लागतात.

धारणा म्हणजे वृत्ती, चुकीच्या सवयी. जसं, भित्रेपणाची धारणा; लोकांसमोर बोलू न शकण्याची धारणा इत्यादी. कोणी आळशी वृत्तीचा मनुष्य असतो, कोणी शीघ्रकोपी, तर कोणी निष्काळजी वृत्तीचा असतो. गुरूंद्वारे मिळालेल्या ज्ञानाच्या साहाय्याने मनुष्याच्या अशा सर्व प्रकारच्या चुकीच्या वृत्तींचा, कुसंस्कारांचा निचरा होतो आणि त्याला मिळते मुक्ती.

आपल्या शरीराला पित्याचं कठोर प्रेम, मनाला आईचं विनाअट, निःस्वार्थ प्रेम आणि बुद्धीला गुरूंचं ज्ञानयुक्त प्रेम मिळतं. मग हे सर्व प्रकारचं प्रेम एकाच दिशेने कार्य

६. आईच्या प्रेमात – ममता आणि धन्यवाद

आईचं प्रेम आपल्यामध्ये दयाबुद्धी आणि कृतज्ञतेच्या भावनांची स्मृती जागृत ठेवते. आपण प्रत्येक मानवासाठी आपल्या मनामध्ये दयाभाव बाळगू शकाल आणि त्याच्याविषयी कृतज्ञताही व्यक्त करू शकाल. जर कोणी आपल्याविषयी अपशब्द वापरून आपल्याला दुखावलं असेल, तरी आपण त्याला क्षमा करू शकाल. इतकंच नाही, तर त्याला मदत करण्यासाठी आपण पुढाकारही घ्याल. तसंच त्याच्याकडून मिळालेल्या एखाद्या मदतीसाठी त्याला धन्यवाददेखील देऊ शकाल. आज लोक आभाराचे शब्दही बोलू शकत नाहीत आणि कोणाला कशाचं श्रेयही देऊ शकत नाहीत. आईच्या प्रेमाबरोबर आपल्यात संयम, क्षमा, कृतज्ञता आणि दयाभावासारख्या गुणांची जोपासना होऊ लागते. त्यामुळे आपल्यात निश्चयीपणा, ठामपणा, धैर्य आणि करुणा यांचीदेखील वृद्धी होऊ लागते.

७. गुरूंच्या प्रेमात– प्रशिक्षण

गुरूंच्या प्रेमाबरोबर आपल्याला रोज नवं काही शिकायला हवं. दिवस मावळल्यानंतर जेव्हा आपल्या मनात असे विचार येतील, ‘आज दिवसभरात मी काहीच नवं आत्मसात केलं नाही,’ तेव्हा स्वतःला सांगा, ‘तुला काय झालंय, आज तू काहीच नवं शिकू शकला नाहीस, म्हणजे आजचा दिवस बेकारच गेला. आजचा दिवस काहीच कामाचा नव्हता.’ कारण ज्ञानयुक्त प्रेम असं सांगत असतं, की ‘प्रत्येक दिवशी काहीतरी नवं शिकायला हवं, प्रत्येक चुकीतून काहीतरी शिकायला हवं, प्रत्येक नव्या चुकीतून नवं काही शिकायला हवं.’ जर आपण त्यातून काहीच बोध घेऊ शकला नाहीत, तर आपण शिस्तबद्ध नाहीत असाच याचा अर्थ होतो. स्वयंशिस्त त्यालाच असते, जो प्रत्येक दिवशी नवं काहीतरी शिकतो, संकल्प करतो आणि आपल्या शरीराचा स्वामी बनतो. तो शरीराला प्रेम देऊन त्याला आपला मित्र बनवतो आणि आपली अभिव्यक्ती साकारण्यासाठी त्याला साहाय्यक ठरत असतो. अशा प्रकारे गुरूंच्या प्रेमाद्वारे स्वतःमध्ये स्वयंशिस्त बिंबवणं सहज सुलभ बनतं.

आपल्यालाही योग्य प्रशिक्षण आणि प्रेमाद्वारे स्वयंशिस्त प्राप्त करायची आहे. ज्यायोगे आपण आपलं शरीर, मन आणि बुद्धी यांना योग्य प्रकारचं प्रेम देऊन त्यांना सहजरीत्या नियंत्रणात ठेवू शकतो. प्रेमामुळे तर जनावरंसुद्धा माणसाशी निष्ठेनं राहतात. प्रेमामध्ये सामान्यपणे आकलन क्षमतेच्या कमतरतेमुळे बहुधा ज्या चुका होत असतात, त्या आपल्याकडून कदापि होऊ नयेत.

शरीरावर नियंत्रण न ठेवता खादाड बनून कोणी स्वादाचा गुलाम झाला, तर तिथे प्रेमाची सांगता होऊन वासनेची सुरुवात होते.

जर आईचं प्रेम प्राप्त झाल्यानंतरही कोणी सुंदर फुलं तोडून, त्यांना चुरगाळून टाकत असेल, तर ते प्रेम नसून क्रौर्य म्हटलं जाईल.

पित्याचं शिस्तबद्ध प्रेम प्राप्त झाल्याने जर कोणी काही सिद्धी प्राप्त केल्या आणि त्यामुळे त्याचा अहंभाव वाढू लागला, तर तिथे प्रेम संपून दूषित भावनांची जागृती होऊ लागते.

गुरूंचं ज्ञानयुक्त प्रेम प्राप्त करून जर कोणी स्वतःला ज्ञानी, विद्वान समजू लागलं, तर ते प्रेम, प्रेम नसून त्याचं अज्ञान म्हटलं जाईल.

म्हणून, आजच हा संकल्प करा, 'माझं प्रेम हे वासनेचं रूप न बनता विनाअट प्रेम, ज्ञानयुक्त प्रेम, शिस्तबद्ध प्रेम बनावं आणि या तिघांच्या एकत्रीकरणाने माझ्या जीवनात स्वयंशिस्तबद्धता यावी.'

मनन प्रश्न
माझं मन, बुद्धी आणि शरीर यांना स्वयंशिस्तबद्धतेची गरज का आहे?

आजचा प्रशिक्षण संकल्प
आज कोणत्याही व्यसनात अथवा चुकीच्या सवयीत स्वतः गुंतणार नाही.

५

प्रशिक्षणाकरिता आत्मविश्वासाचं महत्त्व

KICK FEAR OUT

आत्मविश्वास म्हणजे भूतकाळातील यशाची आठवण होय.

– अज्ञात

आत्मविश्वास प्राप्त करण्यामधील सर्वांत मोठी अडचण म्हणजे भीती. भीतीमुळेच मनुष्य मोकळेपणाने, उत्साहाने लोकांना सामोरा जाऊ शकत नाही. त्यामुळेच आपल्या अंतरंगात दडलेल्या सुप्त शक्तींना प्रकट करण्यापासून तो वंचित राहतो. अशा मनुष्याचा विकासही अपूर्णच म्हटला जातो. त्यामुळे आपण नेहमी निर्भयतेनं जगावं. घाबरट लोकांच्या गोष्टी ऐकून मागे राहू नये, तर आपल्यातील आत्मविश्वास जागृत करून प्रगतीच्या मार्गावर अग्रेसर व्हायला हवं.

लोकांना वाटणारी भीती ही आपल्यातील

विश्वास वृद्धिंगत करण्यासाठी शिडी बनायला हवी. लोक आपल्याला वाटेल ते बोलतील; परंतु आपण मात्र नित्य नवनवे प्रयोग करून पाहण्यापासून मागे हटू नये. आपण ते दिवस आठवा, जेव्हा आपण नव्यानेच सायकल चालवायला शिकला होता. त्यावेळी आपल्याला सायकलवरून पडण्याची भीती वाटत नव्हती का? परंतु भीती वाटत असली तरी आपण हजारो लोकांना सायकल चालवताना पाहिलं होतं. त्यावेळी आपल्याला हे माहीत होतं, की एकदा सायकल चालवायला शिकल्यानंतर आपणसुद्धा कौशल्याने सायकल चालवणार आहोत. ज्यावेळी आपण सायकल चालवायला शिकत होता, त्यावेळी अनेकदा सायकलवरून पडल्यानंतरही आपण सायकल चालवणं सोडून दिलेलं नव्हतं. आपल्या नजरेसमोर केवळ एकच चित्र तरळत होतं, 'मी सायकल चालवत आहे, लोक काय म्हणतील,' याची त्या वयात तुम्हाला अजिबात चिंता वाटत नव्हती. जे धाडस आपण सायकल चालवताना केलं होतं, तेच धाडस आज आपल्यात आत्मविश्वास निर्माण करण्यासाठी करायचं आहे.

अभ्यास आणि कृती हाच एकमेव असा उपाय आहे, ज्याद्वारे भीती आणि संकोच यांपासून मुक्तता होऊन आत्मविश्वास प्राप्त करता येऊ शकतो. आपण स्वत:ला जे करता येणं शक्य आहे, त्यासाठी अनुकूल बनू शकलात, तर ते कार्य नक्कीच पूर्ण करू शकाल. मग ते कितीही कठीण असलं तरीही. याउलट सर्वांत सोपं कामसुद्धा भीतीमुळे जर आपण करू शकला नाहीत, तर कठीण काम करणंदेखील आपल्यासाठी केवळ अशक्यप्रायच होऊन बसेल.

काही लोक असेही असतात, जे घाबरलेल्या कमकुवत मनुष्याप्रमाणे नेहमी अपयशाच्या गोष्टीच करत राहतात. त्यांच्यासाठी प्रत्येक काम हे अपयशाचं भय घेऊन येतं. जेव्हा आपण लहान होतो, तेव्हा तर अगदी सहजतेनं रोज शे-दीडशे नवे प्रयोग करत होतो; परंतु मोठे झाल्यावर मात्र आपण हे कौशल्य विसरूनच गेलो आहोत. त्यामुळे नेहमी आत्मविश्वासपूर्वक यशप्राप्ती करा, निर्भय बना. निर्भयता हा गुण आत्मविश्वास प्राप्त करण्यासाठी अगदी अनिवार्य आहे.

'लोक काय म्हणतील' याची भीती आपल्यात किती सामावलेली आहे? हे आपण स्वत:लाच विचारा. कोणतंही नवं काम सुरू करण्यासाठी माझ्यात किती साहस आहे? सतत भीतीच्या छायेखाली वावरताना मी काय हरवून बसेन? आत्मविश्वासपूर्वक आयुष्य जगल्याने मला काय मिळवता येऊ शकेल? या प्रश्नांची उत्तरं मिळताच आपल्यामध्ये पुढाकार घेण्यासाठी लागणाऱ्या साहसाचा संचार होईल. पुढाकार घेणं म्हणजे एखाद्या कामाची जबाबदारी स्वीकारणं. मग कोणी या कामासाठी आपल्याला

सहकार्य करो अथवा न करो. जबाबदारी घेतल्याने अथवा कोणत्याही कामामध्ये पुढाकार घेतल्याने आपल्यामध्ये आत्मविश्वास निर्माण होतो. अन्यथा आयुष्याच्या या महासागरात बुडण्याच्या किंवा घटनारूपी माशांच्या भीतीने आपल्याला कायमचं अविकसित राहावं लागेल. आपण किनाऱ्यावर बसून सागराच्या गर्भातील संपत्तीचा लाभ कधीही घेऊ शकणार नाही. पुढाकार घ्याल, पाण्यात स्वतःला झोकून द्याल, तेव्हाच पोहणं आणि समुद्राचा तळ मोजणं आपोआपच जमू लागेल. जितकं आपण पोहण्याबाबत घाबरत राहाल, तितका झोकून देण्यास उशीर होईल. मग पाण्याच्या सखोलतेचा विचार करूनच आपल्याला भीती वाटत राहील. पोहण्यासाठी पहिल्यांदा आपल्याला हात-पाय मारावे लागतील; पण एकदा पोहायला शिकल्यानंतर आपण सहजतेनं पोहू शकाल. मग अथांग पसरलेलं हे पाणीच आपल्याला मदत करू लागेल.

अशा प्रकारे जेव्हा आपल्याला कोणतंही नवं काम करायचं असेल, तेव्हा सुरुवातीला खूप भीती वाटेल. नको ते विचार येतील, त्रासही होईल. पण एकदा का पूर्ण विश्वासाने काम सुरू केलं, तर मग मात्र सगळं काही एकदम सहज होईल.

आपण कोणतंही नवं काम सुरू करता, तेव्हा आपले कान आणि डोळे सतत उघडे ठेवा. म्हणजेच सतत जागरूक राहा. आयुष्य आपल्याला शिकवण्यासाठी, आपला निरंतर विकास घडवण्यासाठी संदेश पाठवत असतं. हा संदेश वाचण्याची आणि पडताळून पाहण्याची क्षमता स्वतःमध्ये निर्माण करा. योग्य वेळी, योग्य संदेशानुसार काम केल्याने आश्चर्यजनक यश मिळतं आणि आत्मविश्वासाचा जन्म होतो.

जे लोक आतून अंध आणि बाहेरून बहिरे असतात, ते कधीही आपल्या अज्ञानाच्या सीमारेषा ओलांडून बाहेर येऊ शकत नाहीत. असे लोक आपला आत्मविश्वास हरवून बसतात. मात्र जे लोक आपल्या अंतरंगातील ज्ञानचक्षू उघडतात, ते अतुलनीय यश प्राप्त करतात. म्हणून सजग व्हा, बेहोश नाही. आत्मविश्वासपूर्वक पुढे चला, मागे राहू नका. डरपोक बनून नाही, तर धैर्यवान बनून जगा. लक्षात ठेवा, आत्मविश्वासाने परिपूर्ण असलेला मनुष्य आयुष्यात फक्त एकदाच मरतो, भय मात्र माणसाला वेळोवेळी मारत असतं.

भय म्हणजे माणसाच्या मनातील कल्पनाविलासाचा दुरुपयोग आहे. मनुष्य आपल्या कल्पनेद्वारे भविष्यात घडू शकणाऱ्या घटनांचा विचार करून घाबरू लागतो. अशा प्रकारे तो आपला आत्मविश्वास हरवून बसतो. भीती हा एक मानसिक आजार आहे. भीती हे माणसाच्या अज्ञानाचं विकृत रूप आहे. भीती हे सतत तुलना करणाऱ्या तुलनात्मक मनाच्या अज्ञानाचा आविष्कार आहे.

मुळात, भीतीची सुरुवात ही आपल्या विचारांतूनच होत असते. मुलाच्या आई-वडिलांचं अज्ञान आणि त्यामुळे त्यांच्याकडून चुकीच्या पद्धतीने झालेल्या पालन-पोषणातूनच मुलाच्या मनात भीतीची बीजं रुजतात. चुकीच्या पद्धतीने झालेल्या पालन-पोषणामुळेच मुलं स्वतःला हीन-दीन समजू लागतात, आपला आत्मविश्वास हरवून बसतात आणि कायमस्वरूपी भीती नावाच्या या आजाराला बळी पडतात. अशी मुलं पुढे जेव्हा मोठी होतात, तेव्हा त्यांच्यामध्ये स्वतःबद्दलच्या विश्वासाच्या कमतरतेमुळे अनेक प्रकारची भीती निर्माण होते. अफवा आणि अपघात यांच्यामुळेही भीती निर्माण होऊ शकते.

भीती नाहीशी करण्यासाठी खूपच सहज-सुलभ पद्धत आहे, वॉव्हल ब्रिदिंग (A, E, I, O, U) करणे. या प्रयोगाद्वारे आपल्याला स्वास्थ्यकारक लाभही मिळू शकतील. जेव्हा केव्हा आपल्या मनात भीतिदायक विचार येऊ लागतील, तेव्हा आपल्या श्वासांचं निरीक्षण करा. त्यावेळी आपल्याला जाणवेल, आपला श्वासोच्छ्वास हा सामान्यपणे नियंत्रितरीत्या होत नाहीये. अशा वेळी जर आपण सांगितलेल्या या प्रयोगानुसार आपल्या श्वासांवर नियंत्रण मिळवलं, तर आपल्यातील श्वासांची गती नियंत्रित होण्यासह भीतीची भावनादेखील हळूहळू नष्ट होत जाईल. अशा रीतीने आपल्यात असलेल्या भयातून मुक्त व्हा आणि आत्मविश्वास वाढवा.

निसर्गाने प्रत्येक मनुष्याला त्याच्या गरजेनुसार आवश्यक तितका आत्मविश्वास प्रदान केलाय. मात्र तो प्राप्त परिस्थितीनुसार कमी अथवा जास्त होत असतो. आत्मविश्वास वाढवण्याची सर्वांत उत्तम पद्धत म्हणजे, तीच कामं सातत्याने करत राहणे, ज्यांची आपल्याला भीती वाटत असते. याकरिता जी कामं करताना आपल्याला भीती वाटते, अशा कामांची एक यादी तयार करा. त्या यादीनुसार एक एक करून ती करण्याचा प्रयोग करा. जसं, व्यासपीठावर बोलण्याचा सराव करा, वेळेअगोदर आपलं काम पूर्ण करण्याचा प्रयत्न करा, पाळीव कुत्र्याबरोबर खेळा, अनोळखी व्यक्तीशी संवाद साधा, उंचावर उभे राहा, शिक्षकांना प्रश्न विचारा, एखाद्याच्या अंत्ययात्रेत सहभागी व्हा... इत्यादी.

आपल्यातील भीतीचा सामना करण्याव्यतिरिक्त अशाही कामांची यादी करा, जी यशस्वी करून आपण यशप्राप्तीची चव चाखली होती. त्या आठवणींची उजळणी केल्याने आपल्यातील आत्मविश्वासाची भावना वाढीस लागेल. मग आत्मविश्वासाची ही भावनाच आपल्याला कठीण कामं करण्यासाठी प्रेरित करेल. सातत्याने सराव केल्यामुळेच आपल्यामध्ये योग्य ते साहस, दृढ विश्वास आणि ठाम निश्चय विकसित होईल. जेव्हा आपण भीतीला सामोरं जाऊन तिच्याशी सामना कराल, तेव्हा आपल्याला वस्तुतः भीती हा प्रकारच नव्हता हे समजेल.

आत्मविश्वास वाढवण्यासाठी ज्या गोष्टींची आपल्याला भीती वाटते, अशा गोष्टी सातत्याने करत राहा. जेव्हा जेव्हा भीतीची भावना आपल्या मनाचा दरवाजा ठोठावेल, तेव्हा तो कधीही उघडू नका. अशा वेळी आपल्यातील आत्मविश्वासालाच ते दार उघडू द्या. जेव्हा आत्मविश्वास तो दरवाजा उघडेल तेव्हा बाहेर कुणीच असणार नाही. जिथे विश्वास असतो, तिथे भीती कधीच थांबत नाही, कारण भीती आणि विश्वास या दोन्ही गोष्टी परस्परविरोधी आहेत. जसं- प्रकाश आणि अंधकार. दिवा पेटवलात, की अंधार राहू शकत नाही. तसंच दरवाजा भीतीद्वारे ठोठावला जातोय, भीती अगदी दरवाजापर्यंत आलीय असं आपल्याला वाटतं; पण तसं नसतं. कारण जेव्हा विश्वास दरवाजा उघडतो, तेव्हा बाहेर कोणतीही भीती अस्तित्वात नसते.

आपण स्वतःला सांगा, 'माझ्यामध्ये अशी शक्ती आहे, जिच्यामुळे मला घाबरण्याची काहीच आवश्यकता नाही.' कारण आपल्या आजूबाजूला सर्वजण आपले शुभचिंतक आहेत. ते जर आपल्याला निर्भय आणि साहसी बनवू इच्छित आहेत, तर मग आपल्याला भीती वाटण्याची गरजच काय? जेव्हा आपण भीतीबाबत असे काही प्रयोग करू लागाल, तेव्हा आपल्याला वाटणारी सर्व प्रकारची भीती नष्ट होईल. असे प्रयोग केल्यानंतरही आपल्या मनातील भीती निघून जात नसेल, तर मात्र एका डॉक्टरचा पत्ता आपण आपल्या नोंदवहीत लिहून घ्या. तो डॉक्टर आपल्यातील सर्व प्रकारची भीती नाहीशी करेल. प्रयोग करून पाहिल्यानंतरही जर भीती संपली नाही, तर त्या डॉक्टरशी अवश्य संपर्क साधा. आपल्या नोंदवहीत त्या डॉक्टरचं नाव आणि पत्ता अवश्य लिहून घ्या. डॉक्टरच्या नावाच्या जागी आपलं नाव लिहा आणि पत्त्याच्या जागी आपला पत्ता लिहा. याचाच अर्थ, तुम्ही स्वतःच तो डॉक्टर आहात, जो आपल्यातील सर्व प्रकारच्या भीतींचा सामना करू शकतो. त्यांच्यापासून मुक्ती मिळवून आत्मविश्वास वाढवा, यशप्राप्ती साध्य करा.

चला तर मग, आता पुढील विभागाद्वारे आपण आत्मविश्वास वाढविण्यासाठी स्वतःला प्रशिक्षित, शिस्तबद्ध करण्याच्या पद्धती शिकूया.

मनन प्रश्न
गैरसमज होऊ नये यासाठी मी आपल्या संभाषणात कोणतं परिवर्तन करावं?

आजचा प्रशिक्षण संकल्प
आजचं संपूर्ण संभाषण पूर्णतः प्रामाणिकपणे आणि स्पष्टपणे करायचं आहे.

६

स्वयंशिस्तीची पहिली सशक्त पद्धत
LESS INPUT MORE OUTPUT

शिस्त हाच उद्दिष्ट आणि यश यांदरम्यानचा पूल आहे.
— जिम रॉन

राममूर्ती नावाचा खूपच प्रख्यात असा एक पहिलवान होता. तो आपल्या छातीवर लाकडी आसन ठेवून त्यावर हत्तीला उभं करत असे. लोक त्याचं हे अफाट सामर्थ्य पाहून आश्चर्याने तोंडात बोटं घालत असत. तो लहानपणी एक सर्वसामान्य आणि अशक्त बालक होता. प्रत्येक ऋतूमध्ये आजारी पडल्याने तो लवकर थकत असे. त्यामुळे खूप दुःख होत असे. तरीही त्याने लहानपणीच निश्चय केला होता, की आपल्याला असं अशक्त राहायचं नाही, तर सशक्त, बलाढ्य होऊन जगासमोर एक आगळं उदाहरण स्थापित करायचं आहे. काही दिवसांतच त्याचा हा संकल्प प्रत्यक्षात

उतरला. आता लोक राममूर्तीला एक यशस्वी आणि जिगरबाज माणूस म्हणूनच ओळखू लागले. या महासामर्थ्यशाली राममूर्तीला त्याच्या या अचाट शक्तीचं रहस्य विचारलं, तेव्हा त्याने ते रहस्य प्रकट करताना सांगितलं, 'नियमित स्वरूपातील सराव प्रशिक्षणाद्वारे आपल्या अशक्त शरीरालाही सशक्त बनवता येऊ शकतं. या प्रशिक्षणात आपण प्रत्येक दिवशी तितकंच वजन उचलायचं आहे, जितकं उचलता येऊ शकतं. परंतु ते अनेकवेळा उचलायचं आहे. त्यानंतर हळूहळू ते वजन वाढवत न्यायचं. मग लवकरच एका सशक्त मनुष्याचा जन्म झालेला असेल.' अशा रीतीने राममूर्तीने आपल्या शक्तीचं जे रहस्य उलगडलं, तेच रहस्य प्रत्येक कला, यश आणि प्रशिक्षण प्राप्त करण्यासाठी उपयोगी ठरू शकतं. म्हणून आजपासून आपणसुद्धा रोज थोडा थोडा अभ्यास, सराव सुरू करा आणि आपल्या उद्दिष्टप्राप्तीमध्ये यशस्वी व्हा.

राममूर्तींद्वारे प्राप्त झालेल्या या रहस्याचा प्रयोग एका गवळ्याने अजाणतेपणे केला. पण त्याचा काय लाभ मिळाला, त्याबाबत थोडं जाणूया.

एक गवळी होता, जो गाई- बकऱ्या पाळायचा. तो दररोज सकाळी एका टेकडीवर असलेल्या मंदिरात जात असे. मंदिरात जाऊन देवदर्शन घेतल्यानंतरच तो आपल्या इतर कामांना सुरुवात करत असे. एके दिवशी त्याच्या गाईने एका बछड्याला जन्म दिला. त्या दिवसानंतर तो रोज त्या बछड्याला आपल्या खांद्यावर उचलून घेऊन त्या मंदिरात जाऊ लागला. हळूहळू त्या बछड्याचं वजन वाढत राहिलं आणि त्याचबरोबर गवळ्याची ताकदही वाढत होती. आपल्या या वाढलेल्या ताकदीचा अंदाज त्या गवळ्यालाही नव्हता. कालांतराने तो बछडा आता बैल कधी बनला, हेदेखील समजलं नाही. तरीही गवळी रोज नियमितपणे त्याला आपल्या खांद्यावर घेऊन टेकडीवर असलेल्या त्या मंदिरात जात असे. लोक त्याची ताकद पाहून हैराण होत असत. हे दृश्य पाहण्यासाठी ते रोज सकाळी रस्त्यावर येऊन उभे राहात. बैलालासुद्धा लहानपणापासून गवळ्याच्या दोन्ही खांद्यांवर बसण्याची सवय झालेली होती आणि गवळ्यालादेखील बैलाचं वजन उचलण्याचा सराव झालेला होता. त्यामुळे त्या दोघांनाही त्यात विशेष असं काही वाटत नव्हतं. त्यांच्यासाठी ही सामान्य बाब होती. परंतु लोकांना मात्र ही गोष्ट अतिशय असामान्य, अशक्यप्राय वाटत असे.

गवळ्याच्या या मजेशीर उदाहरणातून प्रशिक्षणाचं रहस्य आता आपल्यासमोर प्रकट झालंय, म्हणून उद्दिष्टप्राप्तीकरिता आपल्याला जे कार्य करायचं आहे, ते 'दररोज नियमितपणे करायला हवं. जितकं करता येईल तितकं करा; पण त्यात सातत्य हवं.' या

मंत्राच्या अभ्यासाने अशक्य असं काहीही नाही. नित्य निरंतर अभ्यास हीच कोणत्याही महान कार्याची सुरुवात असते. मोठमोठ्या कलाकारांना जाऊन विचारा, 'आपण इतके यशस्वी कसे झालात?' तर ते इतर अनेक रहस्यांबरोबरच निरंतर अभ्यास हेच सर्वांत मुख्य रहस्य असल्याचं सांगतील. एका खूप मोठ्या जादूगाराला विचारलं गेलं, त्याच्या या जगप्रसिद्ध जादूच्या कलेचं रहस्य काय आहे? तेव्हा त्याने तीन रहस्यं सांगितली. पहिलं रहस्य 'अभ्यास', दुसरं रहस्य 'अभ्यास' आणि तिसरं रहस्यसुद्धा 'अभ्यास'. अशा प्रकारचं उत्तर देऊन प्रशिक्षित जादूगाराने अभ्यासाचं महत्त्व जगासमोर प्रस्तुत केलं. हे आहे 'थोडं परंतु आज'चं प्रशिक्षण.

थोडं जास्त परंतु आताच

जे लोक मोठं काम करू इच्छितात, त्यांच्यात एक उत्कृष्ट गुण असतो, 'एक मैल जास्त, एक पाऊल अतिरिक्त'. इतिहासाची पानं उघडून बघाल, तर जे लोक यशस्वी झाले आहेत, त्यांच्यामध्ये आपल्या नियोजित उद्दिष्टपूर्तीकरिता स्वतःकडून एखादं विशेष पाऊल उचलण्याची सवय होती. ते जे काही करत, त्यात ते आपल्याकडूनही काही अधिकच्या बाबी जोडत असत. उदाहरणार्थ, बॉसने सांगितलं, 'अमुक अमुक पेपर घेऊन या', तर ते पेपर एखाद्या चांगल्या आकर्षक फोल्डरमध्ये घालून बॉसला देत. म्हणजेच आपल्याकडून काही अतिरिक्त करत. आपल्याकडून आपण एखादं विशेष पाऊल उचलायला हवं, मग ते काम अगदी छोटं असलं तरी. आपल्याला ज्या कामाचा पगार मिळतो, ते काम तर आपण करतच असतो; पण त्याशिवाय वेगळं असं काय करतो? याबाबत आपण काही वेगळं, विशेष असं पाऊल उचलू शकतो का?

आपल्याकडून काही अतिरिक्त करणं म्हणजे, आपण जर दररोज दहा मिनिटं व्यायाम करत असाल, तर आपल्याला अकरा मिनिटांपर्यंत व्यायाम करायचा आहे. आपला व्यायाम नऊ मिनिटांत संपत असेल, तर आपण म्हणायचं, 'दहा मिनिटं व्यायाम करायला सांगितलं आहे, पण मी एक मिनीट जास्तच करणार आहे.' मग स्वतःलाच विचारायचं, 'थोडासा जास्त व्यायाम केल्याने मला काही त्रास होणार आहे का? जर कोणताही त्रास होणार नसेल, तर मग मिनिटभर जास्त व्यायाम करायचाच आहे.' यालाच म्हणतात 'एक मैल अतिरिक्त' चालण्याची तयारी.

आजपर्यंत या विश्वभरात जितके लोक यशस्वी ठरले आहेत, त्या सर्वांनी या जगासाठी स्वतःकडून काही अतिरिक्त सेवा दिली आहे. हा तर सर्वसामान्यपणे बाह्यजगताचा एक नियम आहे; परंतु हाच नियम आपल्या आंतरिक जगतातदेखील

लागू होतो. आपण आपल्या आंतरिक जगतात हे पाहायला हवं, की प्रत्येक कामामध्ये आपण आपल्याकडून विशेष असं काय करत आहोत? आपण जर व्यायाम, ध्यान, काम, अभ्यास, स्वयंपाक... अथवा जे काही करत असाल, त्यात स्वतःकडून काही अतिरिक्त जोडून पाहा, आपल्याला त्याचा लाभ नक्कीच होईल. स्वतःला लावलेली ही छोटीशी सवयसुद्धा आपल्याला यशशिखराकडे नेईल.

आज कित्येक लोक असे आहेत, जे आपल्या वृत्ती, चुकीच्या सवयी, मोहमायेची आकर्षणं, असंख्य इच्छा-आकांक्षा, महत्त्वाकांक्षा आणि वासनांमध्येच गुरफटलेले आहेत. त्यांना हे माहीतच नसतं, की या सवयींमुळेच ते चुकीच्या दिशेने जात आहेत, आपल्या मूळ उद्दिष्टापासून भरकटत आहेत. त्यांना जर आपल्या या स्थितीत बदल घडवायचा असेल, तर त्यांनी आपली दिशा बदलायला हवी. स्वतःमध्ये काही नव्या आणि चांगल्या सवयी विकसित करायला हव्यात. चुकीच्या सवयींपासून मुक्ती मिळवण्यासाठी केलेल्या अपयशी प्रयत्नांमुळे निराश-हताश न होता नव्या सवयी अवलंबण्याचं साहस करायला हवं. त्यामुळेच आपला संपूर्ण विकास, आपलं संपूर्ण प्रशिक्षण होईल. हे आहे, 'थोडं जास्त परंतु आताच' याचं प्रशिक्षण.

जे काम जगातील एखादा मनुष्य करू शकतो, तेच काम तुमची इच्छा असेल, तर शिस्त आणि योग्य प्रशिक्षणाद्वारे शिकून तुम्हीसुद्धा कुशलतेने करू शकता.

कोणत्याही तऱ्हेच्या व्यसनापासून मुक्त होण्यासाठी अथवा शारीरिक वजन घटवण्यासाठी स्वयंशिस्त आणि प्रशिक्षणच मनुष्याला शक्ती प्रदान करत असतं. प्रशिक्षणाने माणसात दडलेले तमोगुण, अनियमितता आणि अज्ञान दूर होतात. स्वयंशिस्त अथवा आत्मानुशासन हे शरीरातील मांसपेशींसारखं असतं. त्यांना आपण जितकं प्रशिक्षित कराल, तितकं त्या जास्त सशक्त होतील. त्यामुळे, राममूर्तींच्या उदाहरणातून प्रेरणा घेऊन आपण आपल्या क्षमतेनुसार भार उचला. म्हणजेच, जे आपण करू इच्छिता, ते दिवसातून अनेकवेळा सातत्याने करण्यास प्रारंभ करा.

आपण जेव्हा वजन उचलण्याचं प्रशिक्षण घेत असता, तेव्हा तितकंच वजन उचलता, जितकी आपली शारीरिक क्षमता असते. त्यानंतर आपण थांबता. आपल्यातील कौशल्य वाढवण्याचीही हीच पद्धत आहे. आपण अशी आव्हानं स्वीकारा, ज्यांना आपण यशस्वीरीत्या पार पाडू शकाल. म्हणजेच प्रशिक्षणाची सुरुवात खूपच कठीण वाटणाऱ्या कामाने न करता सुरुवातीला अगदी सोपं असं काम निवडा. मात्र, आपल्या सामर्थ्याहून अत्याधिक अथवा अतिशय कमी वजन उचलल्याने आपण शक्ती प्राप्त करू

शकणार नाही. आपल्याला असं वजन अथवा अशा आव्हानांपासून सुरुवात करायची आहे, जे सद्यःस्थितीतील आपल्या क्षमतेच्या अनुरूप असेल, आपल्या कार्यक्षेत्रातील असेल. योग्य प्रशिक्षणाचा अर्थच असा आहे, की 'कार्यातील यशस्विता प्राप्त केल्यानंतर आव्हानांची पातळी आणखी वाढवली जाईल.' आपण जर एकाच वजनाद्वारे काम करत राहाल, तर आपली शक्तीही तितकीच राहील, ती वाढणार नाही. अशा प्रकारे आपण आपल्या जीवनात नवनव्या आव्हानांचा स्वीकार केला नाही, तर आपलं प्रशिक्षणही पुढे जाऊ शकणार नाही.

स्वयंशिस्तीकरिता स्वतःवर खूपच कठीण नियम लादू नका. एका रात्रीत सर्वकाही बदलू शकत नाही. अचानक खूप सारी उद्दिष्टं समोर ठेवून त्या सर्वांवर एकाचवेळी काम करण्यापेक्षा, एकेका उद्दिष्टाची निवड करून त्याच्या पूर्ततेकरिता सातत्याने काम करत राहणंच योग्य आहे. अन्यथा एखाद्या मनुष्याने पहिल्याच वेळी व्यायामशाळेत जाऊन ३०० पौंडांचं वजन उचलण्याचा प्रयत्न करावा अन् सर्वांसमोर थट्टा-मस्करीचा विषय ठरावं, असाच काहीसा हा प्रकार असतो. अशा प्रकारामुळे त्याच्यातील आत्मविश्वास हरवून जातो.

आज जर आपण खूपच कमी प्रशिक्षित असाल, तर प्रथमतः छोट्या छोट्या प्रशिक्षणांचा आपल्या जीवनात अवलंब करा. आपल्या प्रशिक्षणाचा स्तर जितका उंचावेल, तितकंच आपलं जीवनही सहज-सुलभ होऊ लागेल. अशी आव्हानं, जी कधीकाळी आपल्याला अशक्यप्राय भासत होती, ती आता आपल्यासाठी लहान मुलांच्या खेळाप्रमाणे वाटू लागतील. जसजशी आपल्यातील शक्ती वाढू लागेल, तसतसं आपल्याला पूर्वी अवजड वाटत असलेलं वजन आता हलकंफुलकं, आवाक्यातील वाटू लागेल.

या प्रशिक्षणामध्ये आपण स्वतःची तुलना इतरांशी करण्याची चूक कधीही करू नका. असं केल्याने आपल्याला लाभ तर होणारच नाही, उलट नुकसानच होईल. दुसऱ्यांकडून केवळ प्रेरणा घ्या. आपली तुलना स्वतःशीच करा, म्हणजे कोणतंही नवं काम करताना आपण पूर्वी अशाच प्रकारचं केलेलं काम आठवा. अशा पद्धतीने आपल्यात झालेल्या विकासाचं परीक्षण करा. आपली आजची अवस्था, साहस आणि शक्ती ओळखा. जोपर्यंत आपण आपली सद्यःस्थिती ओळखू शकणार नाही, तोपर्यंत कोणत्याही प्रशिक्षणाचा लाभ घेऊ शकणार नाही.

आपण आता कुठे आणि कोणत्या स्तरावर आहोत, हे जाणून घेणं अत्यावश्यक आहे.

- आपल्यासाठी कोणती आव्हानं सोपी आणि कोणती अशक्यप्राय आहेत?
- आपण रोज सकाळी नियोजित वेळी झोपेतून उठता का?
- आपलं शारीरिक वजन सर्वसामान्य वजनाहून अधिक आहे का?
- आपल्याला कोणतं व्यसन आहे, जे आपण सोडू इच्छिता; परंतु सोडू शकत नाही? जसं- चहा, कॉफी, खूप वेळ टीव्ही पाहणं, स्वादिष्ट भोजन ग्रहण करताना स्वतःवर नियंत्रण नसणं, सिगारेट, तंबाखू इत्यादी.
- आपलं कामाचं ठिकाण आणि घर स्वच्छ, नीटनेटकं असतं का?
- दिवसभरात आपण किती वेळ निरुपयोगी कामामध्ये व्यर्थ घालवता?
- आपण एखाद्याला वचन दिलं, तर त्याची पूर्तता किती टक्के करता?
- आपण जर स्वतःला एखादं वचन दिलं, तर त्याची पूर्तता किती टक्के करता?
- आपण आठवड्यातून एक दिवस उपवास करता का?
- आपण दिवसभरात किती तास एकाग्रचित्ताने काम करू शकता?
- किती दिवसांपूर्वी आपण आपली एखादी वाईट सवय सोडून नवी सकारात्मक सवय आत्मसात केली आहे?
- आपण हे पुस्तक पूर्णपणे विचार करून, समजून घेऊन वाचत आहात, की समोर दिसलं म्हणून वाचत अथवा चाळत आहात?
- उद्या आपण काय करणार आहात, हे आज खात्रीपूर्वक सांगू शकतो का?

या सर्व प्रश्नांची उत्तरं देऊन आपण आत्मपरीक्षण करून आजपासूनच आपलं प्रशिक्षण सुरू करू शकता.

आजच स्वतःला जाणण्याचं काम सुरू करा. आपल्यातील सकारात्मक आणि नकारात्मक बाबी ओळखून, त्यानुसार आपल्यासाठी प्रशिक्षणाचा मार्ग ठरवून निर्धाराने आपलं पाऊल उचला. हे प्रशिक्षण केवळ आपल्याला बाह्य यशस्विताच मिळवून देणार नाही, तर परमलक्ष्य प्राप्त करण्यासाठी साहाय्यक ठरेल. ध्येयपूर्तीनंतरही हे प्रशिक्षण आपल्याला जोमदारपणे अभिव्यक्ती करण्यासाठी मदत करेल. त्याचप्रमाणे जीवनाचं सर्वोच्च ज्ञान प्राप्त करून इतरांनाही तुम्ही खरा आनंद मिळवून देण्यासाठी मदत करू शकाल. या मदतीदरम्यान आपण लोकांसमोर आपलं मत योग्य प्रकारे प्रस्तुत करू

शकाल, परिपूर्ण शब्दांत ते व्यक्त करू शकाल. आपली वर्तणूक आणि निर्णय यांद्वारे, खरा आनंद हा आपल्या सर्वांच्या अंतर्यामीच दडलेला आहे, जो प्राप्त करणं खूपच सोपं आणि अत्यावश्यक आहे, असं सांगू शकाल.

लोक जेव्हा एखाद्या प्रशिक्षित मनुष्याद्वारे हे सर्व ऐकतील, पाहतील, तेव्हाच ते आपल्या जुन्या चाकोरीबद्ध आयुष्यातून बाहेर पडतील, अन्यथा ते आयुष्यभर आपल्या जुन्याच बुरसटलेल्या गृहीतकांनुसार जगत राहतील. आपलं संपूर्ण प्रशिक्षण केवळ आपल्यासाठीच आनंददायक नसेल, तर ते विश्वात शांती, समृद्धी आणि सौख्यप्राप्तीसाठीही साहाय्यक ठरेल.

मनन प्रश्न :
मी स्वतःला माझ्याविषयी प्रामाणिकपणे सांगू शकतो का?

आजचा प्रशिक्षण संकल्प :
आज आपल्या उद्दिष्टपूर्तीच्या दिशेने एक पाऊल टाकायचं आहे.

७

स्वयंशिस्तीची दुसरी सशक्त पद्धत

TIME MANAGEMENT TECHNIQUES

महान लोकांची जीवनचरित्रं वाचल्यानंतर मला हे समजलं, की सर्वांत आधी त्यांनी स्वतःवर विजय मिळवला होता. स्वयंशिस्त हीच गोष्ट त्या सर्वांकरिता अतिशय मौलिक अशी बाब होती.

– हॅरी एस. ट्रूमॅन

वेळेचं नियोजन का शिकायला हवं? त्यापासून काय लाभ होतो? खरंतर वेळेचं नियोजन केल्याने आपल्या कामाची गुणवत्ता वाढत असते. वाढलेल्या कार्यक्षमतेमुळे आपल्याला सुवर्णसंधी प्राप्त होऊ शकते. आपण आपल्या कामावर लक्ष केंद्रित करून ते एकाग्रचित्ताने करू शकतो. काम टाळण्याची प्रवृत्ती कमी होते. आपण अगदी सुलभतेने आपल्या उद्दिष्टपूर्तीच्या दिशेने पाऊल उचलू शकतो. आपल्यामध्ये कोणतंही काम पूर्ण करण्याचा आत्मविश्वास वाढू लागतो, त्याचबरोबर विश्वासार्हता आणि वचनबद्धता हे गुणदेखील वृद्धिंगत होतात.

प्रत्येकजण आज अर्थप्राप्ती करून श्रीमंत बनू इच्छितो; परंतु ही गोष्ट खूपच कमी लोक समजू शकतात, की 'वेळेची समृद्धी' असणे ही गोष्ट अतिशय मौल्यवान आहे.

चला तर मग, वेळेबाबत समृद्ध होण्याकरिता वेळेचं नियोजन करण्याच्या काही महत्त्वपूर्ण पद्धती समजून घेऊया.

१. ८०/२० चा नियम

वेळेबाबत समृद्ध बनण्यासाठी पहिली पद्धत आहे, '८०/२०'. आपल्यातील ८० टक्के ऊर्जा अशा कामांमध्ये वापरली गेली पाहिजे, ज्यांद्वारे आपलं घर, कुटुंब; स्वतःमध्ये आणि समाजामध्ये परिवर्तन घडू शकेल. परंतु आपल्यातील ८० टक्के ऊर्जा अशा कामांमध्येच खर्च होत असते, जिथे दिवसाच्या शेवटी जाणवतं, की आपण केवळ २० टक्केच काम करू शकलो आहोत. मात्र, आपण अशी २० टक्के कामं करू शकतो, ज्यांचा सुपरिणाम ८० टक्के साधू शकेल.

'८०/२० नियमाची' सर्वांत वैशिष्ट्यपूर्ण बाब म्हणजे हा नियम आपल्या महत्त्वाच्या कामांवरील आपलं चित्त एकाग्र करतो, आपल्या वाया जाणाऱ्या वेळेची बचत करतो. आपल्याला त्या २० टक्के कामांवर लक्ष केंद्रित करायला शिकवतो, जी आपल्या दिवसभरातील सगळ्या कामांमध्ये सर्वाधिक परिणामकारक असतात. या २० टक्के कामांमधूनच ८० टक्के परिणाम साधला जात असतो.

२. *प्राधान्यानुसार कामांची निवड

दररोजच्या कामांविषयी एका स्वतंत्र कागदावर लिहून काढा आणि त्यांचं एक पत्रक बनवून संगणकाच्या पडद्याशेजारी चिकटवा. या प्रयोगाद्वारे आपली कमीत कमी ८० टक्के कामं पूर्ण होण्याच्या शक्यता वाढतात. कामांचं वेळापत्रक बनवतेवेळी त्यांचा प्राधान्यक्रम ठरवून घ्या. प्राधान्यक्रम ठरवतेवेळी खाली दिलेल्या पद्धतीचा वापर करा.

या पद्धतीला 'ए. बी. सी. डी. प्राधान्यक्रम' या नावाने ओळखलं जातं. या पद्धतीनुसार आपण आपल्या कामांचं चार भागांत विभाजन करू शकतो. कामाची गरज आणि मागणी यांनुसार त्यांचा प्राधान्यक्रम ठरवता येतो.

३. वेळेच्या मर्यादेची किमया

पार्किन्सन सिद्धान्त हा वेळेच्या नियोजनाबाबतच्या महत्त्वपूर्ण नियमांमधील एक

(याविषयी विस्तृतपणे वाचण्यासाठी पान क्र. १५१ पाहा.)*

आहे. '**काम तितकंच रेंगाळत जातं, जितका वेळ आपण त्याच्यासाठी निश्चित करत असतो,**' असं पार्किन्सन सिद्धान्त सांगतो. याचाच अर्थ, आपल्याकडे उपलब्ध असलेल्या वेळेनुसार ते काम रेंगाळतं अथवा पूर्ण होतं.

या सिद्धान्तानुसार काम करण्यासाठी आपल्यात वेळेच्या **मर्यादेमध्ये काम करण्याची सवय** निर्माण करावी लागेल. वेळेची मर्यादा निश्चित करणे म्हणजे आपलं काम पूर्ण करण्यासाठी लागणारा कालावधी निश्चित करणे. आता आपण स्वतःलाच असा विचार करण्याचं प्रशिक्षण द्या, 'अमुक अमुक कामं, अमुक अमुक दिवसांत आणि अमुक वेळेवर पूर्ण करायची आहेत.' वेळेची ही ठरवून घेतलेली मर्यादा आपल्याला आपलं काम वेगाने पूर्ण करण्यासाठी साहाय्यक ठरू शकेल.

४. ऊर्जा आणि वेळेची सांगड

वेळ सार्थकी लावण्यासाठी आपल्यातील क्षमतेचा (ऊर्जा, एनर्जी) पुरेपूर वापर करायला हवा. प्रत्येक मनुष्यासाठी दिवसभरातील अशी कोणती न कोणती तरी वेळ निश्चितपणे असते, ज्यावेळी त्याला आपल्या क्षमतेची पातळी अत्युच्च असल्याचं जाणवत असतं. अशा वेळी त्याने आपल्या कामावर लक्ष केंद्रित केल्यास ते त्याच्याकरिता खूपच सोपं होतं.

बहुतांश लोकांकरिता त्यांची सकाळची वेळ ही अधिक उत्साहपूर्ण, अत्युच्च क्षमतेची असते. असे लोक पहाटे लवकर उठून काम करणं पसंत करतात. तर, दुसरीकडे काही लोकांना मात्र रात्रीच्या नीरव शांततेत जागरण करून आपलं काम पूर्ण करायला आवडतं. आपण जर आपल्या वेळेचा उपयोग चांगल्या पद्धतीने करू इच्छित असाल, तर आपल्यासाठी असलेली उच्च क्षमतेची, उत्साही वेळ जाणा.

आपण आपल्या मोकळ्या वेळेचाही सदुपयोग करू शकता. गरज आहे केवळ, मोकळा वेळ ओळखण्याची. त्या मोकळ्या वेळेत स्वतःला प्रशिक्षण द्या. आपण असा ठाम निश्चय केलात, तर आपल्याला प्रशिक्षित होण्यापासून कोणीही थांबवू शकणार नाही.

५. दोन मिनिटांची कमाल

जी कामं आज टाळली जातात, ती भविष्यात आपल्यासाठी खूपच वेळखाऊ ठरू शकतात. प्रस्तुत पद्धती आपला भविष्यातील तो वेळ आजच वाचवू शकते. ही पद्धत दोन भागांत समजून घेऊ.

भाग १ – कोणतंही काम करण्यासाठी दोन मिनिटं अथवा त्याहून कमी वेळ

लागणार असेल, तर ते लगेच करून टाका. पहिल्या भागात आपल्याला हेच रहस्य समजून घ्यायचं आहे. दोन मिनिटं अथवा त्याहून कमी वेळ लागणारी कामं लगेच उरकून टाकायची आहेत, नाहीतर अशी छोटी छोटी कामंच नंतर मोठं स्वरूप धारण करू शकतात. जसं- आपल्या वस्तू जागच्या जागी ठेवणं, एखाद्याला निरोप पाठवणं, आपले कपडे योग्य पद्धतीने कपाटात लावून ठेवणं इत्यादी.

भाग २ – आपण कोणतीही नवी सवय अंगीकारणार असाल, तेव्हा तिला दोन मिनिटांहून कमी वेळ लागायला हवा.

आपली सारी ध्येयं केवळ दोन मिनिटांत पूर्ण होऊ शकतील का? तर याचं उत्तर आपण 'नाही' असंच द्याल. परंतु, प्रत्येक ध्येयाची सुरुवात दोन मिनिटांच्या एखाद्या क्रियेने होऊ शकते का? असं विचारल्यास मात्र आपण म्हणाल, 'हो, नक्कीच.' ज्या ज्या लोकांनी आपल्या ध्येयाची पूर्तता केलेली असते, त्यांनी कधी न कधी त्याची सुरुवात नक्कीच केलेली असते. आपणसुद्धा आपल्या ध्येयाच्या दिशेने एक पाऊल उचलण्याची सुरुवात आजपासूनच करायला हवी. या पद्धतीचा केंद्रबिंदू हाच आहे, की 'कार्यारंभ करणे आणि ते काम सातत्याने करत राहणे.'

६. काम सोपवण्याची कला

काम सोपवण्याची कला शिकून आपण आपला खूपच वेळ वाचवू शकता. त्यामुळेच काम सोपवण्याला 'वेळ वाचवण्याचं मोठं साधन' असं समजलं जातं. आपण लोकांवर विश्वास ठेवून त्यांच्यावर कामं सोपवा, कारण त्यांनासुद्धा त्यांची कार्यक्षमता वाढवता यावी. कित्येकवेळा आपण आपलं काम इतरांवर सोपवत नाही. कारण त्यासाठी आपल्याला अतिरिक्त प्रयत्न करावे लागतात. इतरांना प्रशिक्षित करण्यासाठी वेळ द्यावा लागतो आणि समोरच्या व्यक्तीला वेळ देणे म्हणजे आपला वेळ वाया घालवण्यासारखंच असल्याचं आपल्याला वाटत असतं. परंतु योग्य दृष्टिकोनातून पाहिलं, तर ही वेळेची खूप मोठी बचत आहे. आज आपण समोरच्या व्यक्तीला प्रशिक्षित करण्यासाठी जो वेळ द्याल, तो आपल्या भविष्यातील नियोजनाकरिता खूपच फायदेशीर ठरू शकतो.

७. नाही म्हणणंही गरजेचं आहे

कित्येक वेळा आपण आपली इच्छा नसतानाही एखादं काम करण्यासाठी होकार देत असतो. आपण त्या कामास 'होकार' केवळ याचसाठी देत असतो, कारण आपण स्पष्टपणे 'नकार' देऊ शकत नाही. पण, अनावश्यक कामांसाठी नकार देण्याने आपला वेळ आणि कार्यक्षमता यांत खूप मोठी बचत होत असते. जर असं एखादं काम अथवा

प्रोजेक्ट, ज्याची जबाबदारी थेटपणे आपल्यावर नाही (ती इतर कोणाची तरी जबाबदारी आहे), तर त्यात उगाचच स्वतःला गुंतवून घेण्यापेक्षा आपण त्याला नम्रतेने नकार द्यायला हवा.

वेळेचे नियोजन करण्याबाबतच्या या पद्धती जाणून घेतल्यानंतर आता आपण कामांना सुरुवात करण्याच्या पद्धतींविषयी जाणून घेऊया.

बहुतेकदा आपण कामांना सुरुवात करण्यातच इतका वेळ वाया घालवतो, की त्यामुळे ती कामं पूर्ण करण्यासाठी आपल्याकडे असलेला वेळ हातून निसटतो. असं होऊ नये म्हणून कामांमध्ये पुढाकार घेऊन, ती पूर्ण करण्याच्या पद्धती जाणून आपल्या कामांना प्रारंभ करा.

१. निश्चित वेळेच्या आधीच कामाला सुरुवात करा : आपण कोणत्याही कामाची सुरुवात करण्याआधी ते टाळण्याचाच प्रयत्न करत असतो. त्यामुळे आपला वेळ वाया जात असतो. बहुधा ते काम खूपच सोपं वाटत असल्याने शेवटी आपण ते कसंतरी पूर्ण करून टाकतो. पण अशा पद्धतीने कामं केल्याने आपल्या वेळेबरोबरच कामाच्या दर्जावरही त्याचा परिणाम होत असतो.

यापुढे आपलं प्रत्येक काम त्याच्या निश्चित वेळेच्याही थोडं आधीच सुरू करण्याची स्वतःला सवय लावून घ्या. वास्तविक, काम थोडं आधीच सुरू केल्याने आपल्याला समाधान वाटत राहील आणि विनाकारण जाणवणाऱ्या तणावापासूनही आपण मुक्त राहाल.

२. विशिष्ट वेळी काम करा : काही महत्त्वाच्या कामांसाठी एखाद्या विशिष्ट अशा वेळेची निवड करा, ज्या वेळी कोणी आपल्या कामामध्ये व्यत्यय निर्माण करू शकणार नाही. याला म्हटलं जातं, 'विशिष्ट वेळी काम करणं.' समजा, आपल्याकडे असं काम आहे, जे आपण शांतचित्ताने आणि एकाग्रतेने करू इच्छिता, तर अशा स्थितीत ते काम रात्री उशिरा अथवा पहाटे लवकर उठून पूर्ण करू शकता.

३. समान कामांना आणि वस्तूंना एका क्रमाने ठेवा : वेळेचं नियोजन करतेवेळी आपल्या एकसमान कामांना एकाच क्रमाने मांडाल, तर काम करण्याच्या ओघामध्ये (FLOW) व्यत्यय येऊ शकणार नाही. आपण या सर्व कामांना आपल्या मनाप्रमाणे क्रम देण्याऐवजी, त्यांची समूहांमध्ये विभागणी करा. मग एका समूहातील कामांना एकाचवेळी पूर्ण करण्याचा प्रयत्न करा.

४. दोन वस्तू विकत घ्या : आपण कित्येकदा हे पाहिलं असेल, की आपल्याला घरी काही कामं करायची असतात; परंतु आपल्याला ती ऑफिसमध्ये गेल्यानंतर आठवतात. काही कामं ऑफिसमध्ये करायची असतात; पण आपल्याला त्यांची आठवण मात्र घरी होते. उदाहरणार्थ, आपल्याला नखं कापायची असतात, पण घरी ते आठवत नाही आणि ऑफिसमध्ये गेल्यानंतर आठवतं, 'अरे! मला आज नखं कापायची होती.' पण ऑफिसमध्ये आपल्याकडे नेलकटर उपलब्ध नसतो. या उदाहरणाबरोबरच आपल्याला अशा आणखी कित्येक गोष्टी आठवू लागतील.

अशा गोष्टींची एक यादीच बनवून त्यांचे प्रत्येकी दोन संच विकत घ्या. त्यातील एक संच आपल्या घरी ठेवा आणि एक आपल्या कामाच्या ठिकाणी ठेवा. त्यामुळे ज्यावेळी आपल्याला त्यांची गरज भासेल, त्यावेळी आपण कुठेही असलात तरी त्या वस्तू आपल्याजवळ उपलब्ध असतील आणि त्यामुळे आपला वेळ वाचेल.

५. स्मरणासाठी रिमाइंडर बनवा : घरी गेल्यानंतर असं होऊ शकतं, की आपण आपल्या सर्व चाव्या एखाद्या ड्रॉवरमध्ये ठेवत असाल... स्वयंपाकघरात जाऊन फ्रिज उघडत असाल... पादत्राणे काढून एखाद्या खणात ठेवत असाल... इत्यादी. अशी कोणतीतरी एखादी जागा नक्कीच असेल, जिथे आपलं लक्ष सर्वांत आधी जातं. अशी जागा आपल्याला स्मरणिका (रिमाइंडर) ठेवण्यासाठी उपयोगी ठरू शकते. आपण जे ड्रॉवर पहिल्यांदा उघडता, त्यामध्ये स्मरणपत्रं टाकून ठेवा. जसं- आपण रोज नियमितपणे व्यायाम करण्याचा निश्चय केला असेल, तर त्या चिठ्ठीमध्ये लिहून ठेवा आणि ती चिठ्ठी त्या ड्रॉवरमध्ये ठेवा.

६. बहुपर्यायी राहा : आपण एका दिवसात कित्येक प्रकारची कामं करतो, म्हणजे बहुद्देशीय (मल्टिटास्किंग) कामं करत असतो, असा आपला गैरसमज असतो. परंतु याला बहुद्देशी नाही, तर बहुपर्यायी (मल्टिस्विचिंग) म्हटलं जातं. मल्टिस्विचिंग याचा अर्थ आहे, एका कामानंतर लगेचच दुसऱ्या कामाकडे वळणे. अर्थात, एका स्विचवरून दुसऱ्या स्विचवर जाणे.

मल्टिस्विचिंगबाबत हे प्रशिक्षण असायला हवं, की एक काम आपण जिथे थांबवतो, तिथे त्याबाबतची टिपणं काढायला हवीत आणि त्यानंतरच मग दुसरं काम सुरू करायला हवं. मल्टिस्विचिंग पद्धतीने आपण दिवसभरात कित्येक कामं करू शकतो.

७. टू डू लिस्ट बनवा : टू डू लिस्ट याचा अर्थ आहे, 'कामांची यादी' बनविणे. टू डू लिस्टमध्ये सर्वांत आधी आपल्याला जी कामं करायची आहेत, त्या सर्व कामांची नोंद

करा. मग हे तपासून पाहा, की यातील कोणती कामं सर्वाधिक महत्त्वपूर्ण आहेत. अशा कामांवर वेगळ्या रंगाने खूण करा आणि त्यानंतर मग त्यांच्या प्राधान्यक्रमानुसार एक एक करून ती कामं करण्यास सुरुवात करा.

८. स्टॉप वॉचचा उपयोग करा : आपण आपला वेळ कुठे वाचवू शकतो, याचं विश्लेषण करण्यासाठी आपल्याला स्टॉप वॉचचा उपयोग होऊ शकतो. सकाळी उठल्यानंतर प्रत्येक काम करण्याआधी स्टॉप वॉच सेट करून 'आपल्याला या कामासाठी किती वेळ लागला,' हे आपण पाहू शकाल. त्यामुळे 'आपण कुठे कुठे वेळ वाचवू शकतो,' याबाबत आपल्यामध्ये जागरूकता निर्माण होईल. यासाठी 'वेळेची डायरी' बनवा आणि त्या वहीमध्ये स्टॉप वॉचने दाखवलेल्या वेळेची नोंद करत राहा.

९. अपूर्ण कामांना वेळ द्या : विश्वातील कोणत्याही मनुष्याला असं वाटत नाही, की त्याची कामं अथवा प्रोजेक्ट अपूर्ण राहावेत. त्यामुळे हाती घेतलेलं प्रत्येक काम पूर्ण करण्याची स्वतःला सवय लावायला हवी. थोडासा विचार करून पाहा, की आपल्या जीवनात अशी कोणती कामं आहेत, जी आपण आजपर्यंत योग्य रीत्या पूर्ण करू शकलो नाही? ती कामं पूर्ण करायचीच आहेत, असा दृढनिश्चय करूनच पुढे जायचं आहे.

प्रत्येक रात्री झोपण्यापूर्वी आपण स्वतःलाच एक प्रश्न विचारण्याचा नियम करा, **'झोपण्याआधी असं कोणतं छोटंसं काम शिल्लक आहे का, जे मी यावेळी पूर्ण करू शकतो?'** हा प्रश्न विचारताच आपल्याला छोटी छोटी कामं आठवू लागतील. जसं, वस्तू जागच्या जागी ठेवायच्या असतील. एखादा ई-मेल वाचायचा राहिला असेल अथवा पाठवायचा असेल. कोणाला फोनवरून काही निरोप द्यायचा असेल. सकाळी शाळा, कॉलेज, ऑफिसला जाण्याआधीची काही तयारी करायची असेल. दोन मिनिटांचं ध्यान अथवा प्रार्थना करायची असेल इत्यादी. रात्री झोपण्यापूर्वी केवळ पाच मिनिटं खर्च करून, सकाळची धावपळ वाचवून, तासाभराच्या वेळेचं नुकसान होण्यापासून आपण स्वतःला वाचवू शकतो. अपूर्ण कामं पूर्ण केल्यानंतरच आपण पूर्णतेचं समाधान प्राप्त करू शकतो.

१०. वृत्ती, स्मृती आणि वातावरण यांचे गुलाम बनू नका : *'चित्तवृत्ती (मूड) आणि वातावरण (मोसम)'* अनुकूल बनण्याची प्रतीक्षा तर जगातील सारे आळशी करत आहेत. पण त्यांना नेहमीच अनुकूल बनविणे केवळ कठीणच नाही, तर अशक्यही आहे. आपणही याचीच वाट पाहात नाही ना?

कित्येक लोक अशा विचारांमुळेच कामाला सुरुवात करू शकत नाहीत. ते

विचारच करत राहतात, की काम सुरू करण्याआधी ते करण्याचा मूड, उत्साह तर निर्माण व्हायला हवा. 'काम करत राहिल्यानेच त्यात उत्साहाची भावना निर्माण होते,' ही वस्तुस्थिती ते ओळखू शकत नाहीत. काम सुरू केल्यानेच ते पूर्ण करण्याची इच्छा, आवड आपोआप वाढू लागते. त्यामुळे आवड, इच्छा, मूड आणि वातावरण यांची वाट न पाहता कामाला लगेच सुरुवात करायला हवी.

सकारात्मक वाक्यं उच्चारून वेळेची समृद्धी प्राप्त करा

स्वयंसूचना या तंत्राचा उपयोग आपण वेळेच्या आणि कामाच्या नियोजनाकरिताही करू शकता. उदाहरणादाखल काही सकारात्मक स्वयंसूचना खाली दिल्या आहेत.

१. वेळ हा माझा मित्र आहे, तो मला खूप सहकार्य करतो.

२. मुबलक वेळ उपलब्ध असल्यानेच माझी सर्व कार्यं वेळेवर पूर्ण होतात.

३. वेळेचं नियोजन करण्याबाबत मी निष्णात आहे.

४. मी आपल्या जीवनातील सर्वच क्षेत्रांमध्ये प्रभावी पद्धतीने नियोजन करतो.

५. माझा वेळ आणि माझं जीवन माझ्या नियंत्रणात आहे.

वर उल्लेखलेली वाक्यं पुनःपुन्हा उच्चारत राहा, म्हणजे आपल्याला वेळेची कमतरता कधीच भासणार नाही.

वेळेच्या नियोजनाने आपल्याकडे जो काही वेळ वाचेल, तो समयसमृद्ध करण्यासाठी वापरा. म्हणजे आजच स्वतःमध्ये अशा काही सवयी निर्माण करा, ज्यामुळे भविष्यातील वेळ वाचू शकेल. उदाहरणार्थ, मननाची सवय, ध्यानस्थ बसण्याची सवय, लेखन करण्याची सवय इत्यादी. या सवयी आपलं उज्ज्वल भवितव्य घडवण्यासाठी निश्चितच आपल्याला उपयोगी ठरतील.

मनन प्रश्न

माझा वेळ कोणकोणत्या गोष्टींमध्ये वाया जातो?

कोणत्या गोष्टींसाठी अधिक वेळ देण्याची आवश्यकता आहे?

आजचा प्रशिक्षण संकल्प

आज आपलं एखादं अर्धवट राहिलेलं कार्य पूर्ण करायचं आहे.

खंड २
विकासपथात येणाऱ्या बाधांपासून वाचा

आपल्याला भुलवणारी ७ आकर्षणं

ACHIEVE YOUR GROWTH TENFOLD

आजपर्यंत ज्या व्यक्ती यशस्वी ठरल्या आहेत, त्यांनी अशी काही कामं करण्याची स्वतःला सवय लावली, जे अपयशी लोक करू इच्छित नाहीत. हेच त्यांच्या यशस्वितेचं रहस्य आहे.

– ए. जॅक्सन किंग

यश आणि उद्दिष्टप्राप्तीमध्ये सर्वाधिक अडचणीच्या ठरतात, त्या मनुष्याच्या चुकीच्या सवयी, विचारपद्धती, स्वभाव आणि मोहमायेची आकर्षणं.

आपल्या जीवनात अशा कोणत्या कमतरता अथवा चुकीच्या आवडीनिवडी, सवयी आहेत, ज्यामुळे आपण यशशिखरावर पोहोचू शकला नाहीत? आपण ही गोष्ट समजू शकलात, तर आपल्या विकासाची गती दहापटीने वाढू शकेल. प्रस्तुत पुस्तकाच्या या खंडात आपल्या जीवनात अडथळे निर्माण करणारी अशी सात मुख्य आकर्षणं आणि चुकीच्या वृत्तींची, सवयींची माहिती आपण करून

घेऊया. म्हणजे यातील नेमक्या कोणत्या अडथळ्यांमुळे आपल्या प्रगतीचा मार्ग खुंटलेला आहे, ते जाणून घेऊन तो त्वरित दूर करण्याचा प्रयत्न सुरू करता येईल.

कित्येकदा आपल्याला वाटतं, 'अरेच्चा, मला तर अशी सवय नव्हती, माझी वृत्ती तर अशी नव्हती.' परंतु आपण जेव्हा आपल्या जीवनात घडणाऱ्या घटनांचा जाणीवपूर्वक विचार करतो, तेव्हा ही आपलीच वृत्ती आहे, असं प्रथमच आपल्याला जाणवू लागतं. आपल्या प्रत्येक वृत्ती-प्रवृत्तीबाबत सखोल विचार केल्यास, आपल्याला हे समजू शकेल, की आपल्या विकासात कोणत्या चुकीच्या वृत्तीमुळे अडथळा निर्माण झाला आहे. चुकीच्या सवयी ओळखणं, ही जीवनातील परिवर्तनाची सुरुवात आहे. आपल्या वृत्तींची ओळख होणं, ही बाब जीवनात अत्यंत महत्त्वाची आहे, कारण या जाणिवेमुळेच आपण विकासाच्या दिशेने वाटचाल सुरू करतो. आपल्याला जेव्हा या चुकीच्या वृत्तींची जाणीव होईल, तेव्हा त्यातून मुक्त होणं आपल्यासाठी अगदी सहज सुलभ होऊ शकेल.

दमदार उद्दिष्ट नसणे

विकास न होण्यामागील मुख्य कारण आहे, दमदार उद्दिष्ट नसणे. जेव्हा मनुष्याच्या जीवनात कोणतंही दमदार उद्दिष्ट नसतं, तेव्हा तो दिशाहीन अवस्थेत आपलं आयुष्य जगत असतो. दैनंदिन कामं संपल्यानंतर त्याच्यासमोर प्रश्न निर्माण होतात, 'आता टीव्ही पाहावा, की झोपावं... कुणाला फोन करावा, एखादं मासिक वाचावं की मित्राकडे जावं?...' तो आपला वेळ घालवण्यासाठी मनोरंजनाच्या साधनांचा आश्रय घेतो. परंतु त्याच्या हे लक्षातच येत नाही, की अशा रीतीने मिळणाऱ्या वेळेचा सदुपयोग करून तो आपल्या उद्दिष्टप्राप्तीकरिता काही नव्या गोष्टीही शिकू शकतो. कारण विकासमार्गाच्या दिशेने जाणे, हेच मानवाचं मुख्य उद्दिष्ट आहे. आपली सर्व कामं करत असतानाच विकासाच्या दिशेने मार्गक्रमण करणं जगातील प्रत्येक मनुष्याला सहज शक्य आहे. त्याकरिता आपल्याला आपली महत्त्वाची कामं पूर्ण झाल्यानंतर लगेच उद्दिष्टपूर्तीचा प्रवास चालू ठेवायचा आहे.

जसं, कित्येक महिला खूप वेळ घराबाहेर कामं करत असतात; पण त्यांची ती कामं संपल्याबरोबर त्यांना लगेचच आपल्या घराची आठवण होते. मग त्यांची पावलं आपोआपच घराकडे वळतात. कारण त्यांच्यासाठी त्यांचं कुटुंबच सर्वाधिक महत्त्वाचं असतं. इतर कामं करत असतानासुद्धा आपल्या कुटुंबातील सदस्यांची काळजी घेणं हेच त्यांचं मुख्य उद्दिष्ट असतं. अगदी अशाच प्रकारे आपली कामं संपल्यानंतर प्रत्येक

मनुष्याचं पुढचं पाऊल आपल्या उद्दिष्टाकडेच अग्रेसर झालं पाहिजे. जेव्हा असं होऊ लागेल, तेव्हा आपल्याला आपण आता हळूहळू आपल्या उद्दिष्टाकडे पोहोचत आहोत हे लक्षात येईल. जर कोणी अशा प्रकारे सातत्याने आपल्या उद्दिष्टावर लक्ष ठेवून असेल, तर तो नक्कीच उद्दिष्टप्राप्तीपर्यंत पोहोचू शकेल.

विशाल उद्दिष्टाकडे प्रवास सुरू होतो, तेव्हा मनुष्याच्या जीवनात येणारी सात प्रमुख आकर्षणं आणि वृत्ती (पॅटर्न्स, चुकीचे संस्कार) या प्रवासात बाधा बनतात. त्यामुळे या अडथळ्यांमध्ये अडकून संपूर्ण प्रशिक्षण प्राप्त करण्यास उशीर करू नका. त्याबरोबरच या आकर्षणांमध्ये अथवा वृत्तींमध्ये कधीही अडकणार नाही, असा निश्चय करा. कारण यांत गुंतून पडणाऱ्या मनुष्याला कधीही महान कार्य करण्याची संधी मिळत नसते.

चला, सर्वांत आधी या सात आकर्षणरूपी अडथळ्यांना विस्तृतपणे समजून घेऊया.

१. ज्या मनुष्याला खाण्यापिण्याची आसक्ती असते, तो मिष्टान्न पाहताच म्हणतो, 'आधी ही मिष्टान्नं खाऊन घेऊया, इतर कामं नंतर करता येतील.'

असा मनुष्य जेव्हा विशाल ध्येयाकडे वाटचाल करत असतो, तेव्हा रसनेचा गुलाम असल्याने तो त्याच मोहजालात अडकून पडतो. त्याचं लक्ष नेहमी वेगवेगळ्या पद्धतीचे स्वादिष्ट पदार्थ कसे खायला मिळतील याकडेच लागलेलं असतं. पंचपक्वान्नांचा सुगंध येताच हा जिभेचा गुलाम आपलं उद्दिष्ट विसरून तिथेच थांबून राहील. त्याच्या मनात सतत हेच विचार घोळत राहतील, 'इथे खाण्याचे पदार्थ अतिशय दर्जेदार आहेत... इथे जसं जेवण बनवलं जातं, तसं अख्ख्या जगात कुठेही बनवलं जात नसेल... याहून चांगलं आणखी काय असू शकणार आहे... चला, आता इथेच थांबायला हवं...' अशा प्रकारे अजाणतेपणी नकळत त्याचा विशाल उद्दिष्टाकडील प्रवास थांबतो.

जिभेच्या गुलामीमुळे मनुष्य गरजेहून अधिक प्रमाणात विविध पदार्थ खात राहतो, परिणामी त्याच्या शरीराला अनेक व्याधी जडतात.

विकासमार्गावरील प्रवासात अशा मोहांमध्ये अडकून पडण्याचीच पूर्ण शक्यता असते, त्यामुळे त्यांना टाळण्यासाठी अशा मनुष्याने प्रशिक्षणाद्वारे खूप आधीपासूनच सावध राहायला हवं. खरंतर हे प्रशिक्षण विकासमार्गावर अत्यंत उपयोगी ठरणार आहे, हे सुरुवातीला आपल्याला समजतच नसतं. पण आपलं उद्दिष्ट लक्षात ठेवूनच हे प्रशिक्षण घ्यायला हवं.

मनुष्य आपल्या प्रशिक्षकाकडून हे प्रशिक्षण आत्मसात करू लागतो, तेव्हा त्याच्या वृत्ती (पॅटर्न) लक्षात घेऊनच मार्गदर्शक त्याला प्रशिक्षित करू लागतो. तो इतरांच्या तुलनेत त्याला कमी भोजन देतो. ते पाहून त्याच्या मनात येणारे विचार त्याला सतावू लागतात. 'मला जी मिठाई खूप आवडते, ती मला खायला का मिळत नाही? इतरांना तर दोन दोन बर्फीचे तुकडे, गुलाबजामून वगैरे मिळतंय; पण मला मात्र बर्फीचा एक तुकडासुद्धा दिला जात नाही.' अशा वेळी त्या मनुष्याला हे समजत नाही, की त्याच्याबरोबर असा भेदभाव का केला जात आहे आणि वस्तुस्थिती नेमकी काय आहे? आपल्या अज्ञानामुळे तो अशा समस्या वाढवणाऱ्या गोष्टी आणि वृत्तींमध्येच अडकून आपल्या मुख्य उद्दिष्टापासून दुरावला जाऊ शकतो. त्यामुळे अशा वृत्तींपासून मुक्त होणं आवश्यक आहे.

२. दुसऱ्या एखाद्या मनुष्याला चलत्चित्रपटांमध्ये दिसणाऱ्या सुंदर चेहऱ्यांबद्दल आकर्षण असतं. असा मनुष्य जेव्हा आपल्या उद्दिष्टपूर्तीच्या दिशेने निघालेला असतो, तेव्हा त्याला चित्रपटांतील काही पात्रं, म्हणजे चलत्चित्र-चरित्रं भेटतात. त्याला ती आवडू लागतात. ज्या सुंदर चेहऱ्यांना तो प्रत्यक्षात पाहू इच्छित होता, ते चेहरे आता त्याला आपल्या अवतीभोवती दिसू लागतात. त्यामुळे शेवटी तो म्हणू लागतो, 'इथेच इतकं सौंदर्य आहे, की आता पुढे जायची काही गरजच नाही.'

अशा प्रकारे असा मनुष्य चलत्चित्र-चरित्रांतच अडकून पडतो, त्यामुळे त्याचं स्वतःचं चारित्र्यच बिघडून जातं. अशा वृत्ती असणाऱ्या मनुष्याबाबत तो या मार्गावर कुठे भरकटू शकतो, हे आधीच सांगता येऊ शकतं. त्यामुळे विकासपथावर पुढे जाण्याआधीच त्याने या मोहजंजाळात न अडकण्याचं प्रशिक्षण घेऊन आपल्या चारित्र्याची पाळंमुळं भक्कम करायला हवीत. जोपर्यंत मनुष्य कोणत्याही गोष्टीची प्रत्येक बाजू जाणून घेत नाही, अथवा त्याबाबत मनन करत नाही, तोपर्यंत त्याला आपल्याकडून होणाऱ्या चुकांची जाणीव होत नाही. जेव्हा मनुष्य पूर्णपणे चिंतन-मनन करू लागतो, तेव्हा तो चारित्र्यहीन नव्हे, तर चारित्र्यसंपन्न होऊन इतरांकरताही योग्य प्रकारे निमित्त ठरू शकतो.

बुद्धांनी दुःख या विषयावर इतकं मनन केलं, की शेवटी ते सत्याच्या शोधार्थ निघाले. अशाच प्रकारे मनुष्य जेव्हा आपल्या चुकीच्या आकर्षणांबाबत मनन करू लागेल, त्यांचा शोध घेऊ लागेल, तेव्हा त्याला जाणवेल, चलत्चित्रांच्या मोहात फसून आपण किती महागडा सौदा करत आहोत.ज्यातून आपल्याला काहीच प्राप्त होणार

नाही, उलट आपण खूप काही हरवून बसू शकतो. आपला विकास थांबून आपण आपल्या उद्दिष्टांपासून दूर जाऊ शकतो.

विशाल ध्येय असलेल्या प्रवासात मनुष्याला अशी आकर्षणं जखडून ठेवू शकतात. परिणामी सर्व काही मिळाल्यानंतरसुद्धा मनुष्य अंतिम ध्येयापर्यंत पोहोचू शकत नाही.

३. विकासपथावर स्वतंत्र कार्यपद्धती अवलंबू इच्छिणाऱ्या मनुष्याला असं वाटत असतं, की मला माझ्या कामात कोणी व्यत्यय आणू नये... माझ्या शांततेचा कोणी भंग करू नये... मला जसं आवडेल तशा पद्धतीने मला काम करू द्यायला हवं... अशा आकर्षणांमध्ये अडकणाऱ्या मनुष्यासोबत या मार्गावर काय घडू शकतं, याबाबत आता जाणूया.

असा मनुष्य जेव्हा विशाल ध्येय असलेल्या प्रवासास निघतो, तेव्हा मध्येच जर कुठे त्याला एखाद्या विभागाचं प्रमुखपद मिळालं अथवा एखादी उच्चाधिकाराची नोकरी मिळाली, तर तो अत्यानंदाने तिथेच थांबतो.

तो मनुष्य असा विचार करून त्या ठिकाणी थांबतो, की 'मी इथे आपल्या मनाप्रमाणे जगू शकतो. इथे माझ्या कामात लुडबूड करणारा कोणी नसेल. याआधी कामाच्या ठिकाणी नेहमी वरिष्ठांकडून काही ऐकून घ्यावं लागत असे. नेहमी कोणीतरी आपला मालक असायचं. त्यामुळे इथेच थांबणं अगदी उत्तम आहे. इथे इतकं मोठं पद दिलं जातंय, याहून जास्त आणखी काय पाहिजे? कोण जाणे विशाल ध्येयाच्या प्रवासात पुढे काय होऊ शकेल? मला एखाद्या गोष्टीचं श्रेय मिळेल का नाही, हेही माहीत नाही.' अशा विचारांनी तो मनुष्य स्वतःचं खूप मोठं नुकसान करत असतो.

स्वतंत्र कार्यपद्धती अवलंबू इच्छिणाऱ्या मनुष्याकडून अशा चुका होऊ शकतात. म्हणून सुरुवातीपासूनच स्वतःला योग्य सवयी लावून घेणे आवश्यक आहे. जेणेकरून सर्वांमध्ये मिळून-मिसळून योग्य रीतीने विकासाच्या मार्गावर आगेकूच करता येऊ शकेल. त्यामुळेच सामूहिक पद्धतीने, सर्वांनी मिळून-मिसळून एकत्रित काम करण्याला प्राधान्य दिलं जातं.

सर्वांमध्ये मिळून-मिसळून काम केल्याने मनुष्याला आपल्या वृत्तींचं (पॅटर्न्स) दर्शन होत असतं, ज्यामुळे त्यांचा त्याग करणं सोपं होतं. मोठं उद्दिष्ट प्राप्त करण्याची महत्त्वाकांक्षा असणाऱ्या मनुष्याला सर्वांशी मिळून-मिसळून काम करण्याची कला

साधायला हवी. ज्या मनुष्याला ही कला साधता येत नाही, तो चेतनेच्या निम्न पातळीवरच अडकून राहील. त्याला जीवनातील हलक्या गोष्टीच आकर्षित करतील. एका ठिकाणी ध्येय आहे; पण पद नाही आणि दुसऱ्या ठिकाणी ध्येय नाही; पण पद आहे अशा स्थितीत चेतनेच्या निम्न पातळीमुळे, अज्ञानामुळे असा मनुष्य पद-प्रतिष्ठेचीच निवड करेल, कारण त्याच्या वृत्तीच तशा असतात.

मात्र एक प्रामाणिक आणि उद्दिष्टप्राप्तीचं ध्येय असणारा मनुष्य जेव्हा निसर्गनियमांचं पालन करतो, तेव्हा सर्वांमध्ये मिळून-मिसळून काम करण्याचा चमत्कार दिसून येतो. परिणामी स्वतंत्र कार्यपद्धती अवलंबण्याच्या मोहातून तो मुक्त होतो.

४. विकासपथावर एखादा मनुष्य परिचित असलेले मित्र आणि सुविधादायक साधनांच्यादेखील मोहात फसू शकतो. सुविधादायक साधनं म्हणजे मोबाइल, टीव्ही, कॉम्प्युटर, लॅपटॉप, आरामखुर्ची, वाहन, बंगला, वॉटर बेड इत्यादी. अशा कित्येक प्रकारच्या सेवा-सुविधा मनुष्याला आकर्षित करत राहतात. जिथे अशा सुविधा उपलब्ध असतात, तिथेच मग तो थांबतो. सुखसुविधांच्या मोहपाशात अडकून तो म्हणतो, 'अरे, इथे तर सगळी ओळखीचीच मित्रमंडळी आहेत आणि सुविधादायक साधनंही उपलब्ध आहेत. यांच्यासमवेत मला खूपच सुरक्षित वाटतंय. म्हणून मी इथेच राहतो.'

मनुष्याची अशी वृत्ती त्याला चुकीच्या मार्गानेही नेऊ शकते, त्यामुळे अशा वृत्तींपासून स्वतःला वाचवलं पाहिजे. अशी वृत्ती असणाऱ्या मनुष्याला जर नरकात त्याच्या ओळखीचे लोक दिसले, तर तो नरकात जाण्यासाठीसुद्धा तयार होईल. विद्यार्थ्यांबाबत नेहमी असंच होताना दिसतं. त्यांचे मित्र उच्चशिक्षणासाठी जी शाखा (कला, वाणिज्य अथवा शास्त्र) निवडतात, त्याच शाखेत बहुधा त्यांना प्रवेश घ्यायचा असतो. आपल्यासाठी कोणती शाखा योग्य आहे, याचा त्यांच्याकडून कधी विचारच होत नाही. त्यामुळे वास्तवात ते आपल्या बुद्धीचा कल आणि उद्दिष्टाहून विपरीत असाच मार्ग निवडत असतात. कारण त्यांना आपल्या मित्रांबरोबरच महाविद्यालयात जाणं सोपं आणि सुरक्षित वाटत असतं. या मोहामुळेच अशा विद्यार्थ्यांना योग्य निर्णय घेता येत नाही.

मनुष्य आपल्या ध्येयाहूनही जास्त महत्त्व सुरक्षा आणि सुविधांनाच देत असतो. त्या न मिळाल्यास मग तो आपल्या ध्येयापासून दुरावला जातो. मग तो विचार करू लागतो, की आधी सर्व व्यवस्था व्हायला हवी, त्यानंतरच उद्दिष्टप्राप्तीसाठी प्रयत्न करता येतील. अशा रीतीने असा मनुष्य सुख-सुविधांच्या मोहात अडकून आपलं मुख्य ध्येयच विसरून जातो.

५. विकासमार्गावर विशाल उद्दिष्टाच्या शोधात निघालेला एखादा मनुष्य नक्षत्र (मुहूर्त) आणि ग्रहदशांच्या जंजाळातही अडकू शकतो. अशा मनुष्याला नक्षत्रांचा विचार करून काही लोक सांगतात, की त्याने काय करायला हवं आणि काय करू नये. जसं, 'आज तुमचं ग्रहमान काही ठीक दिसत नाही, त्यामुळे तुम्ही आज कोणतंही महत्त्वाचं काम करू नये... घराबाहेर पडू नये, कारण प्रवासात अपघाताचा मोठा धोका संभवतो... आज इंटरव्ह्यूसाठी जाऊ नये, कारण ग्रहांची दशा काही योग्य नाही... इत्यादी.' लोकांच्या अशा गोष्टी ऐकून तो भीतीमुळे तिथेच थांबतो. शिवाय असे लोक त्या मनुष्याला, 'कोणत्या विशेष दिवशी काय करावं... काय करू नये... घरातून बाहेर पडताना कोणतं पाऊल आधी उचलायचं, कोणतं मागे ठेवायचं...' इत्यादीबाबतही सांगत असतात. अशा खूप साऱ्या सूचना विकासपथावर जाऊ इच्छिणाऱ्यास दिल्या जातात. चुकीच्या धारणांमुळे अशा सल्लेवजा सूचनांमध्येच गुरफटून काही लोक प्रथा-परंपरांचे दास बनून जातात. भविष्यात त्यांच्याबाबत काय घडणार आहे, हे त्यांच्या हातांवरील रेषा त्यांना सांगत असतात. असे लोक यांत्रिकी जीवन जगत असतात.

मनुष्य जेव्हा अशा धारणांतून मुक्त होतो, तेव्हा तो अशा रेषांहून खूप पुढे निघून जातो. खरा भाग्यशाली तोच आहे, जो भाग्यापासूनच मुक्ती मिळवू शकतो. भाग्यापासून मुक्त होणे म्हणजे विकासाच्या मार्गावर आपल्या सर्व क्षमतांना संपूर्णपणे वाव देणे, विकसित करणे.

जोपर्यंत आपण आपल्या जुन्या, बुरसटलेल्या विचारांतून मुक्त होत नाही, तोपर्यंत आपण पूर्णपणे विकसित होऊ शकत नाही. लोक विचार करत असतात, 'देत राहिल्याने कमी होत जाईल, लोक वाईट आहेत, जग हे असंच आहे, हल्ली खूप मंदीचं वातावरण आहे, पैसे कमावणं खूपच कठीण होत चाललं आहे' इत्यादी. ईश्वराने सर्व काही मुबलक प्रमाणात उपलब्ध करून दिलेलं असतानाही अशा प्रकारच्या कित्येक विचारांसह मनुष्य आज आपलं जीवन कंठत आहे. मनुष्य हव्यासानं जमा करत राहतो, म्हणून काही लोकांसाठी त्या गोष्टींची कमतरता निर्माण होते. जर विश्वातील प्रत्येक मनुष्य बंधमुक्त अवस्थेत मोकळेपणाने जगू लागला, तर आज कोणालाही, कोणत्याही गोष्टीची कमतरता जाणवणार नाही; ना अन्न, ना संपत्ती, ना प्रेम, ना वेळ, ना आनंद. जर आपण आपल्या वृत्तीतून (पॅटर्नमधून) मुक्त झालात, संकुचित आयुष्य जगणं सोडून दिलंत, तर तुम्हाला कोणत्याही गोष्टीची कमतरता भासणार नाही.

अशा विचारांमुळेच आजही असंख्य लोक दडपणाखाली जगत आहेत. जो

मनुष्य भीती, प्रथा आणि हव्यासामुळे आपला निर्णय बदलत नाही, त्याबाबत ठाम असतो, तोच जाणीवपूर्वक असा निर्णय घेऊ शकतो. तो योग्य समज असणारा, आपलं ध्येय माहीत असणारा मनुष्य असतो.

मात्र, जो मनुष्य ग्रह-नक्षत्रांमध्येच अडकून राहतो, त्याच्याबाबत हे अगदी निश्चितपणे सांगता येऊ शकतं, की भीती आणि हव्यास त्याचे निर्णय सातत्याने बदलत राहतात. त्यामुळे भविष्यात त्याच्यावर भयानक परिस्थिती ओढवणार आहे. म्हणून अशा लोकांकडून छोट्या छोट्या बाबींवर काम करून घेतलं पाहिजे, जेणेकरून त्यांच्या आत लपलेली भीती आणि हव्यास बाहेर पडेल. त्यांना हे सांगणं गरजेचं आहे, की प्रतिदिन तुम्हाला कधी एखाद्या गोष्टीची भीती वाटेल, तर कधी कोणत्या गोष्टीचा मोह निर्माण होईल. थोड्याशा मोहामुळे आपण खोटंही बोलाल; पण अशा वेळी आपण स्वतःला आपल्या ध्येयाची आठवण करून द्या आणि म्हणा, 'आपण इतका छोटासा मोह, एवढी छोटी इच्छा टाळू शकत नाही का?'

अशा प्रकारे आपण दररोज घडणाऱ्या घटनांबाबतचा अभ्यास करत राहाल, तेव्हा आपल्याला जाणवेल, की आज दहा घटना अशा घडल्या, ज्यावेळी मोह निर्माण झाला; पण त्यातील दोन-तीन प्रसंगांत मी तो टाळला. आपल्या हव्यासाला आपल्यापासून दूर केलं, मन ताब्यात ठेवलं.

भीती वाटली, सुरक्षा, साधनसुलभतेचं आकर्षण वाटलं; पण तरीही या दोन घटनांमध्ये आपण भय आणि लालसा यांना दूर ठेवलं.

मोह निर्माण व्हावा अशी ऑफर मिळाली; पण त्यावर आपण पाणी सोडलं.

अशा प्रकारे दररोज जर आपण हा अभ्यास सातत्याने करत राहिलात, तर आयुष्यात मिळणाऱ्या प्रत्येक संधीचा लाभ घेऊ शकाल.

ग्रह-नक्षत्रांचा मनुष्यावर केवळ दहा ते पंधरा टक्के इतकाच प्रभाव पडू शकतो, उर्वरित सर्व प्रभाव हा केवळ आपल्या विचारांचाच असतो. ग्रह-नक्षत्रांचा परिणाम आपल्यावर दहा टक्के होतही असेल, पण तरी तो केवळ आपल्या अभिव्यक्तीसाठी, आपल्या प्रगतीसाठी, विकासासाठीच होत असतो, आपल्या मार्गातील बाधा बनण्यासाठी नाही.

पृथ्वीची गुरुत्वाकर्षणशक्ती मानवाला स्वतःकडे खेचत असते, त्यामुळे तो जास्त वेगाने धावू शकत नाही. पण, पृथ्वी आपल्याला तिच्याकडे खेचत असल्यामुळे आपण

आपली कामं करू शकत नाही का? आपली कामं तर होतच राहतात, कारण त्यावेळी आपल्या मनात 'पृथ्वी आपल्याला खेचत असून, आपल्यावर त्याचा परिणाम होत आहे' असा विचारदेखील येत नाही. मात्र आपल्याबाबत काय घडतंय, हे सर्वस्वी आपल्या विचारांवर अवलंबून असतं.

जसजशी आपली समज वाढू लागेल, तसतशी आपली विचारपद्धती बदलू लागेल, मग आपल्याला ग्रह-नक्षत्रांची चिंता वाटणार नाही. परंतु जोपर्यंत आपली विचार करण्याच्या पद्धतीबाबतची जाण वाढत नाही, तोपर्यंत मात्र यांचा परिणाम आपल्याला शंभर टक्के जाणवू शकतो.

जसं, एखाद्या मनुष्याला एखाद्या दिवशी झोपच लागत नसेल, तर तो झोपण्यासाठी प्रयत्न करत असतो. पण काही केल्या त्याला झोप लागत नाही. त्यामुळे तो विचार करू लागतो, कदाचित मला निद्रानाशाची व्याधी जडली असेल. मग हळूहळू त्याचा हा विचार अधिकाधिक दृढ होऊ लागतो. परिणामी त्याला रोज जी शांत झोप लागत होती, तीदेखील त्यामुळे बंद होऊ लागते. बहुधा लोकांबाबत असंच काहीसं होत असतं. जेव्हा ज्योतिषाने दिलेला एखादा सल्लेवजा इशारा त्यांच्या विचारांशी जखडला जातो, तेव्हा ते रात्रंदिवस तोच विचार करू लागतात. त्यापासून आपलं लक्ष दुसरीकडे वळवण्याचं प्रशिक्षण जर त्यांना कोणी दिलं नाही, तर मग असे नकारात्मक विचार वाढतच राहतात.

नकारात्मक विचारांपासून सुटका मिळवण्यासाठी लोकांना काही कर्मकांडं करायला सांगितली जातात, जी त्यांना दिलासा देत असतात. कारण प्रत्येक मनुष्य काही न काही विचार करत असतो आणि त्या विचारांमुळे त्याच्या आयुष्यात तशाच प्रकारच्या घटना घडत असतात. खरंतर माणूस अगदी थेटपणे नकारात्मक विचार करत नाही, की 'माझ्याबाबत अमुक अमुक दुर्घटना घडणार आहे;' पण त्याच्याकडून केले जाणारे विचार काहीसे तशाच प्रकारचे असल्याने, एका अर्थी जणू तोच अशा दुर्घटनांना आकर्षित करत असतो. कोणताही मनुष्य स्वतःविषयी अमंगल, नकारात्मक असा विचार करू इच्छित नाही, पण आपल्या चुकीच्या विचारपद्धतीमुळे नकळतपणे तो अशा नकारात्मकतेला आमंत्रित करत असतो.

उदाहरणार्थ, एखाद्या दिवशी सकाळी उठताच मनात असा विचार येतो, 'आजचा दिवस खूपच कंटाळवाणा दिसतोय, आज खूपच उदास वाटतंय.' मग आजचा दिवस वाईटच जाईल अशी धाकधूक त्याला वाटू लागते. त्यामुळे त्याचा तोच विचार

आपोआप कार्यरत होऊ लागतो. मग चालताना अडखळणे अथवा एखाद्याला धक्का लागणे अशा किरकोळ घटना घडल्या तरी, आज आपला दिवस चांगला जाणार नाही, याची त्याला खात्री वाटू लागते. त्यानंतर पुढे येणारा प्रत्येक विचार, त्याला तशीच प्रचिती देणं सुरू करतो.

अशा प्रकारे एका विचाराचा उगम खूप साऱ्या घटनांना प्रभावित करू शकतो. मग दिवसाच्या शेवटी मनात असा विचार येतो, 'अरे, मी तर असा विचारही कधी केला नव्हता, पण तरीही अशा प्रकारची अशुभ घटना घडली.' पण जसजशी आपली समज वाढू लागेल, तसतसे आपण अशा प्रकारच्या विचारांमध्ये गुरफटले जाणार नाही याची दक्षता घ्याल. योग्य प्रशिक्षणाद्वारे आपण आपल्या विचारांची दिशा बदलू शकता. सकाळी उठल्याबरोबर जर आपल्याला असं वाटलं, 'आज माझं कोणतंही काम होऊ शकणार नाही असं वाटतंय,' तर आपण त्या विचारांमध्ये वाहून जाणार नाही. उलट त्याकडे दुर्लक्ष करून, आपण असा नवा विचार करू लागाल, 'आज आपली सर्वच कामं अगदी वेळेवर पार पडणार आहेत.' अशा प्रकारच्या सकारात्मक विचारांमुळे आपली सर्व कामं नियोजनाप्रमाणे अगदी वेळेवर पार पडत असल्याचं आपल्याला जाणवू लागेल.

६. काही लोकांना मंत्र-तंत्र आणि सिद्धींचं खूपच आकर्षण वाटत असतं. असे लोक विकासमार्ग सोडून अशाच गोष्टींमध्ये अडकून पडतात. विशाल ध्येयप्राप्तीच्या प्रवासात जेव्हा अशा तांत्रिक लोकांशी गाठ पडते, तेव्हा ते लोकांना सांगतात, 'आम्ही आपल्याला असा मंत्र शिकवू, ज्याचा वेळोवेळी जप केल्याने आपणास सिद्धी प्राप्त होऊ शकतील.' मग ज्या मनुष्याला सिद्धींमध्येच रस असतो, तो त्यातच अडकला जातो. त्या मनुष्याला सिद्धी हव्या असतात, कारण त्याला असं काही करून दाखवायचं असतं, जे इतर लोक करू शकणार नाहीत. सिद्धींच्या प्रेमात पडलेला मनुष्य तिथेच थांबण्याची पूर्ण शक्यता असते. जप करून सिद्धी प्राप्त करणे हे मनुष्याच्या अहंकाराला खूपच आवडतं. असा मनुष्य मंत्र आणि सिद्धी यांतच गुरफटून त्याला अहंकाराची बाधा होते, तो अहंकारी होतो.

अशा मनुष्याला सिद्धींच्या मोहातून बाहेर काढणं अत्यावश्यक असतं, कारण या सिद्धीच त्याला त्याच्या ध्येयमार्गापासून भरकटवत असतात. सिद्धी प्राप्त करणं हे विकासयात्रेचं उद्दिष्ट नाही. सिद्धी केवळ आपला अहंकार वाढवत असतात, जो विशाल उद्दिष्टप्राप्तीच्या मार्गातील मोठा अडथळा ठरू शकतो.

७. मनुष्य कधी कधी चित्रविचित्र दृश्यांमध्येही अडकून पडतो. चित्रविचित्र दृश्यं म्हणजे काही वेगळ्या वाटणाऱ्या गोष्टी. जसं, काही लोक वेगळ्या पद्धतीचे कपडे घालून, केसांना 'मशरूम कट', 'सोयाबीन कट' देतात. म्हणजे केसांना वेगळ्या पद्धतीने आकार देऊन आपल्या व्यक्तिमत्त्वात बदल घडवू इच्छितात. कारण आपण इतरांपेक्षा वेगळं, हटके, रुबाबदार दिसावं, वेगळ्या पद्धतीने मेकअप केल्याने इतरांमध्ये उठून दिसावं असं त्यांना वाटतं. परंतु इतरांहून वेगळं दिसण्याची ही पद्धत योग्य नव्हे. आपल्या अंतरंगात काय बदल होत आहेत, हे पाहायला हवं. आपल्या गुणांमध्ये काही फरक पडावा यासाठी आपण कार्यरत राहायला हवं. दुसऱ्यांना पाहून केवळ अंधानुकरण, त्यांची नक्कल करू नये, तर आपली बुद्धिमत्तासुद्धा उपयोगात आणायला हवी.

कित्येक लोकांना इतरांहून वेगळं, विशेष दिसण्याची आवड असते. मात्र, त्यांना आपलं उद्दिष्ट प्राप्त करणं तितकंसं महत्त्वाचं वाटत नाही. त्यामुळेच ते आपल्या बाह्यस्वरूपाला अवास्तव महत्त्व देतात. जिथं काही वेगळे लोक दिसतील, तिथं ते जातात. ते फक्त आपला चेहरा, वेशभूषा, केशभूषा यांच्या सौंदर्याविषयीच विचार करत राहतात. माझ्या केसांची चकाकी, त्यांचं सौंदर्य कसं कायम राहू शकेल? पण केसांच्या खाली जो मेंदू आहे, त्यात कोणते विचार सुरू आहेत, त्या विचारांना सौंदर्य प्राप्त होण्यासाठी मात्र ते अजिबात विचार करत नाहीत.

प्रत्येक मनुष्याने याबाबत मनन करायला हवं, की आतापर्यंत सांगितलेल्या सात आकर्षणांपैकी तो नेमका कुठे अडकण्याची शक्यता आहे. विकासमार्गावर वाटचाल करताना कोणत्याही प्रकारच्या आकर्षणाचं मृगजळ दिसलं, तर त्यात न फसता त्यावर मात करायला हवी. जेव्हा मनुष्याला आपल्या मूळ उद्दिष्टाबाबत प्रेम निर्माण होतं, तेव्हा त्याला अशा प्रकारची आकर्षणं थांबवू शकत नाहीत.

मनन प्रश्न
अशी कोणती आकर्षणं आहेत, जी मला ध्येयप्राप्तीच्या मार्गावर भरकटवतील?

आजचा प्रशिक्षण संकल्प
आज आपण योग्य ध्येयपूर्तीच्या दिशेने विचार करायचे आहेत.

क्रोध कसा वाचाल
सात अचूक उपाय
FIRST OBSTACLE

रागावणं म्हणजे इतरांवर फेकण्यासाठी आपल्या
हातात जळता निखारा धरण्यासारखंच आहे,
त्यामुळे आपलेच हात पोळले जातात.

– बुद्ध

विशाल उद्दिष्टाकडील प्रवासात बाधक ठरणाऱ्या सात आकर्षणांविषयी जाणून घेतल्यानंतर आता सात पॅटर्न्स, चुकीचे संस्कार यांविषयी जाणून घेऊ. त्याचबरोबर या पॅटर्न्समधून मुक्त होण्याच्या पद्धतीसुद्धा समजून घेऊ.

मनुष्यात अगदी सुरुवातीपासून कोणतीही सवय नसते. एखाद्या गोष्टीची जेव्हा सुरुवात होऊ लागते, तेव्हा तिला सवय असं म्हणता येत नाही; परंतु हळूहळू जेव्हा त्याच गोष्टीची वेळोवेळी पुनरावृत्ती होऊ लागते, तेव्हा ती क्रिया सवय बनते. ही सवय जेव्हा खूपच वाढते, तेव्हा ती संस्कारात (वृत्ती, पॅटर्न) परिवर्तित

होते. संस्कार हे सवयीहूनही अधिक सखोल असतात. सवयीमुळे एखाद्याला विनाकारण रागसुद्धा येऊ शकतो. मग तापटपणा ही त्याची वृत्तीच (संस्कार) बनल्याने रागाला आवर घालणे, हे त्याला विचित्र वाटू लागतं.

पहिला पॅटर्न

पहिली बाधा आहे फायर पॅटर्न. फायर पॅटर्नच्या लोकांना क्षुल्लक कारणावरून राग येतो. असा माणूस लहानसहान गोष्टीवरदेखील आकांडतांडव करतो. कित्येकदा त्याचं शांतपणे बोलणंदेखील लोकांना आरडाओरडा केल्यासारखं वाटतं. फायर पॅटर्नच्या लोकांकडून प्रत्येक गोष्टीत रागाचीच अभिव्यक्ती होते. नव्हे, ती त्यांची सवयच बनून जाते. या वृत्तीमुळे अशा लोकांचं अनेक वेळा नुकसानही होतं. परंतु तरीही ते आपल्या वागण्याची सवय बदलत नाहीत.

या वृत्तीचे लोक दिवसभर क्रोधातच असतात. असे लोक स्वतः तर रागात राहतात, शिवाय इतरांनाही रागवायला भाग पाडतात. त्यामुळे यश त्यांच्या आयुष्यातून कित्येक मैल दूर पळतं. कारण दिवसभर त्यांच्या मनात रागच उफाळून येत असल्याने अन्य लोकांशी सामान्य पातळीवर व्यवहार करणं त्यांना कठीण जातं. काही लोक क्वचितच रागावतात. पण काही लोक मात्र कायमच रागावलेले असतात. चीनमध्ये अशी म्हण आहे, ''ज्या माणसाला स्वतःच्या रागावर नियंत्रण ठेवणं जमत नाही, जो माणूस चेहऱ्यावर स्मित आणू शकत नाही, त्याने आपलं दुकानच उघडू नये.'' कारण अशा माणसानं दुकान जरी उघडलं, तरी त्याच्या स्वभावामुळे बिझनेस, व्यापार चालणार नाही.

फायर पॅटर्नवाले लोक रागावल्यानंतर अपशब्द बोलतात. ज्याच्यावर राग असेल त्याला अपमानित करतात. जोरजोराने ओरडतात. एवढंच नव्हे, तर प्रसंगी मारहाणसुद्धा करतात. त्यांना जर असं करणं शक्य झालं नाही, तर दिसतील त्या वस्तू इतस्ततः फेकून त्यांची तोडफोड करतात. 'येन केन प्रकारेण' आपली गोष्ट दुसऱ्याच्या गळी उतरवणं एवढाच त्यांचा एकमेव उद्देश असतो आणि समजा त्यांचं म्हणणं कुणी ऐकलं नाही, तर वेगवेगळ्या प्रकारांनी ते आपली नाराजी व्यक्त करतात.

मात्र त्यांना हे समजत नाही, की 'रागावणं म्हणजे दुसऱ्याच्या चुकीची शिक्षा स्वतःलाच करून घेणं होय.' जेव्हा केव्हा आपण दुसऱ्याच्या चुका बघून रागावतो, त्या वेळी वास्तविक स्वतःलाच शिक्षा देत असतो, स्वतःलाच त्रास करून घेत असतो. कसं ते एका उदाहरणानं समजून घेऊया.

उसाच्या चरकात ऊस टाकला, तर त्याची गोडी प्रथम त्या यंत्राला मिळते. परंतु त्यात जर दगड टाकला, तर सर्वाधिक नुकसानही प्रथम त्या यंत्राचंच होतं ना? यावरून लक्षात येईल, की आपलं शरीर जर मशिन असेल, तर राग हा दगड आहे. त्यामुळे प्रथम आपलं नुकसान होणं स्वाभाविकच आहे. एखाद्याने कोणाला शिवी दिली, तर त्याचा नकारात्मक परिणाम कदाचित समोरच्यावर होईल किंवा होणारही नाही. परंतु शिवी देणाऱ्यावर सर्वप्रथम होईल हे मात्र निश्चित.

काही लोकांचा फायर पॅटर्न हा ब्लास्टर (विस्फोटक) पॅटर्न होऊ शकतो. स्फोटक म्हणजे कोणी काही बोललं तरी तो माणूस सहन करत राहतो. अनेक दिवस, अनेक महिने तो शांत असतो. परंतु बोलणाऱ्याबद्दलचा राग आतल्या आत दाबून ठेवतो आणि एक दिवस त्याचा स्फोट होतो. तो प्रचंड आरडाओरडा करतो, मनात येईल ते बोलून टाकतो, गालिप्रदान करतो, वस्तूंची फेकाफेकी करतो. हा जो रागा पॅटर्न आहे, त्याला ब्लास्टर पॅटर्न असं म्हणतात.

फायर पॅटर्नमुळे माणूस एका क्षणात आपले वर्षानुवर्षांचे परिश्रम, अनुभव आणि यश यांचा ऱ्हास करतो. कित्येक वेळा आपल्या उच्चपदाचा राजीनामा देऊन नंतर आयुष्यभर आपल्या या चुकीवर शोक करीत राहतो, पश्चात्ताप करतो. आश्चर्य आहे ना! माणूस रागाचं बीज पेरतो आणि शांतीची अपेक्षा करतो. द्वेषाचं बीज पेरतो आणि प्रेमाची आशा बाळगतो. स्वतः सर्वांना शिव्या घालतो व इतरांनी शुभ आशीर्वाद द्यावेत, अशी इच्छा बाळगतो. ही तर अशक्य गोष्टीची इच्छा बाळगण्यासारखंच आहे ना! माणसाच्या या वृत्तीचा परिणाम जीवनाच्या शारीरिक, मानसिक, सामाजिक, आर्थिक व आध्यात्मिक अशा प्रत्येक पैलूंवर होत असतो.

माणसामध्ये सुरुवातीला कुठलीही सवय नसते. कारण नुकताच तिचा कुठे आरंभ झालेला असतो. त्यानंतर ती गोष्ट जेव्हा पुन:पुन्हा केली जाते, तेव्हा त्या क्रियेचं रूपांतर सवयीमध्ये होतं. ही सवय जेव्हा दृढमूल होते, तेव्हा तिला संस्कार म्हटलं जातं. संस्कार सवयींपेक्षा अधिक खोलवर रुजलेले असतात. सवयींमुळे काही व्यक्तींना कारणाशिवायही राग येऊ शकतो. परंतु त्या सवयींचं रूपांतर वृत्ती अथवा संस्कारात झाल्यानंतर एखाद्या गोष्टीवर न रागावणं त्याला विशेष वाटू लागतं.

मात्र फायर पॅटर्नपासून मुक्ती निश्चितच मिळवता येते. सुरुवातीला थोडं कठीण वाटलं, तरी संस्कार उखडून दूर फेकता येतात. मुळापासून नष्ट करता येतात. कोणतीही गोष्ट वारंवार केल्याने तिची जर सवय झाली असेल, तर त्याविरुद्ध वर्तन करून ती

सवय नाहीशी करता येते. प्रत्येक सवयीतून मुक्त होता येतं. काही सवयी अगदी कमी कालावधीत सुटतात, तर काही सवयींसाठी थोडा अधिक वेळ द्यावा लागतो इतकंच. परंतु, सवयी निश्चितपणे बदलता येतात हे पक्कं ध्यानात ठेवा. क्रोधामुळे क्रोध करणाऱ्या व्यक्तीची सर्वाधिक हानी होते, हे जेव्हा तुमच्या लक्षात येईल तेव्हा हा संस्कार हळूहळू कमी होऊ लागतो.

क्रोध मुक्तीचे सात अचूक उपाय

पहिला उपाय : विलंब (उद्यावर ढकलणं)

क्रोधापासून परावृत्त होण्याचे वेगवेगळे मार्ग सांगितले जातात. त्यातला पहिला आणि अद्भुत असा हा उपाय आहे. क्रोधापासून मुक्ती मिळवण्याचा हा उपाय शेकडा नव्वद लोकांमध्ये उपजतच असतो. ९० टक्के लोकांमध्ये आजचं काम उद्यावर टाकण्याची सवय आढळते. या कामात लोक मुळातच चतुर असतात, तरबेज असतात. कोणतंही काम 'उद्यावर' ढकलण्याचं तंत्र सर्वांना अवगत असतं. अगदी छोट्यांपासून ते प्रौढ-वृद्धांपर्यंत ही सवय अगदी खोलवर रुजली आहे. पण हीच सवय क्रोधातून मुक्त होण्याचा पहिला उपाय ठरते, हे लक्षात आल्यावर आपल्याला आश्चर्य वाटेल.

काम उद्यावर ढकलण्याऐवजी, 'क्रोध उद्या करू, म्हणजे रागवायचंच असेल तर उद्या रागावू' असा विचार आपण करायला हवा. कोणी काही बरंवाईट बोललं, शिवीगाळ केली तर त्याची प्रतिक्रिया उद्या व्यक्त करू. याचाच अर्थ, वेळ काढणे, विलंब लावणे असा होतो. हा विलंब क्रोधाची आग शांत करण्याचा एक प्रभावी उपाय असून हमखास गुण देणारं औषध आहे.

दुसरा उपाय : परिणामाचा विचार करणं

लोक खाण्यापिण्याच्या बाबतीत, किती आणि कोणत्या प्रकारचं अन्न खावं, कुठलं खाऊ नये, याबद्दल नको तितका विचार करतात. जसं, लसूण किंवा कांदा खावा की नाही, या केकमध्ये अंडं तर नसेल, आज कुठला वार आहे, अमुक दिवशी आंबट खायला नको इत्यादी. पण ज्याविषयी गांभीर्यानं जो विचार करायला हवा, तोच करत नाही. आपण आपल्या बुद्धीला कोणत्या विचारांचं खाद्य देतोय, किती नकारात्मक विचार भरतोय, किती प्रमाणात क्रोधाचे विचार उत्पन्न होताहेत... याविषयी कधीच विचार करत नाही.

एकदा एक कंजूस मनुष्य मोठ्या अपघातामधून थोडक्यात बचावला. तेव्हा त्याचे मित्र म्हणाले, ''तू जीवानिशी वाचलास, याबद्दल एक पार्टी द्यायलाच हवी.''

त्यावर तो कंजूस उत्तरला, "खरंतर पार्टी त्या ट्रक ड्रायव्हरनं द्यायला हवी, कारण मी बचावलो. अन्यथा त्याच्यावर तुरुंगात जाण्याची पाळी आली असती. माझं काय, मी एक ना एक दिवस मरणारच आहे."

अशा प्रकारे पार्टी देण्याच्या खर्चापासून वाचण्यासाठी त्या कंजूस मनुष्यानं किती निरर्थक विचार केला. त्याचप्रमाणे आपणही अनेकदा निरर्थक विचार करतो. मनुष्य व्यर्थ विचारांमध्ये, कल्पनांमध्ये गुरफटतो. परंतु क्रोधाचे परिणाम काय होतात, याचा सखोल विचार करत नाही. क्रोध येण्याआधीच त्याच्या परिणामांचा विचार केला, तर त्या क्रोधाला आवर घालणं सुकर होईल. ज्या-ज्या वेळी क्रोध येईल त्या-त्या वेळी, 'माझ्या या क्रोध करण्याचे कोणकोणते वाईट परिणाम होतील' असा विचार करण्याची सवय स्वतःला लावून घ्यावी.

त्याचबरोबर क्रोध येण्यापूर्वीच, 'मी जे बोलणार आहे' त्या शब्दांच्या परिणामाबद्दल आधीच विचार केला तर आपण तत्क्षणी सावध व्हाल आणि या सजगतेमुळे क्रोधापासून मुक्त होणं सोपं होईल.

तिसरा उपाय : सावकाश बोलणं

ओरडून किंवा जोरात बोलल्याने क्रोध वाढतो आणि क्रोध वाढल्यानं आवाजही चढतो यावर सध्या संशोधन चालू आहे. या संशोधनातून असा निष्कर्ष निघाला, की आवाज वाढल्यानं क्रोध बळावतो. म्हणून ज्यावेळी आपल्या समोरची व्यक्ती क्रोधानं बोलत असेल, तेव्हा आपण शांतपणे बोललं पाहिजे. त्यामुळे आपल्या आणि समोरील व्यक्तीच्या रागाचा पारा खाली येईल. या उपायानं आपल्या मनाचा कणखरपणा वाढेल. ज्या-ज्या वेळी आपल्याला राग येईल किंवा समोरची व्यक्ती संतापेल, त्या-त्या वेळी आपण आपला आवाज शांत ठेवावा. असं करणं कठीण जरी असलं तरी शक्य आहे. या गोष्टीचा सराव जर लवकर चालू केला, तर आपल्या जीवनात त्याचा खूप उपयोग होतो, असं लक्षात येईल.

आजपर्यंत लोकांनी क्रोध भडकवण्याचंच काम केलं आहे. एक व्यक्ती दुसऱ्यावर क्रोधित झाली तर दुसरी व्यक्ती त्याच्यापेक्षा जास्त आवाज चढवून बोलते. जेव्हा पहिल्या व्यक्तीच्या लक्षात येतं, समोरचा माणूस माझ्याहीपेक्षा उंच आवाजात बोलतोय, तेव्हा तोही ताठर स्वरात बोलायला लागतो. परंतु जर याच्या अगदी उलट घडलं, आपण आपला आवाज खालच्या पातळीवर आणला, तर समोरचादेखील आपोआप हळूवार आवाजात बोलू लागेल.

चौथा उपाय : आरशात बघा

आपल्याला जेव्हा क्रोध येईल तेव्हा आपला चेहरा आरशात बघा. आरशात दिसणारा आपला वेडावाकडा चेहरा बघून आपल्याला क्रोध येऊच नये असं तुम्हाला वाटेल. तुम्हाला स्वतःलाच तो चेहरा आवडणार नाही. ज्यावेळी क्रोध येईल त्यावेळी, 'आता माझा चेहरा कसा दिसत असेल' याचा विचार करा. हा चेहरा मला आवडेल का? हा प्रश्न स्वतःला विचारा.

पाचवा उपाय : थंड पाण्याचा उपयोग

क्रोध येईल तेव्हा लगेच थंड पाणी प्यावं. क्रोधानं अवघं शरीर तापतं असं लक्षात आलं आहे. पाणी प्यायल्यामुळे शरीरातली उष्णता कमी होईल आणि क्रोध काही वेळासाठी शांत होऊ शकेल.

सहावा उपाय : उलटी गणना करणं

एक ते दहा आणि दहा ते एक अशी उलटी गणना करा. असं केल्याने क्रोध त्वरित शांत होईल. कारण आपलं मन उलटी गणना करण्यात व्यस्त होईल.

सातवा उपाय- जिभेच्या शक्तीचा उपयोग करा

मंत्रोच्चारण :

राग आल्यास जिभेद्वारे एखाद्या मंत्राचा उच्चार करत राहा. वाटल्यास मोठ्याने करू नका; पण तोंडातल्या तोंडात तरी पुटपुटत राहा. त्यामुळे रागापासून मुक्ती मिळण्याबरोबरच मंत्रोच्चारणाचा लाभदेखील मिळू शकेल.

ईश्वराच्या नामाचं उच्चारण :

राग आल्यास ईश्वर अथवा गुरूंच्या नावाचा उच्चार करावा, अथवा त्यांचा चेहरा आपल्या नजरेसमोर आणावा. यामुळे राग टाळता येईल. कारण ईश्वर अथवा गुरूंचा चेहरा नजरेसमोर येताच क्रोधाऐवजी भक्तिभाव जागृत होऊ लागेल.

क्रोधापासून मुक्ती मिळवण्याचा अंतिम उपाय- आपला राग वाचायला शिकाः

क्रोध उत्पन्न होण्याच्या विकारापासून पूर्णतः मुक्ती मिळवायची असेल, तर राग दाबून ठेवणं अथवा समोरच्या व्यक्तीवर व्यक्त करणं या दोन्ही पद्धतींच्या पुढे जायला हवं. त्यासाठी आपल्याला आपला राग वाचता यायला हवा. 'मला कोणत्या गोष्टीमुळे

राग येतो... कोणत्या भावनांपासून स्वतःला वाचवण्यासाठी मी राग व्यक्त करतो... आपला कमकुवतपणा लपवण्यासाठी क्रोधाचा आश्रय घेणं चांगलं का वाटतं... आपल्या कोणत्या इच्छांच्या पूर्ततेमध्ये अडचणी आल्यास आपल्याला राग येतो... कोणत्या लोकांची आणि का चिड येते... कोणकोणत्या बाबतीत आपला राग अनावर होतो... राग आल्यावर मी काय करतो... माझा राग किती वेळपर्यंत टिकतो... कोणत्या गोष्टीमुळे माझा राग शांत होतो...' या प्रश्नांची उत्तरं शोधणे म्हणजे आपला राग वाचता अथवा ओळखता येणे. काही लोक रागावल्यानंतर समोरच्या व्यक्तीवर ओरडून आपल्या मनातील असंतोष व्यक्त करतात, तर काही लोक राग दडपून ठेवून शांत राहणंच पसंत करतात; पण आतून मात्र ते धुसफुसत राहतात. काही लोकांचा राग लगेच व्यक्त होतो, तर काहींच्या रागाचा खूप सहन केल्यानंतर एकदमच स्फोट होतो. यापैकी आपल्या रागाची पद्धत कोणती आहे, हे स्वतःचा शोध घेऊन पाहणं म्हणजेच आपला राग वाचणं होय.

माणसाला राग तेव्हा येतो, जेव्हा त्याच्या एखाद्या सुप्त इच्छेमध्ये बाधा निर्माण होते. सुप्त इच्छा म्हणजे अशी इच्छा, जी त्याच्या मनामध्ये खोलवर दडलेली असते; परंतु ती वरवर पाहता व्यक्त होत नसते. कधी कधी अशा मनुष्याला स्वतःलासुद्धा याबाबत काही कळत नाही. जसं, एखादा मनुष्य टीव्हीवर क्रिकेटचा अंतिम सामना बघत असेल आणि त्याचा आवडता बॅट्समन खेळायला मैदानावर उतरताच वीजपुरवठा खंडित होऊन टीव्ही बंद पडला, की त्याला राग येतो. यामागे त्याच्या विनाव्यत्यय मॅच पाहण्याच्या सुप्त इच्छेमध्ये बाधा निर्माण झालेली असते. ती इच्छा जरी त्याने व्यक्त केलेली नसते; तरीही त्यात खंड पडल्याने ही इच्छा त्याच्या मनात दडलेली होती, हे समजतं.

अशा छोट्या छोट्या घटना घेऊन आपला राग वाचायला सुरुवात करा. जेव्हा राग येईल तेव्हा आपण स्वतःलाच विचारा, 'माझ्या कोणत्या सुप्त इच्छेमध्ये बाधा निर्माण झाली आहे?' ती इच्छा समोर दिसू लागताच पुन्हा विचारा, 'माझी ही इच्छा माझ्या आंतरिक शांतीपेक्षा जास्त मोठी आहे का? या इच्छेच्या पूर्ततेशिवायही मी आनंदी राहू शकतो का?' बहुतांश घटनांमध्ये 'इच्छेच्या पूर्ततेशिवायही आनंदी राहता येऊ शकतं,' असंच उत्तर मिळेल.

सुरुवातीला एकाच प्रयत्नात अपेक्षित परिणाम साधला जाणार नाही, असंही होऊ शकतं. परंतु योग्य पद्धतीने प्रयत्न करत राहिल्यास हळूहळू आपल्याला आपल्या

आतूनच समाधान जाणवू लागेल. त्याचबरोबर सदसद्विवेक बुद्धीने प्रतिसाद देणंही आपल्याला आवडू लागेल.

छोट्या छोट्या प्रसंगांत आपला राग वाचता येणं ही आपली सवय बनायला हवी आणि मोठ्या प्रसंगात वर दिलेली वाक्यं पुनःपुन्हा उच्चारत राहा. क्रोधाच्या निमित्ताने आपण आपल्या अंतर्मनापर्यंत पोहोचलो, तर क्रोधाशी संबंधित इतर विकारही आपल्या समोर येतील आणि त्यापासून मुक्त होणं शक्य होऊ शकेल.

हा अभ्यास वाढू लागल्यास, क्रोधाचा अहंकार, त्याचा पारा जो पूर्वी अचानकच वर चढत होता, तो आता हळूहळू शांत होऊ लागेल. आपले सर्व व्यवहार शांततेने, सौजन्याने आणि पूर्ण विचारांती होऊ लागतील आणि आपण 'स्वस्थ समाधान, फीलिंग गुड'च्या भावनेची अनुभूती घेऊ शकाल. त्यामुळे आपल्या अवतीभोवतीच्या लोकांमध्येसुद्धा आपण प्रिय व्हाल.

मनन प्रश्न
क्रोधामुळे माझ्या शरीरावर काय परिणाम होत आहे?

आजचा प्रशिक्षण संकल्प
आज क्रोध (विचारातसुद्धा) निर्माण होऊ द्यायचा नाही.

१०
साहसाच्या दिशेने
भयापासून मुक्ती – सात आत्मनिर्देश
SECOND OBSTACLE

सतत घाबरणारे लोक मृत्यूपूर्वीच कित्येकदा मरतात. परंतु साहसी मनुष्य मृत्यूचा अनुभव केवळ एकदाच घेतो.

— शेक्सपिअर

भयभीत लोक नेहमीच आक्रसलेले आणि बुजलेले असतात. जसं :

१. हे लोक कुठेही गेले तरी त्यांच्या मनात, आपल्याकडे कोणीतरी बघत आहे, हीच भीती सतत असते. या विचाराने अशा व्यक्ती धास्तावलेल्या राहतात.

२. ही माणसं स्वतःबद्दल काही सांगायचं असेल, तर कोणासमोर बोलू शकत नाहीत. काही सांगू शकत नाहीत.

३. भयग्रस्त लोक कित्येक वेळा इतरांकडे गरजेची वस्तूही मागू शकत नाहीत.

४. असे लोक आनंद मिळवण्यासाठी सदैव बाह्य गोष्टींवर अवलंबून असतात. अशा लोकांना वस्तू संपतील का, या भीतीनं कायम घेरलेलं असतं. मग या वस्तू असोत वा नातेसंबंध.

भयग्रस्त माणूस नेहमी घाबरलेला आणि दबून राहतो. चारचौघांत बोलायलाही तो घाबरतो. सर्व बाबतीत मागं मागं राहतो. प्रत्येक बारीकसारीक गोष्टीची त्याला भीती वाटत असते. अशा माणसाच्या मनात कायम भीतिदायक विचार येत असतात. ही वृत्ती यशस्वितेचा शत्रू असल्याने प्रत्येकाला योग्य वयातच ती बदलण्याचं प्रशिक्षण मिळालं पाहिजे.

भयग्रस्तता हा एक आजार असून, तो वाळवीप्रमाणे माणसाचं जीवन आतून पोखरून काढतो. भीतीमुळे माणसाच्या मनात न्यूनगंडाची भावना निर्माण होते. तो स्वतःला इतरांपेक्षा हीन समजू लागतो. भीती हे अपयशाचं मूळ कारण आहे. अपयशाच्या भीतीने माणूस शरीरहत्या (आत्महत्या) करण्यापर्यंत मजल गाठतो. एवढी भयानक वृत्ती आपण आपल्याबरोबर घेऊन फिरत असतो आणि याची आपल्याला गंधवार्ताही नसते. आपल्या आजूबाजूच्या लोकांचं जीवन अशा न्यूनगंडाने पछाडलेलं असेल, तर ते आपण शांतपणे पाहू शकाल का? केवळ भीतीमुळे आणि चिंतेमुळे कित्येक माणसं मृत्यूला कवटाळतात, हे वास्तव आपण वृत्तपत्रांतून वाचतो, टीव्हीवर पाहतो. एका कहाणीद्वारे हे समजून घेऊया.

एका गावामध्ये साथीचा रोग सुरू झाला. गावाचा रखवालदार आणि साथीचा रोग यांच्यामध्ये पुढीलप्रमाणे संभाषण झालं...

गावाच्या रखवालदाराने आजाराला विचारलं, ‘‘काय रे, किती लोकांना मारण्याचा विचार आहे?’’

‘‘यामुळे सुमारे पाचशे लोक मरण्याची शक्यता आहे,’’ आजाराचं उत्तर होतं.

‘‘तू साफ खोटं बोललास. तू पाचशे नव्हे, तर हजार लोकांचा जीव घेतलास.’’ आजार परत फिरू लागताच चौकीदार त्याला म्हणाला.

त्यावर आजार उत्तरला, ‘‘नाही! मी तर केवळ पाचशे लोकांनाच मारलं. बाकीचे जे पाचशे लोक मेले ते केवळ हा आजार मला झाला असावा, या भीतीमुळे ...’’

अशा प्रकारे अनेक लोक आजारांना घाबरतात. जसं, स्वाइन फ्लू, डेंग्यू आणि चिकुन गुणिया वगैरे साथीचे रोग. प्रत्यक्षात ती साथ एकीकडे पसरलेली असते, परंतु ज्या भागात ही साथ नसते त्या भागातील लोकही घाबरलेले असतात. 'हा आजार मलाही झालेला नसेल ना!' असा विचार कित्येकांच्या मनात येऊन जातो. मजेशीर गोष्ट म्हणजे चिकित्साशास्त्राचा अभ्यास करणाऱ्या अनेक मुलांना, ते ज्या आजाराच्या लक्षणांचा अभ्यास करत असतात तो त्यांनाही झाला आहे, असं वाटू लागतं. याचं एकमेव कारण म्हणजे त्यांचे विचार. कारण हे विद्यार्थी कल्पनाशक्तीने आजाराची लक्षणं ओढवून घेतात आणि रोगाची शिकार बनतात. साथीच्या रोगाची प्रत्यक्ष लागण झालेल्या लोकांपेक्षा अधिक लोक आजाराच्या भीतीने मरतात, असं अनेक डॉक्टरांचं मत आहे.

जे लोक स्वानंद मिळविण्यासाठी आत्मनिर्भर असतात म्हणजे स्वतःचं सुख अंतरंगातूनच मिळवतात, ते अशा क्षुल्लक कारणावरून घाबरून जात नाहीत. एखादी व्यक्ती माझ्याबरोबर नसेल, तर माझं काय होईल, ही भीती त्यांना कधी सतावत नाही. कारण आसक्तीच चिंता व भयग्रस्त वृत्तीचं (कायर पॅटर्न) खाद्य आहे.

बेबंद व बेलगाम कल्पनांची इच्छापूर्ती होत नाही, हे पाहून माणसाचं मन चिंतित होतं. तेव्हा ही कल्पना दूषित होऊन भयानक परिणाम दाखवू लागते. त्याचप्रमाणे कल्पना कपोलकल्पित भयंकर दृश्य दाखवून भीतीचं रूप धारण करते. त्यामुळे प्रथम भीतिप्रद अवस्थेचं भय मनातून काढून टाकणं आवश्यक आहे. सर्वप्रथम 'मला भीती वाटते' हे वास्तव स्वीकारलं पाहिजे. या भीतीचे काही सबळ कारण असेल, तर त्याचा उपयोग करून घ्यायला हवा. परीक्षेत नापास होऊ या भीतीने मुलं अभ्यास करतात. पण ही भीती सकारात्मक आहे. भीती जर मानसिक असेल, तर तिच्यापासून मुक्त व्हा. भयमुक्त जीवन जगण्यासाठी विचारांना आत्मसूचनेद्वारा प्रशिक्षित करा.

१. सात स्वयंसूचना

आपलं शरीर आपण दिलेल्या आज्ञांचं पालन करत असतं. परंतु ही गोष्ट आपल्याला माहीत नसते. त्यामुळे आपण स्वतःला कोणत्याही सूचना देत नाही. आजपासून स्वतःलाच खाली दिलेल्या सूचना प्रेमपूर्वक, लयतालात वारंवार द्यायला सुरुवात करा.

१. मी धाडसी आणि साहसी आहे.

२. माझं स्वास्थ्य उत्तम आहे. मी जागृत आहे.
३. मी समतोल विचार करू शकतो. मी प्रत्येक कार्य पार पाडू शकतो.
४. मला जीवनात चांगल्या लोकांचा सहवास मिळत आहे.
५. माझं मन आणि शरीर दिवसागणिक उत्तमोत्तम बनत आहे.
६. ईश्वराच्या अनंत शक्तीमुळे मला प्रत्येक दिशेने आणि सर्वतोपरी मार्गदर्शन मिळत आहे.
७. जी समस्या मला मारू शकत नाही, ती मला अधिक मजबूत बनवते.

या साऱ्या स्वयंसूचनांमुळे जीवन निर्भय बनेल आणि जीवनाच्या विकासात आश्चर्यकारक बदल घडून येतील. त्याचबरोबर धैर्य, चारित्र्यनिर्मिती, व्यक्तिमत्त्वात आकर्षक बदल, यश आणि संपूर्ण आरोग्य यांचादेखील लाभ होऊ शकतो. म्हणून स्वतःला भयमुक्त करण्यासाठी स्वयंसूचना द्यायला लगेच सुरुवात करा.

२. स्वयंसूचना देण्याच्या सात पद्धती

स्वयंसूचना देण्यासाठी पुढे दिलेल्या सात पद्धतींचा उपयोग केल्याने मोठ्या प्रमाणावर फायदा होईल.

१. सुरुवातीला शरीर शिथिल (relax) करा. जागेच्या सोयीनुसार बसून अथवा झोपून स्वतःला सूचना द्या. डोळे बंद करून दहा ते एक असे उलट्या क्रमाने अंक मोजा. यामुळे तुमचं मन एकाग्र होईल. त्यानंतर वर उल्लेख केलेल्या स्वयंसूचनांची द्विरुक्ती करा.
२. मनातल्या मनात किंवा हळुवार आवाजात स्वयंसूचना द्या.
३. पूर्ण विश्वास आणि समजेसह स्वयंसूचना द्या.
४. स्वयंसूचनांची स्वतःच्या आवाजातील टेप बनवून दररोज आरामात पडून या स्वयंसूचना ऐका.
५. साऱ्या स्वयंसूचना हळूवारपणे, प्रेमपूर्वक व भावनांच्या ओलाव्यासहित द्या.
६. स्वयंसूचनांना सुरुवात करण्यापूर्वी आणि शेवटी, ''आता मी ज्या स्वयंसूचना देणार आहे अथवा दिल्या आहेत, त्या माझं शरीर, मन आणि वातावरणावर

सकारात्मक परिणाम करणार आहेत. त्या स्वयंसूचना मी लगेच ग्रहण करणार आहे,'' असं मोठ्याने म्हणा.

७. ताल आणि लयीत दिलेल्या सूचना अधिक परिणामकारक असतात. यामुळे काही सूचनांची दिवसभरात कधीही आठवण आली, तर त्या गुणगुणत, उच्चारत राहा.

मनन प्रश्न
माझ्यात असलेल्या भीतीमुळे मी आजपर्यंत काय-काय गमावलं?

आजचा प्रशिक्षण संकल्प
आज मला निर्भयतेनं कार्य करायचं आहे.

११

सत्याकडे वाटचाल

कपटवृत्तीची बाधा

THIRD OBSTACLE

सिद्धान्तावर चालताना अपयश येणं,
असत्यात जिंकण्यापेक्षा चांगलं आहे.
– आर्थर काल्वेल

तिसरा पॅटर्न लायर पॅटर्न. लायर पॅटर्न म्हणजे कपटी स्वभाव. काही माणसं प्रत्येक गोष्टीत खोटं बोलतात. खोटं बोलण्याची जणू त्यांना सवयच जडते. जेथे खोटं बोलण्याची गरज नाही, तेथेही या व्यक्ती सवयीनं सर्रास खोटं बोलतात. या मोहात गुंतलेली माणसं मनात नसतानाही केवळ सवयीचा गुलाम बनून कपटीपणाने वागतात. कित्येकांना या सवयीतून बाहेर पडण्याची इच्छा असूनही ते हा स्वभाव सोडू शकत नाहीत. आपल्या तोंडून खोटी गोष्ट कधी निघून गेली, याचाही त्यांना पत्ता लागत नाही. मग कित्येक वेळा या लोकांना एक खोटी गोष्ट लपवण्यासाठी अनेक वेळा

खोटं बोलावं लागतं. अशा रीतीने हे लोक खोटेपणा आणि कपटीपणा या दोहोंच्या दुष्टचक्रात अडकून पडतात.

एकदा एका माणसाला अचानक त्याचा मित्र भेटतो. या मित्राकडे तो बरेच दिवसांत गेलेला नसतो. स्वाभाविकपणे मित्र त्याला विचारतो, ''मित्रा, बऱ्याच दिवसांत घरी आला नाहीस. आता कधी येतोस बोल!'' त्यावर तो माणूस तत्काळ उत्तर देतो. ''अरे किती दिवस यायचं म्हणून मनात घोकत होतो आणि आज मी येणारच होतो. आज संध्याकाळीच येतो ना!'' परंतु असं उत्तर देतानाही त्याला ठाऊक असतं, आज संध्याकाळीही तो त्या मित्राकडे जाऊ शकणार नाही.

अशा प्रकारे माणसाला खोटं बोलण्याची एवढी सवय लागून जाते, की बोलताना तो अजिबात विचार करत नाही, कचरत नाही. एखाद्यानं जर विचारलं, ''तुमच्यापाशी सुट्टे पैसे आहेत का?'' त्यावर हा माणूस तत्काळ उत्तर देतो, ''माझ्यापाशी सुट्टे पैसे नाहीत!'' वास्तविक त्याच्या खिशात ते असतात. पण नकळतच त्याच्या तोंडून हे वाक्य निघून जातं. प्रत्यक्षात तो असंही म्हणू शकला असता, 'सुट्टे पैसे आहेत, परंतु मला ते पाहिजेत म्हणून मी देऊ शकत नाही.' परंतु धादांत खोटं बोलण्याची सवय अंगवळणी पडल्यामुळे तसे शब्द अनायासपणे त्याच्या तोंडातून निघून जातात. यालाच 'लायर पॅटर्न' किंवा 'असत्यवाद' असं म्हणतात.

खोटं बोलण्याची सवय लागलेल्या माणसाला या खोटारडेपणाची परिणती, त्याचा परिणाम, पुढं काय होईल, याची अजिबात कल्पना नसते. खोटं बोलल्याने फार काही घडणार नाही, असंच त्याला त्या वेळी वाटत असतं. पण प्रत्यक्षात खोटं बोलण्याच्या सवयीमुळे काही वेळा एखाद्याच्या जीवावरही बेतू शकतं. आपल्या चुका लपवण्यासाठी कपटनीतीचा अवलंब करणं हा एक असा मार्ग आहे, की त्या मार्गानं चालणारा माणूस मागे परतण्याची सुतराम शक्यता नसते. पण, या सर्व गोष्टींबद्दल अनभिज्ञ असल्याने विचार न करता लोक खोटारडेपणाचा आश्रय घेतात. 'कपटीपणाने वागल्यानेच जगातील सर्व गोष्टी विनासायास मिळतात, शिवाय उच्चपदाचा लाभही होतो,' असा विचार करणारे लोकही समाजात काही कमी नसतात. परंतु जेव्हा त्यांचं पितळ, कपट-कारस्थान सर्वांसमोर उघडं पडतं, तेव्हा त्याचे अत्यंत गंभीर परिणाम ही त्यांना भोगावे लागतात. मोठा हुद्दा, मोठं नाव किंवा भरपूर पैसे मिळण्याऐवजी सर्वांसमोर असत्य प्रकटल्याने अशा लोकांना कृतकर्माची शिक्षा मिळण्याची शक्यता अधिक असते.

खोटं बोलण्याची सवय जडलेला माणूस कित्येक वेळा असा विचार करतो, ''मी कोणाचं आर्थिक नुकसान तर करत नाही ना! मग खोटं बोलण्यात असं फारसं काय वावगं आहे?'' अशा प्रकारची विचारसरणी असलेल्या लोकांच्या आयुष्यात विश्वास या शब्दाला काही किंमत नसते. खोटं बोलण्याच्या सवयीमुळे ते पैशांपेक्षाही अधिक महत्त्वाची, अमूल्य अशी गोष्ट हरवून बसतात ती म्हणजे 'लोकांचा विश्वास.' विश्वास नेहमी सत्याच्या पायावर उभा असतो. एकदा खोटं बोलल्यामुळे बऱ्याच प्रयत्नांनी मिळवलेला विश्वास नष्ट होऊ शकतो. म्हणून असत्याची कास धरण्यापूर्वी प्रत्येकाने हा विचार करावा, 'अशा प्रकारे खोटं बोलणं खरंच आवश्यक आहे का?'

खोटं बोलण्याच्या सवयीपासून लवकरात लवकर मुक्त होणं केव्हाही चांगलंच. कारण त्यानंतर, 'खोटेपणातून मी मुक्त झालो ही एक चांगली गोष्ट माझ्या आयुष्यात घडली,' असंच तुम्ही म्हणाल. यानंतर भाव, विचार, वाणी आणि क्रिया या चारही गोष्टींमध्ये समन्वय साधून तुम्हाला अखंड जीवन जगता येईल. त्याचबरोबर कोणाला, कधी, काय खोटं सांगितलंय, हे लक्षात ठेवण्याची आवश्यकताही उरणार नाही. आपण आनंदानं अगदी निश्चिंत व्हाल. अन्यथा तुम्हाला एक खोटं लपवण्यासाठी, लोकांना पटवण्यासाठी कितीतरी उलटसुलट गोष्टी सांगाव्या लागतात. खूप खोटंनाटं बोलावं लागतं! अशा प्रकारे ही शृंखला चालूच राहते. 'खोटं लपवण्याच्या व्यवस्थापनात' बराच काळ व्यर्थ जातो. ही बाब प्रत्येकानं समजून घ्यायला हवी.

तुमच्या आजूबाजूला कशा प्रकारचे लोक राहतात, याची जाणीव तुम्हाला बुद्धी, अनुभव आणि निरीक्षणाने झालीच असेल. असे लोक ते करीत असलेल्या कामाचं स्वरूप (hidden agenda) कधी उघड करत नाहीत. त्यामुळे त्यांना अनावश्यक दुःख भोगावं लागतं. असं करून शेवटी त्यांना किती सुख, संतुष्टी मिळत असेल? ते जर अखंड जीवन जगले असते, तर त्यांना किती आनंद मिळाला असता? अखंड जीवन व्यतीत करणाऱ्या व्यक्तीच्या बोलण्यात एक प्रकारची शक्ती झळकत असते. याउलट खोटं बोलणाऱ्या व्यक्तीच्या मनात सतत चलबिचल चालू असते, कुठे त्याचं खोटं बोलणं उघड तर होणार नाही ना, याचं त्याला सतत भय असतं. कपटमुक्त झाल्यानंतरच व्यक्ती मोकळेपणाने वर्तमानात जगू शकते. सत्याच्या मार्गावर चालताना आपली संपूर्ण शक्ती आणि लक्ष साधनेवर केंद्रित करू शकते. कपटी व्यक्तीच्या अंतर्मनात मात्र सतत खळबळ माजलेली असते, ''एखाद्याने जर असं विचारलं, तर त्याला मी काय उत्तर देऊ?'' अशा तऱ्हेने ती नेहमी उद्विग्न अवस्थेत राहते. कपटमुक्ततेमुळे माणूस तणावमुक्त होऊन मोकळेपणानं वर्तमानात जगू लागतो आणि आपल्या कामावर संपूर्ण

लक्ष केंद्रित करतो. अशा प्रकारे जीवनाचा सर्वोच्च आनंद घेऊन तो विकासपथावर अंतिम लक्ष्य गाठतो.

हव्यासामुळे मनुष्य छोट्या छोट्या गोष्टींमध्येही विनाकारण स्वतःला अडचणीत आणत असतो. आपण जर एकदा खोटं बोललात, तर दुसरंही खोटं बोलावं लागतं, मग तिसरं… अशा प्रकारे आपण खोटेपणा आणि कपटाच्या दुष्टचक्रात अडकून आपलं चारित्र्य हरवून बसतो. त्यामुळे खोटारडेपणा आणि लालसा यांचा आश्रय घेणं सोडून द्या. लालसा आणि खोटारडेपणा न बाळगताही आपल्याला सर्व काही साध्य होऊ शकतं, गरज आहे फक्त प्रामाणिकपणे चिंतन-मनन करण्याची.

मनुष्य प्रामाणिकपणे स्वतःची विचारपूस करून असा विचार करेल की

▸ आपल्याला खोटं बोलण्याची गरज आहे का?

▸ खोटं बोलल्याने आपल्याला कोणता लाभ होणार आहे आणि कोणतं नुकसान होऊ शकेल?

▸ लालसेत अडकल्याने काय होऊ शकतं?

▸ खोटं बोलल्यामुळे आजपर्यंत आयुष्यात कोणकोणत्या अडचणी निर्माण झाल्या?

▸ जर या गोष्टींनी सवयीचं रूप धारण केलं, तर आपल्या आणि अवतीभोवती असणाऱ्या लोकांच्या जीवनामध्ये त्यामुळे कोणकोणत्या समस्या निर्माण होऊ शकतील?

अशा प्रकारे जेव्हा प्रामाणिकपणे समग्र मनन होऊ लागेल, तेव्हा याचं भान येईल, की अप्रामाणिकपणा आणि कपटवृत्तीच्या मोहजालात अडकल्यामुळे आपलं स्वतःचं, तसंच आपल्या अवतीभोवती असलेल्या लोकांचं कसं नुकसान होत आहे. जेव्हा हे स्वच्छ दिसू लागेल, तेव्हा आपण स्वतःहूनच या सवयीतून मुक्त व्हाल.

मनन प्रश्न
खोटं बोलण्यामुळे आजवर माझ्या आयुष्यात कोणकोणत्या अडचणी निर्माण झाल्या?

आजचा प्रशिक्षण संकल्प
आज कपटाने वागायचं नाही. प्रत्येक गोष्ट जशी आहे तशीच व्यक्त करायची आहे.

उत्साही बना
सुस्ती कमी करा
FOURTH OBSTACLE

ईश्वर प्रत्येक पक्ष्याला अन्नपाणी देतो,
परंतु ते त्याच्या घरट्यात पोहोचवत नाही.
— जे. जी. हॉलंड

काही लोक कोणत्याही कामासंबंधी बेजबाबदार आणि सुस्त असतात. मग घर असो वा ऑफिस, मित्र असो वा नातेवाईक, प्रत्येक ठिकाणी ते बेजबाबदारपणे वागतात. कित्येकदा यांच्या बेजबाबदारपणाचे दुष्परिणाम इतरांना भोगावे लागतात. उदाहरणार्थ, त्यांच्याकडून कधी मोबाइल हरवतो, तर कधी घराची किल्ली. अशा लोकांमुळे शिस्तबद्ध लोकांचा वेळही व्यर्थ जातो. असे लोक महत्त्वाच्या वस्तूंची काळजी न घेता, त्या कुठेही आणि कशाही ठेवतात. त्यामुळे त्यांच्या जीवनात अनर्थ घडू शकतो.

असे लोक आपलं काम अर्धवट सोडतात. हे

लोक काम सुरू तर करतात; पण मध्येच त्यांना दुसरं एखादं काम आठवतं किंवा जे काम सुरू केलंय, त्याच्यात त्यांचं मन रमत नाही. कुठलंही काम सुरू करण्यापूर्वी त्याची संपूर्ण माहिती हे लोक घेत नाहीत. त्यामुळे त्यांना कामात अडचणी येतात. मग ते काम मध्येच अर्धवट सोडून देतात. त्यामुळे इतरांना ते पूर्ण करावं लागतं.

शरीर प्रशिक्षित नसल्याने किंवा बेजबाबदारपणामुळे केवळ व्यक्तीशः त्याचंच नुकसान होत नाही, तर अखिल विश्वाचंही खूप मोठं नुकसान होतं. तो बेशिस्त असतानाचं त्याचं जीवन कसं होतं, याचा अनुभव प्रत्येक शिस्तप्रिय मनुष्याला येतो.

जे लोक आपलं काम जबाबदारीने पार पाडतात, अशांना प्रशिक्षणाने मिळणारे लाभ माहीत असतात. प्रशिक्षण नसेल, तर जीवन बेकार आहे, असं समजायला हवं. त्यामुळे स्वतःबरोबरच इतरांचंदेखील नुकसान होतं. मनुष्याचं आपल्या मनावर नियंत्रण नसल्यामुळे त्याची मोठी हानी होते. तो इतरांच्या क्रोधाचं कारण बनतो. बेजबाबदारपणातून मुक्त होऊन काम करण्याचं महत्त्व जाणलं, तर आपण जीवनात सहजतेने यश प्राप्त करू शकतो. यासाठीच मोकळ्या वेळेचा उपयोग आपण प्रशिक्षण घेण्यासाठी करायला हवा.

ज्या लोकांनी प्रशिक्षणाचं महत्त्व जाणलं आहे, अशा लोकांच्या चेतनेचा स्तर दिवसेंदिवस वृद्धिंगत होत राहतो आणि ते आळस झटकून उत्साही जीवनाकडे वाटचाल करतात. पूर्वी वस्तू त्याचा उपयोग करत; परंतु प्रशिक्षणानंतर मात्र तो वस्तूंचा उपयोग करू लागतो. हा आश्चर्यकारक बदल त्याच्यात प्रशिक्षणामुळे घडतो. वास्तविक आपण मनाचे मालक आहोत; परंतु प्रशिक्षण नसल्याने तेच आपला मालक बनतं. मनाला कधीही आपला मालक बनू देऊ नका. यासाठीच जीवन अनुशासित करा. हे सुरुवातीला थोडंसं कठीण वाटेल. अशा वेळी हे काम कठीण आहे, म्हणूनच ते करण्यायोग्य आहे, ही समज बाळगा. एखादं काम कठीण आहे, हे समजूनदेखील आपण ते हाती घेतलं, तर निरंतर अभ्यास आणि सराव यांच्या साहाय्याने त्यात सहजता येऊ शकते. उदाहरणार्थ, कोणी व्यायाम, आसन, प्राणायाम करू लागला, तर सुरुवातीला त्याला त्याचा त्रास होतो. परंतु अनुशासनप्रिय मनुष्य कोणतंही काम बेजबाबदारपणे करत नाही. 'व्यायाम करून काय लाभ झाला? याने कोणती व्याधी दूर झाली' असे प्रश्न तो व्यायाम केल्यानंतर पहिल्याच दिवशी विचारत नाही. तो निरंतर व्यायाम, आसनं करत राहतो. अशा मनुष्याच्या जीवनात अचानक आश्चर्य दिसायला सुरुवात होते. आता पूर्वीपेक्षा चांगली भूक लागत आहे... भोजन करणं आनंददायी बनलं

आहे... काम करण्याची शक्ती आणि एकाग्रता वाढली आहे... शरीर लवचिक बनलं आहे... भावना शुद्ध झाल्या आहेत... शरीर ओझं न वाटता वरदान वाटू लागलंय... असे बदल घडल्याचं त्याला समजतं.

ज्या मनुष्याच्या जीवनात आळस आणि बेजबाबदारपणा हे पॅटर्न असतात, असे लोक कोणत्याही क्षेत्रात यश मिळवू शकत नाहीत. ते आपल्या आळसाच्या, सुस्तीच्या वजनाने दबून जातात. प्रशिक्षित मनुष्य सुस्तपणा आणि बेजबाबदारपणा या अवगुणांतून मुक्त होऊन मोठं कार्य पूर्ण करण्याचा संकल्प करतो. योग्य प्रशिक्षणाच्या साहाय्याने आपण जीवनात हवं ते प्राप्त करू शकतो, हे ज्याला माहीत आहे, तो मनुष्यच संपूर्ण प्रशिक्षणाचा खऱ्या अर्थाने पूर्ण लाभ घेऊ शकतो.

बेजबाबदारपणा आणि सुस्ती यांतून मुक्त होण्यासाठी काही महत्त्वपूर्ण उपाय:

१. आपल्या सर्व वस्तू योग्य ठिकाणी आणि व्यवस्थित ठेवा.

२. प्रत्येक कार्यात सजगता बाळगा. शरीराद्वारे होत असलेलं कार्य सजगतेने पाहा.

३. कोणतंही काम अर्धवट सोडू नका.

४. स्वतः जबाबदारी घेऊन एखादं काम पूर्ण करा.

५. एखादं काम पूर्ण करण्यासाठी विशिष्ट कालावधी निश्चित करा आणि त्या वेळेतच ते पूर्ण करा. प्रारंभी लहानसहान कामं घेऊन हा प्रयोग करा. त्यामुळे तुमचा आत्मविश्वास वृद्धिंगत होईल.

६. 'कल करे सो आज कर किंवा हे ईश्वरा, हे काम आज करायचंय तर आजच करून घे' अशा वाक्यांचं स्मरण केल्यानेदेखील आपण बेजबाबदारपणा आणि सुस्ती यांपासून दूर राहाल.

७. कोणत्याही कामाची सुरुवात योग्य रीतीने केली, तर आपण स्वतःच्या पायावर कुऱ्हाड मारून घेण्याची तसेच स्वतःला हरवण्याची आपली सवय नष्ट होईल. असं केल्याने सबबी देण्याच्या सवयीतूनदेखील आपली सुटका होईल.

८. कित्येकदा मनुष्य कारणं देऊन स्वतः जबाबदारीतून मुक्त होऊ पाहतो. कोणतंही काम पूर्ण न होण्यामागे मनुष्याला एखादं चांगलं कारण मिळाल्यावर तो इतका खुश होतो, की जणू काही ते कामच पूर्ण झालंय. परंतु हे वास्तव नव्हे. कितीही कारणं दिली, तरी कार्य अपूर्णच राहणार. कधी ना कधी ते आपल्याला करावंच

लागणार. त्यासाठी बहाणेबाजी न करता काम पूर्ण करण्याची कला शिकायला हवी.

९. जे कार्य करण्याचा कंटाळा येत असेल वा एखादं काम करत असताना आळस येत असेल, तर असं काम कौशल्यानं वेळेवर पूर्ण करायला हवं. अशा कामात दडलेले सूक्ष्म संकेत ओळखण्याची कला शिका. अशा कामांद्वारे आपल्याला एखादा उपयुक्त बोध प्राप्त होऊ शकतो.

१०. आपली आवड-निवड, संवेदनशीलता आणि ग्रहणशीलता वाढवा. ज्यायोगे बेजबाबदारपणा आणि सुस्ती यांतून मुक्त होण्यासाठी आवश्यक असलेल्या सर्व गोष्टी सहजतेने ग्रहण करू शकाल.

मनन प्रश्न
बेजबाबदारपणा आणि सुस्ती या अवगुणांमुळे, मी माझ्या जीवनातील कोणकोणत्या संधी गमावल्या?

आजचा प्रशिक्षण संकल्प
आज व्यायामाचा कालावधी थोडा वाढवायचा आहे.

दोषारोप करू नका
दूषण देणं बंद करा
FIFTH OBSTACLE

दोष शोधू नका, तर उपाय शोधा.
        –हेनरी फोर्ड

काही लोक सतत इतरांवर दोषारोप करत असतात आणि बहाणे देत असतात. या वृत्तीच्या लोकांना ब्लेमर पॅटर्नवाले म्हणतात. या लोकांना एखाद्या कामाविषयी विचारलं तर, 'त्याने अमुक केलं त्यामुळे मी हे काम केलं नाही... त्याने तमुक केलं म्हणून ते काम अर्धवट राहिलं... आज खूप पाऊस होता त्यामुळे असं झालं... मध्येच लाइट गेली... खूपच थंडी होती म्हणून असं झालं... माझ्या दुःखाचं कारण कोणी दुसरंच आहे... त्यामुळे मी दुःखी आहे...' अशी उत्तरं ते देतात. अमुक काम अद्याप का झालं नाही, असं त्यांना विचारायचा अवकाश; ते क्षणाचाही विलंब न लावता म्हणतील, 'आज अमक्याने माझा

खूप वेळ घेतला... अचानक दुसरं काम आलं...' इत्यादी. अशा लोकांना एखादा बहाणा मिळताच ते काम बंद करतात. उदाहरणार्थ, असे विद्यार्थी, अभ्यासाला बसले आणि मध्येच लाइट गेली, तर अभ्यास थांबवण्यासाठी त्यांना सबब मिळते. असे लोक यावेळी अन्य पर्यायांचा विचार करण्याऐवजी बहाणा देऊन काम बंद करतात.

त्याचबरोबर ते एखादं काम करू शकले नाहीत, तर त्याचा दोष इतरांवर थोपवतात. 'जीवनात ते यश मिळवू शकले नाहीत. कारण याला अमुक एक दोषी होता... अमक्या माणसामुळे मी हे करू शकलो नाही... तमक्यामुळे मी ते करू शकलो नाही...' अशा प्रकारे त्यांच्याकडे नेहमी कारणं तयार असतात. या वृत्तीचे लोक सदानूकदा इतरांवर दोषारोप करत राहतात, दूषणं देत राहतात. यालाच 'ब्लेमर पॅटर्न' म्हणतात.

एखाद्या गोष्टीसाठी इतरांना दोष देणं हा एक आजार आहे, वृत्ती आहे. खरंतर आपल्या जीवनात घडणाऱ्या घटनांना आपण स्वतःच जबाबदार असतो. इतर कोणीही त्यासाठी जबाबदार असूच शकत नाही. मनुष्याला हे वास्तव जितक्या लवकर समजेल, तितक्या लवकर तो स्वतःचा विकास करू शकेल. इतरांवर दोषारोप करून कधीही कोणती समस्या सुटत नाही. उलट ती आणखी उग्र रूप धारण करण्याची शक्यता असते. यासाठी कधीही इतरांना दोष देऊ नये.

जे लोक इतरांना दोष देण्याच्या आजाराने ग्रस्त आहेत, त्यांनी लोकव्यवहाराची कला अवगत करणं अतिशय गरजेचं असतं. अशा लोकांच्या नातेसंबंधात वितुष्ट येण्याची पुरेपूर शक्यता असते. इतरांवर विश्वास ठेवणं यांना खूप कठीण जातं. त्यामुळे त्यांच्या नातेसंबंधात तणाव आणि वितुष्ट निर्माण होतं.

आपल्याला 'समस्या निर्माता' (प्रॉब्लेम क्रिएटर) नव्हे, तर 'समस्या सुधारक' (प्रॉब्लेम सॉल्व्हर) बनायचं आहे. समस्या सुधारक कधीही स्वतः समस्या निर्माण करत नाही. उलट तो इतरांच्या समस्या सोडवतो.

'मी समस्या निर्माता आहे, समस्या सुधारक आहे, की सामान्य आहे?' हा प्रश्न प्रत्येकाने स्वतःला विचारायला हवा. काही लोक सामान्य असतात. ते समस्या निर्माणही करत नाहीत आणि त्या सोडवतही नाहीत. आपल्याला मात्र प्रॉब्लेम सॉल्व्हिंगचं प्रशिक्षण घ्यायचं आहे. यासाठीच आता आपल्याला 'इथे असं चाललेलं असतं... तसं चाललेलं असतं... आमच्या ऑफिसमध्ये असं करतात... शेजारी-पाजारी अमुक करतात...' अशा तक्रारी करण्यापासून मुक्त होऊन समस्या सोडवण्याच्या उपायांवर विचार करायचा आहे.

लोकांचं जीवन तक्रारींचा पाढा वाचण्यातच व्यतीत होतं. आपण जेव्हा मनोमन

एखाद्याविषयी तक्रार करू लागतो, त्याच्यातील दोष पाहू लागतो, तेव्हा आपल्यात दुःखद भावना जन्माला येते. हा अनुभव आपणही कधीतरी घेतलाच असेल. आपल्याला एखाद्याचा राग येतो किंवा एखाद्याने काही सांगितलं तर ते आपल्याला आवडलं नाही, तेव्हा निसर्ग आपल्यात दुःखद भावना निर्माण करतो. असं करून, 'तू आपल्या केंद्रस्थानापासून दूर झाला आहेस' हेच जणू तो आपल्याला सांगत असतो. ही एक निसर्गाची अतिशय उत्तम पद्धत आहे. मात्र मनुष्याला हे वास्तव माहीत नसतं, तो या दुःखद भावनेतून मुक्त होण्यासाठी थोडंफार कार्य करतो, ज्याने त्याला थोडी उसंत मिळते. परंतु तो त्यातून पूर्णपणे मुक्त होऊ शकत नाही. पण निसर्गनियम जाणल्यानंतर दुःख येताच आपण असं काही पाऊल उचलाल, ज्यायोगे दुःखातून खऱ्या अर्थाने मुक्त व्हाल. त्यानंतर 'इतरांवर दोषारोप करण्याचं जे कर्म मी करत आहे, वास्तविक ते माझीच वित्तंबातमी देणारं कर्म आहे. ज्याला मी दोषी ठरवत आहे, तो तर माझाच आरसा आहे; ज्याद्वारे मी माझं असली रूप पाहत आहे,' असा अंतर्यामी शोध घ्याल. या शोधानंतर आपण म्हणाल, 'माझा स्वतःबद्दल कोणताही गैरसमज राहू नये, मी स्वतःला समजून घ्यावं, स्वतःला पाहू शकावं यासाठी निसर्गाने निर्माण केलेली ही एक उत्तम व्यवस्था आहे.'

दिवसभरात अनेक लोकांना पाहून आपल्यात त्यांच्याविषयी वेगवेगळे भाव निर्माण होतात. त्यावेळी इतरांना पाहून आपल्यात जे भाव निर्माण होतात, त्यासाठी इतरांना दोष न देता स्वतःला जबाबदार ठरवून स्वतःवर कार्य करायला हवं. 'आपल्याला स्वतःला बदलायचं आहे, समोरचा तर आरसा आहे.' ही समज ठेवून ज्या लोकांबद्दल आपले नकारात्मक विचार आहेत, त्यांच्याकडे पाहण्याचा आपला दृष्टिकोन बदलून त्यांच्यात दडलेले सद्गुण पाहायचे आहेत.

आपण जेव्हा एखाद्या मनुष्याला आपला आरसा समजून पाहू लागाल, तेव्हा स्वतःमध्ये सुधारणा कराल. साहजिकच त्यामुळे आपलं अंतरंग स्वच्छ, शुद्ध होईल आणि आपला तेज विकास सुरू होईल. त्यानंतर 'दोष इतरांमध्ये आहे, या विचारातच दोष आहे' हे वाक्य आपल्यासाठी शांतिमंत्र बनेल.

अशा प्रकारे आपण आपल्यातील दडलेले दोष शोधून ते ओळखू लागाल. मग इतरांवर दोषारोप करण्याच्या सवयीतून मुक्त होण्याची शक्यता वाढीला लागते. त्यासाठीच इतरांच्या दोषाकडे लक्ष केंद्रित करणं बंद करा आणि स्वतःला सर्वोत्तम बनवा.

आपण जेव्हा एखाद्याविषयी सतत तक्रारी करू लागता, तेव्हा पितळ बनता. म्हणून आपल्याला पितळ नव्हे, तर चुंबक बनायचं आहे. आपल्याला जेव्हा इतरांमधील

दोष दिसू लागतील, इतरांबद्दल तक्रारींचा सूर असेल, त्यावेळी आपल्याला नेमकं जे हवंय त्यावर लक्ष केंद्रित करायला हवं. समजा, आपला बॉस अथवा आपला सहकारी आपल्याला सदोदित दोष देत असेल, तर त्यावेळी आपण त्वरित 'मी प्रेम आणि सत्य यांनी ओतप्रोत भरून गेलो आहे' या विचारावर लक्ष केंद्रित करायला हवं. त्यांच्यातील या दोषावर विचार करत बसू नये. दोष आपल्या अंतर्यामी असून तो बाहेर आणला जात आहे, ही समज अशा वेळी आपण बाळगायला हवी.

निसर्गाची ही सुंदर व्यवस्था आपण समजून घेतली, तर इतरांवर दोषारोप करण्याच्या सवयीतून आपण त्वरित मुक्त व्हाल आणि विकासोन्मुख जीवन जगू शकाल. यासाठी आवश्यकता आहे, ती समोरच्यावर दोषारोप न करता त्याला धन्यवाद देण्याची. कारण समोरचा मनुष्य आपल्यात दडलेले दोष बाहेर काढण्यासाठी निमित्त बनत आहे.

थँक यू फॉर बीइंग इन माय लाइफ

आपल्या जीवनात आपल्याला खूप सहकार्य करतात असे काही लोक आहेत. त्याचप्रमाणे असेही काही लोक असतील, ज्यांच्याशी आपले काही मतभेद आहेत. ज्यांचं वागणं, बोलणं आपल्याला आवडत नाही. आता या दोन्ही गटातील प्रत्येकी तीन लोक निवडा. त्या लोकांना मनोमन सांगा, 'थँक यू फॉर बीइंग इन माय लाइफ, माझ्या जीवनात आल्याबद्दल धन्यवाद.' हे निरंतरपणे करत राहा. काही दिवसातच याचे चमत्कार आपल्या जीवनात पाहायला मिळतील.

'माझ्या जीवनात आलेल्या नकारात्मक लोकांना मी असं का म्हणू?' कदाचित असाही विचार आपण कराल. आता हा मुद्दा आपण आणखी सविस्तर समजून घेऊया. आपल्या जीवनात नकारात्मक लोक आहेत, त्यामुळेच चांगल्या लोकांची कदर केली जाते. आपल्या जीवनात कितीतरी चांगले लोक आहेत; परंतु आपण त्यांची योग्य कदर करतो का, यावर विचार करायला हवा. आता नकारात्मक लोकांकडे या दृष्टिकोनातून पाहायला सुरुवात करा.

जे लोक आपल्या जीवनात चांगलं कार्य करत आहेत, आपल्याशी सौजन्यपूर्वक वागत आहेत, त्यांना भेटून म्हणा, 'थँक यू फॉर बीइंग इन माय लाइफ.' त्याचप्रमाणे ज्या लोकांशी आपले मतभेद आहेत, जे लोक आपल्याला त्रास देतात, अशा लोकांसाठीदेखील हेच वाक्य मनातल्या मनात उच्चारा.

ज्या लोकांशी आपले मतभेद आहेत, त्यांच्याकडून आपल्याला धीर धरण्याचं,

सबुरी ठेवण्याचं प्रशिक्षण मिळत आहे. असे लोक आपली योग्यता आणि आपल्यातील गुण वाढवत आहेत, याची आपल्याला कल्पनाच नसते. हे लोक आपल्याकडून मनन करून घेत आहेत, शोध करून घेत आहेत. काही ठिकाणी आपण खूप मनमानी करतो आणि याची आपल्याला पुसटशीही कल्पनादेखील नसते. जणू ते आपल्याला आपलंच दर्शन घडवतात.

आपल्या अंतरंगातील कानाकोपऱ्यात असणारा काळोख प्रकाशित करण्याचं कार्य सकारात्मक तसंच नकारात्मक लोकदेखील आपल्या जीवनात करत आहेत. दररोज काही वेळ काढून अशा लोकांना आपण मनोमन धन्यवाद देत म्हणा, 'थँक यू फॉर बीइंग इन माय लाइफ.' काही दिवसांनी, ज्यांच्याशी आपले काही मतभेद होते, ते आता संपुष्टात आल्याचं आपल्याला जाणवेल. हे आपण दिवसभरात जेव्हा वेळ मिळेल, तेव्हा करू शकता. किमान झोपण्यापूर्वी तरी हे अवश्य करायला हवं.

'मी तुमचा तिरस्कार करतो... तुम्ही माझ्या आयुष्यातून दूर व्हा... तुम्ही माझ्या जीवनात आहात त्याबद्दल मी तुमचा द्वेष करतो...' अशा प्रकारचे विचार नकारात्मक लोकांच्या बाबतीत आपल्या मनात होते. भलेही आपले शब्द अगदी असेच नसतील; परंतु आपली देहबोली आणि विचार हेच दर्शवत होते. विशेष म्हणजे आपल्याला याची कल्पनाही नव्हती. आता योग्य समज बाळगून सजगतेने म्हणा, 'माझ्या जीवनात आल्याबद्दल आपल्याला शतश: धन्यवाद!'

आपल्या जीवनात जे चांगले लोक आहेत, त्यांना रात्री झोपताना किंवा त्यांच्याशी संवाद साधताना म्हणा, 'थँक यू फॉर बीइंग इन माय लाइफ.' हे ऐकून त्यांनाही आनंद होईल. आपल्याला त्यांच्याबद्दल नितांत आदर आहे, हे त्यांना माहीत असतं. पण हे शब्द त्यांना तुमच्याकडून ऐकायचे असतात. हे एकच वाक्य आपल्याला चुंबक बनवेल.

मनन प्रश्न
मी इतरांमध्ये गुण पाहतो की अवगुण?

आजचा प्रशिक्षण संकल्प
आज प्रत्येक सजीवाला आणि निर्जीव वस्तूंना म्हणा, 'माझ्या जीवनात आल्याबद्दल धन्यवाद.'

१४

विशाल हृदयी बना
कंजुसीचा दोर
SIXTH OBSTACLE

दरिद्री माणसासारखं जीवन जगणं आणि
धनवान बनून मरणं, हा शुद्ध वेडेपणा आहे.
 – रॉबर्ट बर्टन

काही लोक कंजूस वृत्तीचे असतात. या वृत्तीचे लोक प्रत्येक बाबतीत कंजुसी करतात. अगदी हसण्यातही कंजुसी करतात. कोणी त्यांना एखादा विनोद सांगितला, तरी ते खळखळून हसत नाहीत किंवा घरी जाऊन हसतात. या सवयीमुळे ते संकुचित वृत्तीचे बनतात. त्यामुळे त्यांच्यातील अनंत शक्यतांची त्यांना जाणीवच होत नाही. मनुष्य जन्म मिळाल्याने त्याच्याकडून कितीतरी चांगल्या गोष्टी घडू शकल्या असत्या. परंतु कंजुसीमुळे घडतं भलतंच. अशा लोकांमुळेच 'हास्य क्लब' निर्माण झाले. असे लोक कधीही मोकळेपणाने हसत नाहीत. त्यासाठी त्यांना

हास्य क्लबमध्ये पाचारण करावं लागतं, तेव्हा कुठे ते थोडंसं खुलायला लागतात.

असे लोक पैसे खर्च करताना कंजुसी करतातच. परंतु अन्य ठिकाणीदेखील कंजुसी करतात. त्यांच्या जीवनात एखादी आनंददायी घटना घडली, तरी ते आनंदावरही शंका घेतात आणि म्हणतात, 'हा तर क्षणभंगुर आनंद आहे, मग मी खुश कसा होणार?' एखादी हसण्यासारखी परिस्थिती वा घटना असली, तरीदेखील ते 'यात हसण्यासारखं काय आहे?' असं विचारतात.

असा मनुष्य नेहमी आक्रसून जीवन जगतो. त्यामुळे त्याच्या जीवनातील शारीरिक, मानसिक, सामाजिक, आर्थिक आणि आध्यात्मिक अशा प्रत्येक स्तरांवर त्याचा नकारात्मक परिणाम होतो.

आपल्यातही हा पॅटर्न असेल, तर मोकळेपणाने खुलण्यासाठी कंजुसीच्या सवयीतून मुक्त व्हा आणि विशाल हृदयी बना. कंजूस मनुष्याची विचारधारादेखील अत्यंत सीमित असते. तो केवळ स्वतःचा आणि त्याच्या कुटुंबाचाच विचार करतो. 'माझे पैसे चोरीला तर जाणार नाहीत... पैसे कमी पडले, तर भविष्यात माझं कसं होईल...' अशा गोष्टींची भीती सदैव त्याच्या मनात दडलेली असते. त्यामुळे तो सतत पैशाला पैसा जोडत राहतो. पैसा मिळवणं अथवा साठवणं ही चांगली बाब आहे. परंतु त्याच्याकडून याचा अतिरेक होतो. त्यामुळेच त्याला कंजूस म्हटलं जातं. असा मनुष्य जेथे आवश्यकता असते, तेथेदेखील पैसा खर्च करत नाही. वास्तविक निरंतर वहन हा पैशाचा स्वभाव आहे. तो सतत फिरत राहायला हवा. केवळ जमा करून ठेवल्याने तो ब्लॉक बनतो, बाधा बनतो. या ब्लॉकमुळे आपल्या जीवनात येणाऱ्या चांगल्या गोष्टी मध्येच थांबतात. यासाठीच मनुष्यानं या वृत्तीतून लवकरात लवकर मुक्त व्हायला हवं. हे आपण पुढील उदाहरणाद्वारे समजून घेऊया.

एक माणूस रस्त्यातील खड्ड्यात पडला. हे पाहून आजूबाजूचे बरेच लोक तेथे जमा झाले. ते त्याला बाहेर काढण्यासाठी मदत करू इच्छित होते. परंतु त्यात ते अपयशी ठरत होते. कारण कित्येकदा सांगूनदेखील तो त्याचा हात कुणाच्या हातात देत नव्हता. इतक्यात गर्दीतून वाट काढत एक माणूस त्याच्याजवळ पोहोचला आणि त्या खड्ड्यातील माणसाला म्हणाला, 'माझा हात धरा आणि बाहेर या.' त्यानंतर लगेचच खड्ड्यातील माणसाने त्याचा हात पकडला आणि तो बाहेर आला. हे पाहून तेथे जमलेल्या लोकांना खूप आश्चर्य वाटलं. आम्ही इतका वेळ त्याला विनंती करतोय, 'तुझा हात दे म्हणजे आम्ही तुला बाहेर काढतो.' परंतु त्याने आमचं आजिबात ऐकलं नाही. मग त्याने

तुम्हाला त्याचा हात कसा दिला? जमलेल्या लोकांनी त्या माणसाला विचारलं.

त्यावर तो माणूस त्यांना म्हणाला, 'हा मनुष्य माझ्या शेजारी राहत असल्याने मी त्याला चांगला ओळखतो. तो कंजूस असल्यामुळे त्याला देण्याची भाषा समजतच नाही. पण मी जेव्हा त्याला म्हणालो, 'माझा हात धरा' तेव्हा त्याने त्वरित माझा हात पकडला. मात्र तुम्ही त्याला म्हणत होता, 'तुमचा हात द्या.' म्हणून तो तुम्हाला हात देत नव्हता. कारण त्याला देणं माहीतच नाही.'

एक मनुष्य अतिशय कंजूस होता. तो चहा तयार करताना साखरेचे दाणे मोजून चहात टाकायचा. त्याच्या कंजुसपणामुळे त्याची पत्नी खूपच त्रस्त झाली होती. एके दिवशी ती त्या माणसाला म्हणाली, 'मी तुमच्या या स्वभावाला खूप वैतागले आहे. मी आता मुलाला घेऊन हे घर सोडून जाते.' हे ऐकताच तो माणूस त्या नोकराला म्हणाला, 'आज केवळ एका माणसाचंच भोजन बनव. अन्यथा माझं खूप नुकसान होईल.'

कंजूस माणसाला फायदा आणि तोटा यांखेरीज दुसरं काहीही दिसत नाही. हेच आपण वरील दोन्ही उदाहरणाच्या रूपाने जाणलं. कंजूसपणामुळे माणसाची विचारसरणी 'कूपमंडूक' वृत्तीची बनते. तो अगदी सीमित विचार करतो. अशा लोकांना या वृत्तीतून मुक्त झाल्यानंतर कळतं, की ते किती मोठ्या आनंदाला पारखे झाले होते.

कंजुसीतून मुक्त होण्यासाठी अशा लोकांना त्यांच्या पूर्वावस्थेची आठवण करून द्यायला हवी. काही लोक सांगतात, मी या शहरात आलो, त्यावेळी माझ्याकडे केवळ शंभर रुपये होते. आज माझी स्वतःची कंपनी आहे, मी अमुक कंपनीचा मालक आहे. असं बरेच लोक सांगत असताना आपण ऐकलं असेल. परंतु त्यांनी सुरुवातीला कोणतं बीज टाकलं असेल, यावर आपण कधी विचार केलाय का? त्या बीजावर त्यांनी कसं कार्य केलं असेल? दिवसरात्र मेहनत, काहीतरी करण्याची जिद्द, विनम्रता, संकटांना धैर्याने तोंड देण्याची तयारी, अनेकांना मदतीचा हात देणं, या बीजांमुळेच ते लोक आज या स्थितीपर्यंत पोहोचू शकले. धनाढ्य बनल्यानंतर धन जाण्याच्या भीतीने ते कंजूस बनले असतील, तर त्यांना त्यांच्या पूर्वावस्थेचं स्मरण द्यायला हवं. त्यांना विचारायला हवं, 'तुम्ही शहरात आला तेव्हा अमुक धंदा कसा सुरू केला. त्यावेळी तुमचा विश्वास कसा होता?' या प्रश्नांमुळे त्यांच्यात पूर्वीचा विश्वास जागृत होईल आणि त्यांची कंजुसीदेखील नष्ट होईल.

याबरोबरच आपण निसर्गनियमदेखील लक्षात ठेवायला हवा. 'आपण निसर्गाला जे देतो, ते तो आपल्याला कित्येक पटीने वाढवून परत करतो.' हा निसर्गनियम आहे.

यासाठी काहीही देताना हात आखडता घेऊ नये. परंतु मनुष्य मात्र मी एखाद्याला काही दिलं, तर माझ्याकडचं संपून जाईल अथवा कमी होईल, असा विचार करतो. याउलट एखाद्याने मला काही दिलं, तर माझ्याकडे नवीन काहीतरी येईल. माझी वृद्धी होईल, असा विचार तो करतो. त्यामुळे मनुष्य नवीन प्रयोग करायला धजावत नाही आणि देण्यात कंजुसी करत राहतो. परिणामी तो समृद्धीपासून सदैव वंचित राहतो.

वास्तविक 'देणं' हे जमिनीत रोवलेल्या बीजाप्रमाणे असतं. एखादा शेतकरी त्याच्या शेतात बी पेरण्यात कंजुसी करत असेल, तर त्याला आपण काय म्हणाल? त्याने बी पेरण्यात कंजुसी करून निसर्गाला त्याच्यासाठी काम करण्याची संधीच दिली नाही, असंच म्हणाल ना? निसर्ग म्हणजे, 'नियती, ईश्वर, गुणक (मल्टिप्लायर)' जो प्रत्येक गोष्ट कित्येक पटीने वाढवून आपल्याला परत करतो. यासाठीच सर्वप्रथम आपण बीज पेरायला शिकायला हवं.

आपल्या जीवनात ज्या समस्या आहेत, त्यावर रडत बसू नका. याऐवजी त्या सोडवण्यासाठी बीज टाकत राहा, ज्यायोगे निसर्ग त्यावर काम सुरू करू शकेल. निसर्गाला थोडंसं काही मिळालं, की तो त्यावर कार्य सुरू करतो. कोणत्याही संख्येला शून्याने गुणलं, तर उत्तर शून्यच येतं. मग तुम्ही हजार, दहा हजार, लाखच काय पण एक कोटीचाही शून्याने गुणाकार केला तरीही उत्तर शून्यच येणार. यासाठीच कशाचाही विस्तार करायचा असेल, तर छोटंसं का होईना परंतु बीज टाकणं आवश्यक असतं. एक छोटंसं बीजदेखील तुमच्या जीवनात चमत्कार घडवू शकतं.

मनन प्रश्न
मी संपत्तीचा उपयोग करतो, की संपत्ती माझा?

आजचा प्रशिक्षण संकल्प
आज गरजेनुसार दान करायचं आहे.
(उदाहरणार्थ, वेळ, पैसा, अन्न, श्रम, सेवा, सल्ला या गोष्टी गरजूंना देणं)

समयसंपन्न बना

चुकीची वेळ, चुकीचं स्थळ

SEVENTH OBSTACLE

एखाद्या कार्याला जितका अधिक वेळ देऊ
तितकं ते वाढत राहतं.

– सी. नॉर्थकोट पार्किन्सन

काही लोकांचा लेट पॅटर्न असतो. असे लोक कोणत्याही ठिकाणी वेळेवर पोहोचत नाहीत. हे लोक कधी योग्य ठिकाणी पोहोचतात, परंतु उशिरा. तद्वतच कधी वेळेत पोहोचतात, परंतु चुकीच्या ठिकाणी. ते घरून तर वेळेवर निघतात. पण इच्छित स्थळी वेळेवर पोहोचत नाहीत. घरून भलेही ते तास-दोन तास आधी निघतात. परंतु वाटेत त्यांना कोणी भेटल्याने वा बस वेळेत न येण्याने, वाहतूक विस्कळित असल्याने ते वेळेवर पोहोचू शकत नाहीत. तात्पर्य, कोणत्याही कारणाने त्यांना विलंब होतो. काही लोक एखाद्या विशिष्ट लग्नसमारंभाला हजर राहण्यासाठी घरून रवाना

होतात. मात्र दुसऱ्याच लग्नमंडपात दाखल होतात.

'वेळ नाही' हा बहाणा कधीही देऊ नका. कारण विजेचा शोध लावणाऱ्या एडिसनकडे जितका वेळ होता, तितकाच तो आपल्याकडेही आहे. आपण एखादा आविष्कार करू शकत नसाल, तर कमीत कमी स्वतःच्या जीवनातील सर्व कामं नक्कीच वेळेवर करू शकता. गेलेली वेळ पुन्हा कधीही परतून येत नाही. म्हणून वेळेचं मूल्य जाणा. व्यर्थ गोष्टीत वेळ दवडणं म्हणजे जीवन नष्ट करणं होय. आपलं ध्येय जितकं मोठं असेल, तितकी अधिक समय नियोजनाची कला अवगत असणं आवश्यक असतं.

विश्वात 'वेळ' अतिशय महत्त्वपूर्ण आणि मूल्यवान मानली जाते. कारण वेळेची योग्य जाण असल्यामुळेच मनुष्य बलवान बनतो आणि वेळेबाबत अज्ञान असेल, तर तो निर्बल बनतो. वेळेवर केलेलं अगदी छोटंसं कामदेखील खूप उपयुक्त ठरतं. Stich in time saves nine असं म्हणतात ते यामुळेच! वेळ निघून गेल्यावर केलेलं काम निरुपयोगी ठरतं. उदाहरणार्थ, एखाद्या रुग्णाचा मृत्यू झाल्यानंतर जर डॉक्टर त्या ठिकाणी पोहोचले, तर त्याचा काहीच उपयोग होत नाही. सोन्याचा छोटासा कणही मूल्यवान असतो, अगदी त्याचप्रमाणे वेळेचा प्रत्येक क्षण मूल्यवान असतो.

समय अत्यंत बलवान आहे. समय जीवन आहे. आपल्या जीवनावर आपलं खरोखरच प्रेम असेल, तर कधीही वेळ वाया घालवू नका. कारण जीवन याच्याच साहाय्याने बनतं आणि आकारही घेतं. वेळ ही एखादी वस्तू नव्हे, जी हरवली तरी दुसरी मिळू शकते. वेळेचं चक्र अव्याहत चालू असतं. ते कधीही, कोणासाठीही थांबत नाही. म्हणूनच वेळेचा सदुपयोग ही यशाची शिडी मानली जाते. उचित वेळेत निर्धारित कार्य पूर्ण करण्यालाच वेळेचा सदुपयोग करणं असं म्हणतात. जे लोक आजचं काम उद्या आणि उद्याचं परवा करू असं म्हणतात, ते आपल्या जीवनात अनेक समस्या निर्माण करतात.

सकाळी वेळेवर उठणारे लोक गडबड, धांदल, चिडचिड यांपासून तर वाचतातच. त्याचबरोबर ते ऑफिसमध्येदेखील वेळेवर पोहोचतात आणि पळापळ, रागावणं, बोलणी खाणं, ताणतणाव यांपासूनही स्वतःचा बचाव करतात. नियोजित वेळेत काम पूर्ण करण्याची सवय असलेल्या लोकांकडे अचानक एखादं नवीन काम आलं, तर त्याचं त्यांना ओझं वाटत नाही. कारण अशा कामासाठी ते नेहमीच तत्पर असतात. अन्यथा एक काम चालू असताना मध्येच दुसरं काम आलं, की लोक विचलित होतात. वेळेवर

काम सुरू करून ते वेळेत संपवण्याची भावना आपल्याला केवळ वेळेच्या पुढे नेत नाही, तर वेळेपासून मुक्तही ठेवते.

त्यासाठीच आपण वेळेचं नियोजन करण्याच्या तंत्रांचा अभ्यास करून समयसंपन्न बनायला हवं. रात्री झोपताना, उद्या दिवसभरात जी कामं करायची आहेत, ती झाल्याचं मनःपटलावर पाहा. त्या कामातील संभाव्य अडचणींवर मात कशी करता येईल, यावर विचार करा. असं केल्याने दुसऱ्या दिवशीची सर्व कामं वेळेवर पूर्ण झाल्याचं तुम्ही पाहाल.

आतापर्यंत आपण विविध आकर्षणं आणि वृत्ती-प्रवृत्ती (पॅटर्न) यांविषयीचं ज्ञान प्राप्त केलं. आता आपण यात न गुंतण्याचा संकल्प करून पुढील खंडात उद्धृत केलेली महारथ प्राप्त करण्याची सात तंत्र शिकून विकासपथावर अग्रेसर होऊया.

मनन प्रश्न
मी माझ्या वेळेचा उपयोग कशा प्रकारे करतो?

आजचा प्रशिक्षण संकल्प
आज आपल्या वेळेचं नियोजन करायचं आहे.

खंड ३

महान तंत्रात नैपुण्य मिळवा

अत्यावश्यक प्रशिक्षण
TRAIN YOUR SENSES

लहान मुलाच्या डोळ्यांत विश्वातील केवळ सात चम
त्कार नसतात; तर सात कोटी चमत्कार असतात.
— वॉल्ट स्ट्रेघटिफ

एका हिऱ्याच्या व्यापाऱ्याने शहरात हिऱ्यांचं एक नवीन दालन उघडलं. ते दुकान व्यवस्थित चालवण्यासाठी त्याला काही लोकांची आवश्यकता होती. म्हणून त्याने त्याच्या गावी पत्र पाठवून काही युवकांना शहरात बोलावलं. गावातील पाच युवक त्या व्यापाऱ्याकडे आले.

त्या पाचही युवकांचा पेशा वेगवेगळा होता. त्यातील एक लोहाराचा मुलगा होता; तर दुसरा ढाबा चालवणाऱ्याचा. तिसरा सोनाराचा, तर चौथा कंजूस माणसाचा मुलगा होता आणि पाचवा एका कैद्याचा.

आता व्यापारी विचार करू लागला, 'या

मुलांना हिऱ्याच्या दुकानात व्यवस्थित काम करता यावं, यासाठी कोणत्या प्रकारचं प्रशिक्षण द्यावं? तसं पाहिलं तर त्या पाचही जणांना सर्व प्रकारच्या प्रशिक्षणाची गरज होती. हिऱ्याच्या दुकानात काम करण्याचा कुणालाही अनुभव नव्हता. पण त्याचबरोबर त्यांच्या माता-पित्यांच्या वृत्ती-प्रवृत्तीदेखील त्या युवकांमध्ये आल्या असणार, हे गृहीत धरून त्यांना पहिलं प्रशिक्षण कोणतं द्यावं, याचा विचार व्यापारी करू लागला.'

त्या युवकांशी संवाद साधून, त्यांच्या वेगवेगळ्या वृत्ती-प्रवृत्तींचं निरीक्षण करून त्याने प्रत्येकाला वेगवेगळं प्रशिक्षण द्यायचं ठरवलं. हिऱ्याच्या व्यापाऱ्याच्या दृष्टिकोनातून कोणत्या युवकाला कशा प्रकारच्या प्रशिक्षणाची आवश्यकता आहे, हे आपण जाणून घेऊया.

१. कैद्याच्या मुलाला वेशभूषेसंबंधी प्रशिक्षण देणं आवश्यक आहे. त्याचे कपडे पाहूनच ग्राहक त्याची पारख करतील. तो युवक लहानपणापासून त्याच्या वडिलांना कैद्याच्या गणवेशात पाहत असतो. त्यामुळे त्यालाही त्याच्या वडिलांसारखेच कपडे आवडतात. तो स्वतःसाठी हुबेहूब वडिलांसारखे कपडेच शिवून घेतो. आता हे जर ग्राहकांनी पाहिलं, तर त्यांच्या मनात विचार येईल, 'किती अजब प्रकार आहे हा! विरोधाभासच म्हणायला हवा! एक कैदी (ज्वेल थीफ) स्वतः हिऱ्यांच्या दुकानात काम करतोय.' म्हणून सर्वप्रथम त्याला वेशभूषेचं प्रशिक्षण द्यायला हवं. विचार करण्याची शक्ती आणि हाताचं प्रशिक्षण तर त्याला नंतरही देता येऊ शकेल.

२. कंजूस युवकाला बुद्धीचं प्रशिक्षण द्यायला हवं, ज्यायोगे तो संकुचित विचार सोडून दूरदृष्टी ठेवून विचार करू शकेल. अन्यथा तो ग्राहकांना हिरे दाखवण्यात, हिऱ्यांविषयी सविस्तर माहिती देण्यातही कंजुसी करेल. त्याची कंजूस वृत्ती प्रत्येक ठिकाणी डोकं वर काढेल.

३. सोनाराच्या मुलाला प्रथम संवादकौशल्य शिकवायला हवं. त्याला वेशभूषा आणि योग्य विचार करण्याचं प्रशिक्षण आधीच मिळालेलं आहे. याशिवाय त्याला वस्तूंची, माणसांची पारखही आहे. त्याला डोळ्यांचं प्रशिक्षणदेखील मिळालेलं आहे, त्याला हिऱ्यांची पारख आहे. हिरा कसा असतो, सोनं कसं असतं, हे त्याला लहानपणापासूनच माहीत असतं. म्हणून त्याला संवाद कौशल्यविषयक प्रशिक्षणाची आवश्यकता असते.

४. लोहाराचा बोजड लोखंडी वस्तूंशी संबंध येतो. तो त्या वस्तूंवर हातोड्याने

कठोर प्रहार करतो. त्याला त्या वस्तू बेदरकारपणे हाताळण्याची सवय असते. अशा स्थितीत तो नाजूक हिरे कसे हाताळू शकेल? म्हणून लोहाराच्या मुलाला सर्वप्रथम हाताचं प्रशिक्षण मिळायला हवं. त्याचबरोबर त्याला डोळ्यांचं प्रशिक्षणही द्यायला हवं. अन्यथा तो हिऱ्यांकडेही लोखंडासारखंच पाहील.

५. ढाबेवाल्याच्या मुलाला ग्राहकांशी उच्च स्वरात बोलण्याची सवय असते. परिणामी तो हिऱ्याच्या दुकानातील ग्राहकांशीदेखील मोठ्या आवाजात बोलेल. त्यामुळे सर्वप्रथम त्याला संवाद-कौशल्यविषयक प्रशिक्षण द्यायला हवं.

६. प्रत्येकाला त्यांच्या प्राथमिक गरजेनुसार प्रशिक्षण दिल्यानंतर सर्वांसाठी एक समान प्रशिक्षणदेखील द्यायला हवं. ते म्हणजे 'डोळ्यांचं प्रशिक्षण.' जोपर्यंत युवकांना हिऱ्यांची पारख करता येणार नाही, तोपर्यंत ते दुकानात टिकणं शक्य नाही. डोळ्यांचं प्रशिक्षण अत्यावश्यक आहे, कारण प्रत्येकाची नजर वेगवेगळ्या प्रकारे कार्य करते. यानंतर सर्वांना विचार करण्याच्या शक्तीचं प्रशिक्षण द्यायला हवं. ते योग्य पद्धतीने विचार करू शकले नाहीत, तर त्यांच्याकडून इतर कामांमध्येही चुका होतील.

७. प्रत्येकाला त्यांच्यातील गुणांनुसार काम दिलं, तर ते अधिक उत्साहानं आणि अधिक चांगल्या प्रकारे काम करतील. हळूहळू ते एकमेकांचे गुणदेखील आत्मसात करू लागतील. अशा प्रकारे ते एकमेकांना त्यांच्या कार्यात चांगल्या प्रकारे मदत करू शकतील. सर्वांच्या सहयोगाशिवाय कोणतंही मोठं ध्येय गाठता येणं शक्य नसतं. म्हणून सर्वांना प्रशिक्षणाची आवश्यकता असते. याशिवाय ते दुकानात का आले आहेत आणि त्यांचं या दुकानात काय महत्त्व आहे, हेही त्यांना माहिती असणं अत्यंत आवश्यक आहे.

८. प्रत्येकाला एकाच वेळी दोन-तीन बाबींचं प्रशिक्षण द्यायला हवं. एखाद्याला वेशभूषेचं प्रशिक्षण देण्यात येत असेल, तर त्याचबरोबर संवाद-कौशल्य आणि विचार करण्याची शक्ती यांचं ज्ञानदेखील द्यायला हवं. युवकांची कार्यक्षमता पाहून त्यांना एकाच वेळी कोणकोणतं प्रशिक्षण देता येऊ शकेल, यावर विचार करून त्यांना आवश्यक प्रशिक्षण द्यायला हवं. काही युवकांना सरळ ग्राहकांच्या सेवेसाठी काउंटरवर पाठवता येऊ शकतं. उदाहरणार्थ, सोनाराच्या मुलाचं बऱ्याच गोष्टींचं प्रशिक्षण झालेलं असतं. त्यामुळे त्याला ग्राहकाला हिरे दाखवण्याचं काम देता येऊ शकतं. त्याचप्रमाणे कंजूस माणसाच्या मुलाला कॅश-काउंटरचं

काम सांभाळायला सांगण्यात येऊ शकतं. ते काम करत असतानाच त्याचं हिरे पारखण्याचं आणि संवाद-कौशल्य प्रशिक्षणही होऊ शकतं. अशा प्रकारच्या प्रशिक्षणामुळे ते आपापल्या कार्यात निपुण बनतील. योग्य प्रशिक्षण मिळाल्यामुळे कुणीही कंजूस राहणार नाही. तद्वतच लोहार आणि ढाबेवाल्याच्या वृत्ती-प्रवृत्तीदेखील कुणातही राहणार नाहीत. म्हणजेच सर्वांना डोळे, हात, संवाद, बुद्धी आणि विचार करण्याचं प्रशिक्षण मिळेल. त्यांच्या सर्व इंद्रियांना प्रशिक्षण मिळेल.

वास्तविक हे पाच युवक आपलंच प्रतीक आहेत. पृथ्वीवर वेगवेगळे धर्म, जात आणि कुटुंब यांची पार्श्वभूमी असलेले लोक राहतात. सर्वांचे संस्कार, आचार-विचार, पालन-पोषण आणि राहणीमान भिन्न आहे. त्यामुळे आपापल्या पार्श्वभूमीनुसार प्रत्येकात काही गुण तर काही अवगुण असतात. आपल्याला त्या गुणांना आकार देऊन अवगुणातून मुक्त व्हायचं आहे.

हिऱ्याचं दुकान प्रतीक आहे, आपलं कार्यस्थळ आणि आपल्या घराचं.

हिरा प्रतीक आहे, आपल्या ध्येयाचं.

हिऱ्याचा व्यापारी वा जवाहिर प्रतीक आहे, मार्गदर्शकाचं. जो तुम्हाला तुमच्या ध्येयाप्रत पोहोचवण्यासाठी उचित मार्गदर्शन करतो, प्रशिक्षण देतो.

कथेतील युवकांना ज्याप्रमाणे प्रशिक्षणाची आवश्यकता असते, अगदी त्याचप्रमाणे प्रत्येकाला वेगवेगळ्या प्रशिक्षणाची आवश्यकता असते. म्हणून प्रत्येकाने स्वतःला 'मला डोळे, हात, संवाद, बुद्धी आणि योग्य विचार करण्याचं प्रशिक्षण मिळालंय का, माझी सर्व इंद्रियं प्रशिक्षित आहेत का' असे प्रश्न विचारायला हवेत. वास्तविक तुमची सर्व इंद्रियं प्रशिक्षित नाहीत. तुम्हाला अशा प्रशिक्षणाची आवश्यकता आहे, ज्यायोगे तुमच्यातील सर्व चुकीच्या सवयी आणि वृत्ती नाहीशा होतील. प्रत्येक मनुष्यात वेगवेगळ्या वृत्ती, सवयी असतात. त्याचप्रमाणे प्रत्येकाला वेगवेगळ्या विषयांची माहिती असते. त्यामुळे प्रत्येकाला भिन्न-भिन्न प्रशिक्षणाची आवश्यकता असते.

यश प्राप्त करण्यासाठी तसंच यशाच्या शिखरावर विराजमान झाल्यानंतर तिथे टिकून राहण्यासाठी प्रशिक्षण, अनुशासन आणि आत्मनियंत्रण या बाबींची अत्यंत आवश्यकता असते. काही लोक यशाच्या शिखरावर अगदी अत्यल्पकाळात पोहोचतात.

परंतु ते तिथे टिकून राहण्यात अपयशी ठरतात. साहजिकच त्यांची अवनती होते. म्हणून शरीराला प्रशिक्षण देणं, हे संपूर्ण विकासाच्या दृष्टीनं टाकलेलं पहिलं आवश्यक पाऊल म्हणायला हवं.

संपूर्ण विकास साधण्यासाठी प्रत्येकाने आपल्यातील अवगुण आणि चुकीच्या वृत्ती दूर करायला हव्यात. त्याचबरोबर धीर, साहस, आत्मविश्वास, प्रामाणिकपणा आणि निडरता हे सद्गुण आत्मसात करायला हवेत. मनुष्य सुरुवातीला स्वतःला काही चुकीच्या सवयी लावतो. उदाहरणार्थ, मदिरापान, धूम्रपान, जुगार खेळणं इत्यादी. परंतु नंतर तो त्या सवयीचा इतका गुलाम बनतो, की त्यातून तो सहजासहजी बाहेर पडू शकत नाही. दारू, सिगारेट, जुगार या वाईट सवयी आहेत, याची काही लोकांना जाणीव असते. परंतु वाचाळता, नजर सैरभैर भरकटू देणं, तसंच हात मोकळे सोडणं यादेखील वाईट सवयीच आहेत, याबद्दल ते अनभिज्ञ असतात.

तुमच्यात काही वाईट सवयी असतील, डोळे, हात आणि बोलणं यांवर तुमचं नियंत्रण नसेल, तर खाली दिलेले गुण आत्मसात करून तुम्हीदेखील लवकरच प्रशिक्षित बनू शकाल.

१. डोळ्यांचं प्रशिक्षण – पारख

डोळ्यांच्या प्रशिक्षणासाठी खालील संकेतांकडे अवश्य लक्ष द्या –

- विविध माध्यमांद्वारे प्रसारित होणाऱ्या कार्यक्रमातील केवळ उद्देशपूर्ण कार्यक्रम पाहून स्वतःच्या डोळ्यांचे मित्र बना. टीव्हीवरील सरसकट सर्व कार्यक्रम पाहू नका. टीव्हीवरील कार्यक्रम पाहण्यापूर्वी 'मी अमुक इतका वेळच टीव्ही पाहणार आहे... मी आठवड्यातील अमुक कार्यक्रमच पाहणार आहे... अमुक चॅनलवरील तमुक बातमी ऐकणार आहे...' असा निश्चय करावा आणि तो कसोशीने पाळावा.
- प्रत्येक घटना आणि त्या घटनेतील तथ्याकडे सकारात्मक दृष्टिकोनातून पाहा. नकारात्मक बाबींमध्ये सजगतेला महत्त्व द्या.
- मोबाइल, कॉम्प्यूटर, सी.डी. सिस्टिम यांसारख्या उपकरणांचा उपयोग केवळ आवश्यक कार्यासाठी अथवा उचित उद्दिष्टपूर्तीसाठी करावा. चंचल डोळ्यांनी निरर्थक चित्र (पोस्टर्स) पाहू नयेत.
- वर्तमानपत्रातील अथवा मासिकांमधील निरर्थक लेख, कॉलम, ब्लॉग वाचण्यात

वेळ व्यर्थ न गमावता, तो वेळ महत्त्वपूर्ण कार्यासाठी देऊन सत्कारणी लावावा.

▸ इतरांचं शरीर, दौलत यांवर आपली नजर नसावी. त्याचप्रमाणे इतरांची निंदा करण्याऐवजी आपण त्यांचं ज्ञान आणि गुण यांकडे पाहायला हवं.

▸ घरातील भोजन कक्ष, अभ्यास कक्ष अशा जागी यश प्राप्त केलेल्या महापुरुषांचे, महान विभूतींचे फोटो लावावेत. ज्यायोगे आपल्याला त्यांच्याकडून प्रेरणा मिळत राहावी.

▸ शेखचिल्लीप्रमाणे दिवास्वप्नं पाहण्यात वेळ दवडू नये. त्याचबरोबर इंद्रियसुखाच्या लालसेमध्ये फसू नये.

२. **हाताचं प्रशिक्षण : हॅन्डलिंग**

हिऱ्यांच्या दुकानात काम करणाऱ्यांना हाताचं प्रशिक्षण देण्यापूर्वी हिरे हाताळण्याचं, हिरे पकडण्याचं प्रशिक्षण द्यायला हवं. कारण ज्याप्रकारे लोहाराचा मुलगा लोखंडाच्या वस्तू हाताळेल, अगदी त्याचप्रकारे हिरेदेखील तो हाताळेल. त्यामुळे सर्वप्रथम त्याला हाताचं प्रशिक्षण द्यायला हवं. अशाच प्रकारे आपण लक्ष्यप्राप्तीमध्ये बाधा बनतील, अशा आपल्या काही चुकीच्या सवयीतून मुक्त व्हायला हवं.

हाताचं प्रशिक्षण म्हणजे घराची सजावट केल्याप्रमाणे आहे. हे प्रशिक्षण शारीरिक ऊर्जेला सर्वोच्च विकासाकडे घेऊन जातं. यासाठी स्वतःला खालील सवयी लावणं अतिशय गरजेचं आहे.

▸ वस्तू उपयोगात आणल्यानंतर ती आठवणीने योग्य त्या ठिकाणी ठेवायला हवी.

▸ आपण एखाद्याची वस्तू त्याच्या अनुपस्थितीत घेतली असेल, तर त्या इसमाची भेट झाल्यानंतर ती वस्तू माझ्याकडे आहे, असे त्याला सांगा. यामुळे ती वस्तू शोधण्यात त्याचा वेळ जाणार नाही.

▸ कोणतंही काम निष्काळजीपणे करू नये. तसेच कोणतंही काम अर्धवट सोडू नये.

▸ शारीरिक स्वच्छतेवर लक्ष द्यावं.

▸ हात नेहमी स्वच्छ असावेत. नखं कापलेली असावीत. केशभूषा नेहमी व्यवस्थित असावी.

▸ आपल्या हातांनी कशा प्रकारचे एस.एम.एस. करतोय, याविषयी आपण सजग

असायला हवं. आपल्याला एखादा नकारात्मक अथवा अश्लील एस.एम.एस. पाठवायची इच्छा झाली, तर त्वरित सजग होऊन अशा कामापासून परावृत्त व्हायला हवं. असं केलं तर तुम्ही खऱ्या अर्थाने इतरांसाठी निमित्त बनाल. मोबाइलचा उपयोग कामापुरताच करावा. नाहक गप्पा-टप्पा मारण्यासाठी त्याचा वापर होऊ नये.

▸ एखादं काम करणं आवश्यक असतानाही केवळ ते आवडत नाही म्हणून टाळणं योग्य नव्हे. अशा वेळी सकारात्मक दृष्टिकोन बाळगून त्या कामाविषयी आवड निर्माण करायला हवी. तुमच्यासमोर दोन कामं आहेत. त्यातील एक खूप कंटाळवाणं आणि कठीण आहे. दुसरं अतिशय आवडीचं आणि अगदी सहज, सोपं आहे. अशा प्रसंगी कठीण आणि कंटाळवाण्या कामाला प्राधान्य द्यायला हवं. आवडीचं काम तर तुमच्याकडून आपसूकच होईल.

३. **जिभेचं प्रशिक्षण : प्रभावी संवाद**

जिभेचं प्रशिक्षण म्हणजे योग्य रीतीनं संवाद साधण्याचं प्रशिक्षण. हे प्रशिक्षण सर्वांसाठी आवश्यक आहे. कारण प्रत्येकाची संवाद साधण्याची शैली भिन्न असते.

योग्य रीतीनं संवाद साधणं आणि जिभेवर लगाम असणं हे स्वतःला अनेक रोग आणि अडचणींपासून वाचवण्यासारखं आहे. जिभेवरील नियंत्रण हे मनोशरीर पूर्णपणे प्रशिक्षित करण्यासाठी वरदान ठरू शकतं. बेलगाम वाणी आणि निरनिराळ्या पदार्थांच्या स्वादाची लालसा जिभेद्वारेच शरीरात प्रवेश करते. त्यानंतर हीच वाणी आणि लालसा शरीरात विपरीत रसायन उत्पन्न करते, जी शारीरिक प्रशिक्षणामध्ये बाधा बनते. म्हणून जिभेवर नियंत्रण ठेवून प्रत्येकाने पुढील सवयी अंगीकारायला हव्यात.

▸ सरळ आणि गोड शब्दात संवाद साधा. शब्दांची निवड आणि त्यांचा उपयोग विचारपूर्वक करा. तुमच्या बोलण्यातील शब्दांतून समोरच्या व्यक्तीला तुम्ही किती सजग आहात, ते समजून येतं.

▸ तुम्हाला जर तुमच्यापेक्षा वयस्कर अथवा उच्च अधिकाऱ्याला 'तुम्ही' म्हणायची सवय असेल, तर त्याऐवजी 'आपण' या शब्दाचा उपयोग करावा. यामुळे तुमच्या संबंधात सौहार्द निर्माण होईल.

▸ एखाद्याच्या चुकीच्या सवयीची नक्कल करू नका. याऐवजी सरळ आणि सुंदर

शब्दांचा उपयोग करा. एकच शब्द पुनःपुन्हा उच्चारू नका. मंद स्वरात संवाद साधा आणि शब्दांचा स्पष्ट उच्चार करा.

- नेहमी सकारात्मक शब्दांचा उपयोग करा. 'ओरडू नका' याऐवजी 'हळू बोला' आणि 'मी नापास झालो' ऐवजी 'मला यावेळी यश मिळालं नाही' असं म्हणा.
- आशावादी आणि प्रेरणा देणाऱ्या शब्दांचा उपयोग करा. उदाहरणार्थ, 'मी करू शकतो, मला करायला हवे आणि मी करेन' अशा प्रकारच्या वाक्यांचा उपयोग करा.
- तुमच्या जीवनात असत्य जितकं कमी करता येईल, तितकं कमी करा. कारण असत्य आपल्या शब्दातील शक्ती नष्ट करतं. याउलट सत्य आपल्या शब्दाची शक्ती वाढवतं.
- मंगलदायी भावना निर्माण करणाऱ्या शब्दांचं उच्चारण करा. या भावनांमुळे शब्दांमध्ये एक प्रकारची नवी शक्ती भरली जाते.
- जिभेने वाह्यात, कठोर, शिवी, अपशब्द उच्चारू नका.
- इतरांची टीका आणि निंदा करण्यासाठी जिभेचा उपयोग करू नका.
- कोणी विचारल्याशिवाय कसलाही सल्ला देऊ नका. वादविवाद आणि व्यर्थ चर्चेमध्ये कालापव्यय करू नका.
- कुणाच्याही पाठीमागे त्याची निंदा करू नका. आपापसात भांडणं लावू नका.
- अफवा पसरवून सभोवतालच्या वातावरणात निराशा, तिरस्कार आणि दहशत निर्माण करू नका.
- विचार न करता बोलू नका. शब्दांना गोल फिरवून म्हणजेच अर्धवट माहिती लपवून किंवा कमी सांगून कपट करू नका.
- उन्नतीसाठी उपयुक्त आणि प्रार्थनामय शब्दांचा उपयोग करा. दररोज एखादा सद्विचार निवडा आणि दिवसभरात वेळ मिळताच त्याचं मनात किंवा वाणीद्वारे उच्चारण करा.

४. **प्रशिक्षणाची रूपरेषा तयार करा**

हिऱ्याच्या दुकानाचं उदाहरण देऊन त्याच्या रूपात तुम्हाला काही संकेत दिले

आहेत. आज तुम्ही जे कार्य करत आहात, उद्या तिथे काही नवीन लोक सहभागी होतील. 'या नवीन लोकांना कोणत्या प्रशिक्षणाची आवश्यकता आहे' या दृष्टीने तुम्ही विचार करायला हवा. एकदा का तुम्हाला 'नवीन लोकांना ओळखून त्यांच्यासाठी कोणतं प्रशिक्षण सर्वप्रथम द्यायला हवं' याची जाण आली, की पुढे उद्भवणाऱ्या कित्येक समस्यांतून तुमची सुटका होईल.

हिऱ्याच्या दुकानातील नोकरांच्या रूपातून इथे केवळ पाच प्रकारच्या लोकांच्या वृत्ती आणि सवयी यांविषयी ऊहापोह करण्यात आला आहे. कारण सर्व प्रकारच्या लोकांच्या वृत्ती आणि सवयी यांचा समावेश केवळ एका कथेत करणं अशक्य आहे. व्यक्तिपरत्वे वेगवेगळ्या सवयी उद्धृत करायच्या असतील, तर त्यासाठी एक वेगळं पुस्तकच लिहावं लागेल.

तुम्हाला प्रशिक्षणाचं महत्त्व समजावं म्हणून या उदाहरणाच्या रूपात काही गोष्टी तुमच्यासमोर सादर केल्या. ज्यायोगे तुम्हाला तुमच्यासोबत काम करणाऱ्या लोकांचा स्वभाव, सवयी, समज आणि ज्ञान यांनुसार योग्य ते प्रशिक्षण देता यावं. तुम्हाला समाजात यशस्वी व्हायचं असेल, तर तुम्ही अगदी वेशभूषा कशी असावी इथपासून कित्येक बारीक सारीक बाबींचं प्रशिक्षण घ्यायला हवं. काही बाबींचं प्रशिक्षण लोकांमध्ये वावरताना मिळतं, तर काहींचं लोकांमध्ये जाण्यापूर्वी घेण्याची आवश्यकता असते. 'तुम्हाला कोणत्या प्रकारच्या प्रशिक्षणाची आवश्यकता आहे... आजदेखील तुमच्यात कोणत्या गुणांची कमतरता आहे... तुम्ही आसपास काय पाहत आहात...' अशा प्रश्नांवर मनन करून प्रथम स्वतःला प्रशिक्षण घेण्यासाठी तयार करा.

मनन प्रश्न
मला कोणत्या प्रकारच्या प्रशिक्षणाची आवश्यकता आहे?

आजचा प्रशिक्षण संकल्प
आज एखाद्या महापुरुषाचं चरित्र वाचायचं आहे.

१७

ध्येयाप्रति ठाम राहा

PREPARATION TO GET TRAINED

सर्व यशस्वी लोक आपल्या उद्दिष्टाप्रति ठाम असतात. त्यांची त्यांच्या निर्धारित विचारांवर, प्रकल्पांवर अथवा योजनांवर पूर्ण पकड असते. ते ती पकड कधीही ढिली पडू देत नाहीत... त्यांची उद्देशाप्रति असलेली दृढता अडचणींमध्ये वाढ झाल्यानंतर आणखी पक्की होते.
– जेम्स एलन

ध्येयबद्ध होणं म्हणजे लक्ष्याप्रति ठाम राहणं, ध्येयापापासून दूर न जाणं. आपण संपूर्ण प्रशिक्षण प्राप्त करण्याची तयारी ध्येयबद्ध बनूनच सुरू करायला हवी. प्रशिक्षण प्राप्त करण्याची ही पूर्वतयारी आहे.

आपलं ध्येय जितकं भव्य दिव्य असेल, तितकी प्रचंड शक्ती निसर्ग आपल्याला प्रदान करतं. आपल्याला निसर्गाच्या शक्तीची अनुभूती आपल्या शरीरातच प्राप्त करायची असेल, तर आपण सर्वोच्च लक्ष्य निर्धारित करायला हवं. जीवनातील ध्येय निर्धारित केल्यानेच आपलं शरीर, मन आणि बुद्धी यांना दिशा मिळू शकते. म्हणून आजच आपण

आपल्या जीवनाचं एक असं दमदार ध्येय ठरवायला हवं, जे ऐकून अंगावर रोमांच उभा राहील आणि आपल्या आतून एक आनंदाची लहर उठेल. जे ऐकताच आपल्यात काम करण्याची प्रेरणा जागृत होईल आणि भीती आपल्यापासून कित्येक मैल दूर जाईल. किती लोक आपल्या जीवनाचं ध्येय ठरवू शकतात? त्यातील किती लोक ते लिहून ठेवतात? किती लोक सर्वोच्च ध्येय निर्धारित करतात? किती लोक निर्धारित लक्ष्य पूर्ण होईल यावर विश्वास ठेवतात? तुम्ही हे धेय केवळ डायरीमध्ये लिहून न ठेवता, तुमची नजर जिथे जिथे जाते अशा जागेवर शब्दरूपात अथवा चित्ररूपात लावून ठेवा. उदाहरणार्थ, आरसा, कॉम्प्यूटर, ब्रश, फ्रिज, की-चेन. इतरांना तुमचं ध्येय माहीत होऊ नये, असं जर तुम्हाला वाटत असेल, तर तुम्ही ते सांकेतिक भाषेतही (कोडवर्डमध्ये) लिहू शकता.

आपलं ध्येय निर्धारित करताना स्वतःला पुढील प्रश्न विचारा –

१. माझं ध्येय दमदार, परिणामकारक आणि अनेकांना लाभ देणारं आहे का?

२. मी जे ध्येय निर्धारित केलं आहे, त्यात मला कितपत रुची आहे?

३. कोणत्या प्रबळ हेतूने मी माझं ध्येय निर्धारित केलं आहे?

४. माझं ध्येय हे वास्तवाशी जुळणारं आहे, की काल्पनिक?

वरील प्रश्न आपल्या जीवनाला दिशा देण्यासाठी नक्कीच मदत करतील. यांद्वारेच आपण आपल्या जीवनात येणाऱ्या वा आलेल्या समस्यांचा सामना करण्यासाठी सज्ज राहाल. मनुष्याला केवळ जीवनाचं ध्येयच प्राप्त करायचं नाही, तर त्या ध्येयप्राप्तीचा सहज आणि सरळ मार्ग प्राप्त करून सर्वांच्या विकासासाठी निमित्त बनायचं आहे. जीवन आहे तर त्याचं ध्येय असणारच... ध्येय आहे तर ध्येय पादाक्रांत करणारा असणारच... ध्येयप्राप्तीच्या मार्गात अनेक समस्या येणारच... समस्या आल्या, की चुका होणारच... चुका झाल्या, की त्या सुधारण्यासाठी प्रशिक्षणाची आवश्यकता निर्माण होणारच... यासाठीच आपापल्या ध्येयानुसार आपलं शरीर प्रशिक्षित करायला हवं. शरीर प्रशिक्षित करण्यासाठी आवश्यक असतं, ते संपूर्ण प्रशिक्षण प्राप्त करणं.

सकाळी डोळे उघडल्यानंतर आपल्या प्रत्येक दिवसाची सुरुवात योग्य रीतीने व्हायला हवी. म्हणजेच सकाळी झोपेतून उठताच आपल्याला आपलं ध्येय आठवलं पाहिजे. ध्येय स्मरणात ठेवूनच दिवसभरातील सर्व कामं करायला हवीत. जीवनात ध्येय नसणं, हेच एकाग्रतेचा अभाव आणि ध्यान भटकत राहणं यांचं मुख्य कारण आहे.

संपूर्ण दिवस निरनिराळ्या कामात व्यतीत व्हावा आणि आपल्याला आपल्या ध्येयाची दिवसभरात एकदाही आठवण झाली नाही, असं होता कामा नये. आपल्या बाबतीत असं होत असेल, तर आपण पूर्वतयारी विसरून गेलो आहोत, हे समजायला हवं.

पूर्वतयारीमध्ये ध्येयबद्धतेला प्राधान्य द्यायला हवं. सर्वप्रथम ध्येयासाठी कटिबद्ध होण्याची सवय स्वतःला लावून घ्यावी लागेल. कारण ध्येयाचं निरंतर स्मरण होत राहिलं, तर अन्य साहाय्यकारी सवयी लावून घेणं सहज शक्य होईल. अन्यथा इतर सवयी विकसित करणं, हे आपल्यासाठी ओझं बनेल.

आपण एखादा फोन नंबर विचारण्यासाठी एखाद्या मनुष्याला झोपेतून जागं केलं आणि त्याच्याशी इतर गप्पा मारू लागला, 'आज ही बातमी आली आहे... असं झालं आहे... तसं झालं आहे... इथे भूकंप झाला... क्रिकेट मॅचमध्ये अमुक घडलं...' आणि आपण फोन नंबर मात्र विचारला नाही. याचाच अर्थ, आपला त्या मनुष्याला झोपेतून जागं करण्याचा उद्देशच पूर्ण झाला नाही. अगदी अशाच प्रकारे आपण ध्येय स्मरणात ठेवलं नाही, त्यावर मनन केलं नाही, तर सकाळी उठण्याचा काहीच उपयोग झाला नाही, असंच म्हणावं लागेल. ही बाब स्वतःला वारंवार सांगायला हवी. सकाळी झोपेतून उठल्यावर आणि रात्री झोपण्यापूर्वी स्वतःला विचारा, 'ज्या उद्देशाने मी सकाळी उठलो, तो पूर्ण झाला का?' तो उद्देश पूर्ण झाला तर आपली सातही प्रकारची प्रशिक्षण पूर्ण होतात. अन्यथा आपल्याला पूर्वतयारीची नितांत आवश्यकता आहे, असं समजायला हवं.

आपण जितकं मोठं कार्य करत असाल, तितकी अधिक जबाबदारी तुमच्यावर असते. आपण जितके अनुभवी आणि समजदार असाल, तितकी तुमची जबाबदारी वाढते. कारण इतर लोक तुमच्याकडे आदर्श (रोल मॉडेल) म्हणून पाहत असतात. आम्हालादेखील 'तुमच्यासारखंच बनायचं आहे' हीच त्यांची इच्छा असते.

ध्येयप्राप्तीसाठी अनुशासित शरीराचं महत्त्व

मनुष्याचा पाय जितका मोठा असेल, तितक्याच मोठ्या चपलेची/बुटाची गरज असते. तद्वतच तुमचं ध्येय जितकं मोठं, तितकी तुमच्या शरीर, मन आणि बुद्धी यांची तयारी आवश्यक असते. शरीर आपला रथ आहे आणि आपली सर्व इंद्रियं त्याचे घोडे आहेत. लगामरहित घोडे रथाची मोडतोड करतात, सारथ्याच्या अपयशाचं कारण बनतात. बेलगाम घोडे (विचार) एकमेकांची शक्ती क्षीण करतात, तर अनुशासित घोडे यश प्राप्तीसाठी साहाय्यभूत ठरतात.

जीवनात शिस्तीचं अनन्यसाधारण महत्त्व आहे. निसर्गात मनुष्य सोडून इतर कोणताही प्राणी हृदयरोग, मधुमेह, तिरस्कार इत्यादी गोष्टींची शिकार होत नाही. कोणतंही जनावर आजारी असेल, तर आजार वाढवणारे पदार्थ खात नाही. मनुष्याला मात्र मधुमेहाने ग्रस्त असूनही मिठाई खाण्याची इच्छा होते. धूम्रपान शरीरासाठी घातक असल्याचं माहीत असूनही तो सिगारेट आणि दारू यांचं सेवन करतो आणि फुफ्फूस, मूत्रपिंड निकामी करून टाकतो. मनुष्याचं शरीर अनुशासित नसल्यामुळेच तो अशा पदार्थांचं सेवन करतो.

अनुशासन नसेल, तर त्याने मिळवलेलं यशही तो गमावून बसतो. आपलं यश विकृत करून टाकतो. म्हणूनच मनुष्याच्या जीवनात शिस्त आवश्यक आहे. शंभर लोकांना लॉटरी लागली, तर एक वर्षाच्या कालावधीनंतर त्यातील नव्याण्णव लोक पुन्हा गरीब झाल्याचं आढळेल. असं का झालं? त्यांना मुबलक पैसा मिळूनही अनुशासन नसल्यामुळे तो ते सांभाळू शकले नाहीत. सधन बनण्यासाठी लॉटरीच्या माध्यमातून पैसा मिळवण्याचं ध्येय प्राप्त करूनही ते सधन राहू शकले नाहीत. अगदी याचप्रमाणे यशाच्या शिखरावर विराजमान झाल्यानंतरदेखील केवळ अनुशासन आणि आत्मनियंत्रण नसल्यामुळे मनुष्य यशशिखरावर टिकून राहू शकत नाही. साहजिकच त्याचं पतन होतं, त्याची अवनती होते. पूर्ण विकास साधण्याच्या मार्गात शरीर अनुशासित बनवणं ही त्यातील अत्यंत आवश्यक अशी तयारी आहे, हे समजून घ्यायला हवं.

संपूर्ण प्रशिक्षण प्राप्त करण्याच्या मार्गात आपल्या वृत्ती आणि धारणा अडथळा बनू नयेत. यासाठी योग्य समज प्राप्त करून आपण यांपासून मुक्त व्हायला हवं. आपण एखाद्या स्पर्धेच्या तयारीपूर्वी घेण्यात येणाऱ्या प्रशिक्षणातच (नेट प्रॅक्टिसमध्येच) घाबरून गेलात, तर ऐन स्पर्धेच्या वेळी काय कराल? स्पर्धेच्या तयारीदरम्यान जितक्या अधिकाधिक वृत्ती आणि धारणा समोर येतील, तितकं ते आपल्यासाठी चांगलं. यामुळेच आपल्याला आपलं ध्येय सहजतया प्राप्त करता येईल. आता आपण पुढील अध्यायापासून सात प्रकारचं प्रशिक्षण घ्यायला सुरुवात करूया.

मनन प्रश्न
मला दिवसभरात माझं ध्येय कितपत लक्षात राहतं?

आजचा संकल्प
ध्येय लक्षात ठेवून त्या अनुषंगाने प्रत्येक कार्य करायचं आहे.

विचार करण्याचं प्रशिक्षण

FIRST TRAINING

बुद्धिमान व्यक्तीप्रमाणे विचार करा; परंतु
सर्वसामान्य लोकांच्या भाषेत बोला.
– विल्यम बटलर येट्स

योग्य पद्धतीने विचार करणं हीदेखील एक कला आहे. ही कलाच आपलं पहिलं प्रशिक्षण आहे. सर्जनशील विचार बाळगणं किंवा अनेक युक्त्या-प्रयुक्त्या जमा करणं, हे फुलं गोळा करण्यासारखं आहे. त्याचप्रमाणे विचारांना दिशा देणं हे फुलांची माळ तयार करण्यासारखंच कार्य आहे. आपणही विचारांना दिशा देऊन 'री-प्री, फाइन, फ्री' विचार करायला शिकूया.

सात प्रकारच्या प्रशिक्षणामध्ये पहिलं प्रशिक्षण आहे, 'री-प्री, फाइन, फ्री थिंकिंग.' या प्रशिक्षणाने आपली विचार करण्याची शक्ती वाढेल. हे प्रशिक्षण

म्हणजे 'थिंकिंग त्रिकोण' आहे.

१. थिंकिंग त्रिकोणाचा पहिला कोन : 'री-थिंकिंग'

जे लोक महत्त्वपूर्ण कार्य करतात, त्यांनी वेळोवेळी आपल्या कामाबद्दल पुनः पुन्हा विचार करायला हवा. 'री-थिंकिंग' म्हणजे वेळोवेळी काही काळ थांबून एखाद्या गोष्टीवर पुनर्विचार करणं. आजपर्यंत तुम्ही ज्या पद्धतीने काम करत आला आहात, ते पुढेदेखील त्याच प्रकारे करायचं, की त्यावर पुनर्विचार करणं (री-थिंकिंग) आवश्यक आहे, यावर अवश्य विचार करायला हवा. काही बाबतीत थोडं थांबून, री-थिंकिंग करण्याची आवश्यकता असते.

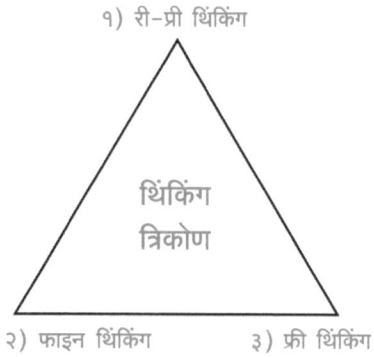

आपल्या कामाबद्दल पुन्हा विचार करण्याची गरज असते. कारण वेळेनुसार कामात नव्या वस्तू, नवी माहिती आणि नवीन लोक यांचा अंतर्भाव होतो. गरजेनुरूप एक नवीन पद (पोस्ट) तयार होतं, ज्यात तुम्ही वेगळी भूमिका करू शकता. त्याचबरोबर तुम्ही पूर्वी जे काम करत होता, ते ज्या व्यक्तीला सोपवलं जाईल, तिला शिकवाल. यापूर्वी ही सुविधा नव्हती, त्यामुळे तुम्ही या पद्धतीचा अवलंब केला नाही. अशा रीतीने कोणी तुमची जागा घेईल, तर तुम्ही एखादं नवीन काम अथवा एखादी नवीन जबाबदारी घेऊ शकाल. पुन्हा विचार करणं (री-थिंकिंग) म्हणजे कोणत्याही कामाच्या प्रत्येक पैलूवर नव्यानं विचार करून काही नवीन बाबींवर काम करणं. असा विचार करण्यासाठी तुम्ही त्या त्या कामानुसार तीन महिने... सहा महिने... वर्ष... असा कालखंड ठरवू शकता. नियोजित काळानंतर त्या कामाच्या विविध पैलूंवर नव्यानं विचार करायला हवा.

प्री-थिंकिंग

प्री-थिंकिंग म्हणजे भविष्यात हाती घेण्यात येणाऱ्या कार्यक्रमाची अथवा कामाची आधीपासूनच तयारी करणं, ज्याचा परिणाम आपल्या भविष्यावर होणार आहे, असं कार्य दूरदृष्टी ठेवून वर्तमानात करणं. (दूरदर्शिता आणि पास-कर्शिता यांच्या दृष्टिकोनातून पाहणं.) आपल्याला एखाद्या कार्यक्रमाची तयारी करायची असेल, तर आपण त्या कार्यक्रमासाठी कोणकोणत्या गोष्टींची आवश्यकता आहे, कोणती कामं कोणत्या वेळी होऊ शकतील आणि कोणती कामं आधीच होऊ शकतील, अशा विविध मुद्द्यांवर तत्पूर्वीच विचार करणं. अशा सर्व बाबींची योजना (प्लॅनिंग) आखणं, यालाच 'प्री-थिंकिंग', दूरदर्शिता दृष्टिकोन असं म्हटलं जातं.

दूरदर्शिता आणि पास-कर्शिता

नवीन जीवनाच्या प्रवासात आपल्याला 'दूरदर्शिता आणि पास-कर्शिता' हा दृष्टिकोन ठेवून कार्य करायचं आहे. दूरदर्शिता म्हणजे एखादी घटना जी भविष्यात होणार आहे, ती आजपासूनच पाहायची आहे. उदाहरणार्थ, आपल्याला एखाद्या शारीरिक त्रासाचे संकेत मिळू लागले, शरीरात काही वेदना होऊ लागल्या, तर वाढत्या वयोमानानुसार हा त्रास अधिक बळावणार आहे, हे दूरदर्शिता दृष्टिकोन ठेवून समजून घ्यायला हवं. या वेदना बळावून त्यांपासून अधिक त्रास होऊ नये म्हणून आपण आजपासूनच व्यायामाला सुरुवात करायला हवी. आपल्याला स्वास्थ्य संकेत मिळत आहेत याचा अर्थ, आपण कमीत कमी एक मिनिट व्यायाम, एक मिनिट प्राणायाम, एक मिनिट विचारायाम आणि एक मिनिट मौनायाम या गोष्टी दररोज नियमितपणे करण्याची सवय अंगीकारायला हवी. हळूहळू या गोष्टी एक एक मिनिटाने वाढवत जायच्या आहेत. एखादी वेदना अथवा त्रास सुरू झाल्यानंतर आपण व्यायामाला सुरुवात करायची नाही, तर वेदना सुरू होण्याआधीच या गोष्टी अमलात आणायला हव्यात.

दूरदर्शिता ठेवून कार्य करणारे विश्वात खूप कमी लोक आहेत. दूरदर्शिता असणारे लोक, 'आज समाजात अमुक गोष्टी होत आहेत... आणखी दहा वर्षांनंतर तर तमुक होईल... यासाठी मी आजपासूनच काय करावं ज्यायोगे मी त्यावेळीदेखील कुठलाही तणाव न घेता अगदी आनंदाने जीवन व्यतीत करू शकेन' असा विचार करतात. परिणामी ते आजपासूनच काही कार्य करायला सुरुवात करतात. यामुळे दहा वर्षांनंतर इतर लोक 'आज प्रदूषणाचा प्रश्न खूपच गंभीर झाला आहे... वाहतुकीचा प्रश्न अतिशय बिकट झालाय...' अशा तक्रारी करू लागतील. परंतु तुम्ही मात्र दूरदर्शितेचा दृष्टिकोन

ठेवून भविष्यात उद्भवणाऱ्या समस्यांवरचा उपाय शोधून त्यावर आधीपासूनच कार्य केल्यामुळे निश्चिंत असाल. उदाहरणार्थ, एखाद्याला दहा मिनिटं व्यायाम करण्याची सवय असेल, तर तो दूरदर्शिता दृष्टिकोन ठेवून 'मी आजपासूनच आकरा मिनिटं व्यायाम करण्याची सवय अंगी बाणवायला हवी' असा विचार करेल. तो वर्तमानातील कार्यातच स्वतःचा सहभाग किमान एक टक्क्याने वाढवेल. वास्तविक त्याला हे करण्याची गरजही नसेल; परंतु तरीदेखील तो हे पाऊल उचलेल.

अशाच प्रकारे आपणदेखील दूरदर्शिता दृष्टिकोन अंगीकारून 'वर्तमानात मी असं काय करू शकतो, ज्याचा भविष्यावर परिणाम होईल' यावर विचार करून त्या अनुषंगानं कृती करायला हवी. दूरदर्शितेचा व्यापक दृष्टिकोन ठेवून आपल्या राज्याची उन्नती साधलेल्या कितीतरी राजांची उदाहरणं आपल्याला इतिहासात पाहायला मिळतील. 'आज लोकसंख्या झपाट्याने वाढत आहे, आज जितकं पाणी आहे, ते भविष्यात पुरणार नाही. परिणामी भविष्यात पाण्याचं दुर्भिक्ष जाणवेल. यासाठी आजपासूनच नदीचं, तलावाचं पाणी शहरात आणण्यासाठी कार्य हाती घेतलं, तर ते पंधरा-वीस वर्षांच्या कालावधीत पूर्ण होईल आणि लोकसंख्या वाढली तरी लोकांना पाणी अपुरं पडणार नाही.' अशा रीतीने विचार करणारे नेतेच समाजाच्या भल्यासाठी सर्वोच्च कार्य करू शकतात.

आपल्याला विकसित समाज निर्माण करायचा असेल, तर त्यासाठी आजपासूनच कार्य सुरू करायला हवं. 'लोकसंख्या वाढल्यानंतर पाण्याच्या समस्येकडे लक्ष देऊ, त्यावेळी विहिरी, तलाव खोदू' असा विचार न करता आतापासूनच या समस्येकडे लक्ष द्यायला हवं. किमान एक टक्का तरी कार्य 'आज' सुरू करायला हवं. ज्या प्रदेशात वारंवार भूकंप होतात, त्या ठिकाणच्या बांधकाम व्यावसायिकांनी, 'आता ज्या इमारती तयार होत आहेत, त्यात कोणता बदल करायला हवा, भूकंपविरोधी असं कोणतं तंत्र विकसित झालंय, जे वापरल्याने या इमारतींना कोणत्याही प्रकारची इजा पोहोचू शकणार नाही' यावर कार्यारंभीच दूरदर्शितेनं विचार करून त्याची अंमलबजावणी करायला हवी. हे एक 'प्री-थिंकिंग'चं उदाहरण आहे.

दूरदर्शितेने विचार करून भविष्यातील एखादी समस्या आपल्यासमोर आली, तर त्याने त्रस्त होऊन आपला वर्तमान न बिघडवता कार्याची आखणी करायला हवी. असं केल्याने आपला वर्तमानही सुधारेल. काही संकेत मिळताच दूरदर्शितेने आपल्या कार्यात त्यानुसार बदल करायला हवेत. वर्तमानात आपण जे कार्य करत आहात, ते आणखी

उत्तम रीतीनं करायला हवं. अगदी भांडी धुणं, झाडून काढणं या प्रकारची कामंदेखील चांगल्या पद्धतीनं करायला हवीत. कारण हा आपला वर्तमान आहे. वर्तमान उत्तम असेल, तर भविष्यदेखील उत्तमच होईल.

भविष्यात एखादा कार्यक्रम होणार असेल, तर त्याचं आयोजन, नियोजन आधीपासूनच करा. 'कार्यक्रमाची वेळ येईल त्यावेळी पाहू... आम्हाला सांगितल्यावर त्यावर विचार करू... त्यानंतर तयारी करू...' असा विचार कधीही करू नका. अशा प्रकारची मानसिकता असेल, तर कार्यक्रम संपल्यावर तो यशस्वी झाला नाही, त्याचं उद्दिष्ट सफल झालं नाही, हे दिसून येईल. आपल्या कार्यात 'प्री-थिंकिंग'चा अभाव असल्याचंच हे निदर्शक आहे. 'आम्हाला कोणीतरी सांगेल आणि त्यानंतर आम्ही काम करू' याची वाट पाहत बसू नका. आपण आधीपासून सजग राहिलात तर, अगदी अल्प प्रयत्नातदेखील ते कार्य उत्कृष्टरीत्या पार पडेल. नवीन वर्षाचं कॅलेंडर समोर ठेवून त्यानुसार कार्ययोजना (प्री-थिंकिंग) आखली, तर आपली बरीचशी कामं अगदी सहजतेनं यशस्वी होतील. हे आपण पुढील उदाहरणाद्वारे समजून घेऊ -

एक मनुष्य एका कार्यक्रमाची तयारी करत होता, जो दोन महिन्यांनंतर होणार होता. या कार्यक्रमाला आणखी बराच कालावधी आहे, असं समजून तो अत्यंत धिम्यागतीनं काम करत होता. त्यातच एके दिवशी त्याचा मित्र त्याला म्हणाला, 'चल, त्या कार्यक्रमाबद्दल थोडा विचार करून आपण योजना आखू.' दोघांनी मिळून त्या कार्यक्रमावर थोडा विचार-विमर्श केल्यानंतर त्यांच्या लक्षात आलं, की इतक्या मोठ्या प्रमाणात कार्यक्रम करायचं ठरलं आहे. परंतु त्या दृष्टीने तयारी करण्यासाठी खूप कमी वेळ हाती उरला आहे. आजपासूनच या कार्यक्रमाचं एक एक काम करत गेलं, तरच ते चांगल्या प्रकारे पूर्ण होऊ शकेल. प्री-थिंकिंग केल्यामुळेच त्यांच्या हे लक्षात आलं. अन्यथा काही वेळापूर्वी त्यांची 'आणखी बरेच दिवस आहेत' ही मनोधारणा होती. त्यावर विचार करायला सुरुवात केल्यावर कितीतरी गोष्टी त्यांच्यासमोर आल्या. उदाहरणार्थ, आज काही लोकांना पत्रं पाठवली, तर काही दिवसांनी ते त्यांना मिळेल आणि त्यानुसार ते कार्याला सुरुवात करतील... त्यानंतर अपेक्षित लोक यायला सुरू होतील. अशा प्रकारे त्यांची कार्यपद्धती आणि कामाचा वेग वाढला.

प्री-थिंकिंग केल्यामुळे त्या कार्यासंबंधी अनेक नव्या शक्यता खुलतील. पुढे येणाऱ्या अनेक समस्यांविषयी आपण सतर्क व्हाल. मनुष्याला मनन करण्याची सवय नसल्यामुळे तो योग्य विचार करू शकत नाही. लोकांना विचार करणं खूपच कठीण

वाटतं. 'कार्यक्रमात असं काय व्हायला हवं होतं, जे झालं नाही' अशा दृष्टीने ते विचार करू शकत नाहीत. एका कार्यक्रमात किती तरी चांगल्या गोष्टींचा अंतर्भाव होऊ शकतो; परंतु 'प्री-थिंकिंग'ची सवय नसल्यामुळे लोक यांविषयी विचार करू शकत नाहीत. आपण कितीतरी गोष्टी करू शकलो असतो. परंतु योग्य रीतीने विचार करण्याची सवय नसल्यामुळे आपण बऱ्याच गोष्टी करू शकलो नाही, हे मनुष्याला कधी समजूनच येत नाही. 'प्री-थिंकिंग'ची सवय नसल्यामुळे ज्याची निर्मिती या वर्षात झाली असती, ती कित्येक वर्षांपर्यंत स्थगित राहते.

२. थिंकिंग त्रिकोणाचा दुसरा कोन : फाइन थिंकिंग

आपल्याला 'री-थिंकिंग आणि प्री-थिंकिंग यांच्यासह 'फाइन थिंकिंग'ही (सूक्ष्म विचार) करायचं आहे. फाइन थिंकिंग म्हणजे एखाद्या बाबीचा सूक्ष्म विचार करणं. आपण एखादी महत्त्वपूर्ण गोष्ट ऐकल्यानंतर त्यात कोणकोणत्या सूक्ष्म बाबी उद्धृत केल्या आहेत, यावर सखोलतेनं मनन करायला हवं. ज्या बाबींचं आपण अगदी थोडंसं निरीक्षण केलंय, अशा बाबींवरदेखील गहन मनन करण्याची आवश्यकता असते.

अशा रीतीने कोणी मनन करत असेल, तर सूक्ष्मातिसूक्ष्म गोष्टीदेखील त्याच्या लक्षात येतील. जितका सूक्ष्म पैलू आपल्याला दिसेल, तितकं अधिक परिवर्तन आपल्यात होईल.

जे लोक सूक्ष्म गोष्टी पकडू शकतात, तेच मोठं ध्येय प्राप्त करण्यासाठी पात्र बनतात. त्यांच्यासाठी पुढील व्यवस्थेचं आयोजन करण्यात येतं. जे लोक फाइन थिंकिंग करतात, त्यांच्या जीवनात सुयोग्य बदल घडतात आणि त्यांच्यात संपूर्ण रूपांतरण घडतं. फाइन थिंकिंगचा अवलंब केल्यामुळे लोकांच्या जीवनात पुढील अनेक शक्यता खुलायला सुरुवात होते. यासाठी फाइन थिंकिंगचा निरंतर अभ्यास करत राहायला हवं.

३. थिंकिंग त्रिकोणाचा तिसरा कोन : फ्री-थिंकिंग

'फ्री-थिंकिंग' म्हणजे आपल्या विचार करण्याच्या जुन्या पठडीतून बाहेर येऊन विचार करणं. लोक जेव्हा एखाद्या बाबतीत त्यांच्या जुन्या साच्यातून बाहेर येऊन विचार करतात, तेव्हा एका नव्या गोष्टीची निर्मिती होते. त्यांच्या विचारांमध्ये आमूलाग्र बदल होतो आणि ते पूर्णपणे मोकळेपणाने खुलून विचार करू लागतात. फ्री-थिंकिंगमुळे नवनिर्माणाची शक्यता खुलते.

सर्जनशील विचार आपल्याला नवं बनवतील. प्रत्येक काम करण्याच्या

पद्धतीमध्ये नवे प्रयोग करत राहिल्याने त्या कामात अनोखा बदल होतो. ही सवय लावल्यामुळे ते काम करताना तर आपल्याला आनंद मिळतोच. त्याचबरोबर ही सवय अंगी बाणवल्यामुळे आपल्या जीवनात ती अतिशय साहाय्यभूत ठरली, हेही लक्षात येईल.

सर्जनशील विचार करण्यासाठी मनुष्याची बुद्धी लवचिक असायला हवी. लवचिक बुद्धी म्हणजे एखादी वस्तू, घटना, पैलू, मुद्दा यांकडे नव्या दृष्टिकोनातून पाहणं. एकदा भगवान महावीरांना कोणीतरी प्रश्न विचारला, 'जास्त काळ झोपणं चांगलं की वाईट?' यावर भगवान महावीरांनी जे उत्तर दिलं, ते नवीन दृष्टिकोन दर्शवतं. भगवान महावीरांनी उत्तर दिलं, 'एखादा मनुष्य समाजात हिंसा पसरवत असेल, तर तो जितका अधिक काळ झोपेल तितकं चांगलं. कारण तो जितका वेळ झोपेल तितका वेळ समाज आणि स्वतःदेखील हिंसेपासून दूर राहील. याउलट एखादा चांगला माणूस जितका कमी झोपेल तितकं चांगलं. कारण तो जितका वेळ जागृत असेल, तितका तो समाजाला अहिंसा आणि प्रेम यांची शिकवण देईल.'

एखादा जमिनीचा तुकडा वेगवेगळ्या दिशेने पाहिल्याने एक नवीन दृष्टी मिळते. त्या जमिनीचे विविध पैलू समोर येतात. परंतु ती जमीन हेलिकॉप्टरमधून (उच्च दृष्टिकोनातून) पाहिली, तर त्या जमिनीबद्दलचं संपूर्ण वास्तव समोर येईल. हे तर केवळ एक उदाहरण होतं. याद्वारे आपण नवीन दृष्टिकोन असणं किती महत्त्वपूर्ण आहे, हे जाणायचं आहे.

एका राज्याचा मंत्री एका सर्जनशील माणसाकडे गेला आणि त्याला म्हणाला, 'आमच्या राज्याचा राजा एका विवंचनेत आहे. ती तुम्ही दूर करू शकाल का?'

त्यावर सर्जनशील मनुष्य म्हणाला, 'नक्कीच. पण आधी हे तरी कळू द्या, की त्यांना कोणती विवंचना आहे?'

यावर मंत्री म्हणाला, 'आमचा राजा 'सात' हा आकडा अशुभ आहे असं समजतो. या धारणेमुळे सात तारखेला तो कोणतंही काम करत नाही. इतकंच नव्हे, तर दर सात तारखेला सुट्टी जाहीर केली जाते. सात आकड्यासंबंधी कोणतीही गोष्ट त्याच्यासमोर आली, तर तो तिच्यापासून दूर जातो. याचं कारण राजा सात वर्षांचा असताना नदीत बुडता बुडता वाचला होता. एकदा तो शिकारीसाठी गेला असता, त्याच्यावर सात लोकांनी हल्ला चढवला. यामुळेच 'सात आकडा अशुभ' ही धारणा राजाच्या डोक्यात पक्की बसली आहे. 'सात म्हणजे धोका' हे समीकरण राजाच्या

मनात पक्कं रुजलंय. तुम्ही राजाला या धारणेतून मुक्त करू शकाल का? तुम्हाला एखादी अनोखी पद्धत अवगत असावी, असं तुमच्याशी झालेल्या चर्चेतून मला वाटतं. त्यामुळे मी अगदी विश्वासाने म्हणू शकतो, की तुम्ही हे काम नक्की करू शकाल.'

मंत्र्याचं बोलणं ऐकून सर्जनशील मनुष्य म्हणाला, 'हे तर अगदी सोपं आहे.' दुसऱ्या दिवशी तो माणूस राजदरबारात गेला आणि राजाला म्हणाला, 'हे राजन, तुम्ही दररोज सकाळी उठल्यानंतर सात वेळा ईश्वराची प्रार्थना करा.'

हे ऐकताच राजा गोंधळून गेला आणि त्याच अवस्थेत म्हणाला, 'सात वेळा! मी ज्यापासून मुक्त होण्याची धडपड करतोय, तुम्ही मला त्यातच गुंतवत आहात. मी सात वेळा प्रार्थना करू शकत नाही. मला सात या अकड्याची भीती वाटते.' यावर सर्जनशील माणूस म्हणाला, 'खरंतर सात हा आकडा तुमच्यासाठी शुभदायी आहे; परंतु हे तुम्हाला माहीत नाही. या सातातच लोक जन्म घेतात आणि त्यांचा मृत्यूदेखील यातच होतो.'

राजानं प्रश्नार्थक मुद्रेने विचारलं, 'याचा अर्थ काय?'

त्यावर तो माणूस म्हणाला, 'सप्ताहात सोमवार ते रविवार असे जे सात दिवस असतात, त्याच दिवसांत मनुष्याचा जन्म होतो आणि मृत्यूदेखील याच सात दिवसांत होतो. या सात दिवसांव्यतिरिक्त काहीच नाही. सातानेच आरंभ होतो आणि सातातच अंतदेखील आहे.'

पुढे तो माणूस म्हणाला, 'राजन, तुम्ही सात वर्षांचे असताना पाण्यात बुडता बुडता वाचला. परंतु त्यावेळी तुम्ही आठ वर्षांचे असता, तर त्याच दिवशी बुडून मरण पावला असता. तुम्ही जंगलात असताना तुमच्यावर सात लोकांनी हल्ला चढवला. त्यावेळी त्या लोकांची संख्या सहा किंवा आठ असती, तर त्यांच्याकडून तुमची हत्या झाली असती. केवळ ते सात जण होते म्हणूनच तुम्ही वाचलात. सात हा आकडा तुमच्यासाठी शुभ असल्यामुळेच प्रत्येक वेळी संकटातून तुमचा बचाव झाला.'

हे ऐकून राजा विचार करू लागला, 'काही घटनांमुळे मी चुकीचं अनुमान लावून जुन्या साच्याप्रमाणेच नकारात्मक विचार करत होतो. सात लोकांनी हल्ला केला म्हणूनच मी वाचलो, सात वर्षांचा असल्यामुळेच मी पाण्यात बुडता बुडता वाचलो, असा सकारात्मक विचारदेखील मी त्यावेळी करू शकलो असतो.' सर्जनशील माणसानं जे सांगितलं, ते ऐकल्यावर राजाचा पाहण्याचा दृष्टिकोनच बदलून गेला. त्यानंतर सात

हा आकडा राजासाठी शुभदायी बनला. यापुढे सात तारखेला एखादा मेळा, एखादं नवीन कार्य अशा नवनवीन गोष्टींचं आयोजन होऊ लागलं. राजामध्ये संपूर्ण परिवर्तन घडलं. केवळ राजाच्या पाहण्याच्या दृष्टिकोनात झालेल्या बदलामुळे राज्यात चमत्कार होऊ लागले. जुन्या साच्यातून बाहेर पडून विचार करणं म्हणजे काय, हे राजाच्या उदाहरणातून चांगल्या रीतीने समजू शकतं.

प्रत्येक मनुष्याचा एक ठरावीक साचा असतो. त्या साच्याच्या परीघाबाहेर येऊन तो विचार करू शकत नाही. म्हणून मुक्त विचार करण्याची (फ्री-थिंकिंगची) सवय प्रत्येकाने अंगी बाणायला हवी. काही लोक एकत्र येऊन अगदी थोडा वेळ का होईना, या साच्यातून बाहेर पडून मुक्तपणे विचार करू शकतात. प्रत्येक वेळी यातून काही अनोखी युक्ती अथवा कल्पना समोर येईलच असं नव्हे. इथे महत्त्वाचं आहे, ते स्वतःला मुक्तपणे विचार करण्याची सवय लावणं. यामुळे आपण नवीन दृष्टिकोनातून विचार करू लागाल आणि यापूर्वी ज्याची कधीही कल्पना केली नव्हती, अशा कित्येक गोष्टी तुमच्यासमोर येतील. यासाठी अशा प्रकारे विचार करण्याची सवय लावून घेण्याच्या कार्याचा आजच शुभारंभ करा.

नवीन दृष्टिकोन

एका कंपनीने बूट आणि चप्पल यांच्या वितरणासाठी दोन सेल्समन आफ्रिकेमध्ये पाठवले. तिथे जाऊन सर्वेक्षण करून त्याप्रमाणे माल मागवण्याची सूचना त्यांना देण्यात आली. त्यानंतर एका सेल्समनने कंपनीमध्ये फोन करून कळवलं, 'येथे कोणीही चप्पल वापरत नाही. म्हणून इथे अजिबात विक्री होणार नाही. सबब माल पाठवू नये.' याउलट दुसऱ्या सेल्समनने फोन करून सांगितलं, 'येथे कोणीही चप्पल अथवा बूट वापरत नाही. त्यामुळे इथे आपल्यासाठी भरपूर विक्रीची संधी आहे. म्हणून जास्तीत जास्त माल पाठवावा.' या उदाहरणात दोन्ही सेल्समनपुढे समान परिस्थिती होती. परंतु एक म्हणतो, 'माल अजिबात विकला जाणार नाही.' दुसरा म्हणतो, 'विक्रीची अमूल्य संधी आहे.' दोघांत कोणता फरक आहे?' याचं उत्तर 'केवळ दोघांचे दृष्टिकोन भिन्न आहेत' हे आहे. एका सेल्समनकडे बौद्धिक लवचिकता आणि सर्जनशील विचार आहेत, तर दुसरा जुन्या साच्यात राहून विचार करणारा आहे. विकासपथावर तोच मनुष्य यशस्वी होईल, जो नवीन दृष्टिकोन स्वीकारून वेगवेगळे प्रयोग करेल.

आपल्या विचारांना प्रशिक्षण द्या

ज्या ज्या वेळी विचार कराल, त्या त्या वेळी सकारात्मकता आणि यश यांविषयीच

विचार करा. अपयशाबद्दल कधीही विचार करू नका. ज्या ज्या वेळी आपल्यासमोर कठीण परिस्थिती उद्भवेल, त्या त्या वेळी यात विजय माझाच होणार असा विचार करा.

एकदा एका मुलाच्या काकांनी त्या मुलाला एक लाख रुपये दिले. त्यानंतर त्यांचा मृत्यू झाला. हे सांगून तो मुलगा खूपच रडू लागला. त्यावर त्याच्या मित्रानं त्या मुलाला विचारलं, 'तुला रडायला काय झालं? तुला तर एक लाख रुपये मिळालेत!'

त्यावर तो मुलगा म्हणाला, 'हो, हे खरंय. पण माझे दुसरे काकादेखील मरण पावले. त्यांनी माझ्यासाठी पाच लाख रुपये ठेवले.'

हे ऐकून त्या मित्रानं आश्चर्यानंच त्या मुलाला विचारलं, 'तुला तर सहा लाख रुपये मिळाले आहेत, तरीही तू का रडत आहेस?'

त्यावर तो मुलगा म्हणाला, 'मी यासाठी रडतोय, की मला केवळ दोन काका होते. आणखी असते, तर मला त्यांच्याकडून जास्त पैसे मिळाले असते.'

एक माणूस त्याच्याकडे पुरेसे पैसे असूनदेखील रडत आहे, तर दुसरा त्याच्याकडे पुरेसे पैसे नसतानादेखील हसत आहे. हेच वरील उदाहरणाद्वारे पाहायला मिळालं. हा फरक का झाला? केवळ दृष्टिकोन भिन्न असल्यामुळे. माणसाची विचार करण्याची पद्धत आणि दृष्टिकोन बदलला, की जीवनात सर्व काही बदलायला सुरुवात होते. प्रत्येक घटनेतील सकारात्मक पैलूंकडे पाहण्याची दृष्टी आपल्याला काहीतरी शिकवून जाते. याचाच अर्थ, पांढरं तर पांढरं आहेच, पण काळंदेखील पांढरंच आहे.

मनन प्रश्न
माझ्यात नवा दृष्टिकोन कितपत विकसित झाला आहे आणि तो कसा विकसित करायचा आहे?

आजचा प्रशिक्षण संकल्प
आज आपल्या दैनंदिन कामांचा पुनर्विचार (री-थिंकिंग) करायचा आहे.

१९

शिकण्याची कला शिका

SECOND TRAINING

शिकणं कधीही बंद करू नका : दर चौदा महिन्यांनी ज्ञान दुप्पट होतं.

– अँथनी जे. डी. अँजेलो

आपण स्वयंपाक बनवणं, चूल पेटवणं, इंग्रजी बोलणं, शिटी वाजवणं, कथा लिहिणं, पियानो वाजवणं, क्रिकेट खेळणं, इतकंच काय पण घड्याळात वेळ पाहणंदेखील शिकू शकतो. आपण गाडी चालवणं अथवा कॉम्प्यूटर वापरणंदेखील शिकू शकतो. पण आपण 'शिकणं' देखील शिकायला हवं, असा विचार कधी आपल्या मनात आला का? बहुतांश लोक या प्रश्नाचं 'नाही' असंच उत्तर देतील. कारण 'शिकणं' हीदेखील एक कला आहे, या दृष्टिकोनातून आपण त्याकडे कधी पाहिलंच नाही. आता आपल्याला याचंच प्रशिक्षण घ्यायचं आहे. हे आहे आपलं दुसरं प्रशिक्षण.

आपल्याला जर एखादं मोठं ध्येय प्राप्त करायचं असेल, तर आपण शिकण्याच्या कलेकडे डोळेझाक करता कामा नये. शिकणं हीदेखील एक कला आहे, याचं प्रत्यंतर आपल्याला संपूर्ण प्रशिक्षण प्राप्त केल्यानंतर नक्कीच येईल. ही कला आत्मसात करण्यासाठी आपल्याला आपलं संपूर्ण शरीर प्रशिक्षित करणं आवश्यक आहे. आपली सर्व इंद्रियं आपण जे सांगू ते ऐकून त्याप्रमाणे प्रतिसाद देऊ लागतील, तेव्हाच आपण कमीत कमी वेळेत जास्तीत जास्त शिकण्यात यशस्वी होऊ शकाल. या पुस्तकाच्या माध्यमातून आपण जे प्रशिक्षण प्राप्त करत आहात, ते आपल्याला उत्तम विद्यार्थी (बेस्ट लर्नर) बनवेल.

कोणतीही गोष्ट शिकण्यासाठी आपल्याला अभ्यासाची आवश्यकता असते. मग शिकणं शिकण्यासाठी आपल्याला कोणत्या गोष्टीची आवश्यकता आहे? शिकण्याची कला साध्य होण्यासाठी आपल्याला योग्य दृष्टिकोनातून विचार करणं, सजग राहणं, मनन करणं यांबरोबरच शिकलेल्या गोष्टी 'अधिक चांगल्या प्रकारे करण्याची सवय' या बाबींची आवश्यकता आहे. ही सवय आपल्याला आपण करत असलेल्या कामात प्राविण्य प्राप्त करून देईल आणि आपलं प्रत्येक काम निर्दोष होईल. आपण शिकण्याची कला अवगत केली, की आपल्याला प्रत्येक गोष्ट कमी वेळेत शिकता येईल. यामुळे आयुष्यभर तुमच्या वेळेची बचत होत राहील. ही कला अवगत केल्याने तुमच्या वेळेची कितीतरी बचत होणार आहे. त्यामुळे ही कला शिकण्यासाठी काही वेळ देण्याची टाळाटाळ करू नका.

जो मनुष्य कालमानानुसार नव्या उपकरणांचा वापर करायला शिकतो, तो भविष्यात येणाऱ्या नवीन गोष्टी शिकण्यासाठी सदैव तयार असतो. जो नवीन प्रशिक्षण घेऊ शकत नाही, तो भविष्यात नेहमी मागेच राहील. यासाठीच काळ आणि वेळ यांच्या गरजेनुसार स्वतःला हाय-टेक प्रशिक्षण देत राहायला हवं.

ज्या मनुष्यानं स्वतःला 'बेस्ट लर्नर' सिद्ध केलं आहे, त्यालाच पदोन्नती दिली जाते. ज्या मनुष्याची बुद्धी लवचिक नाही, जो सतत जुन्या पद्धतीनेच काम करत राहतो, जो नवीन काम करण्याचं साहस दाखवत नाही किंवा ज्याच्यात नवीन कामाबद्दल उत्साह नसतो, त्याची कधीही बढतीसाठी निवड होत नाही.

शिकणं शिका

आपण शिकण्याचं तंत्रदेखील शिकू शकतो. आपण प्रत्येक नवी कला शिकू शकतो.

ही कला पालकांनी आपल्या मुलांना शिकवायला हवी. मुलांनी एकदा का शिकण्याची कला अवगत केली, की ती कोणतंही कार्य करण्यासाठी सक्षम बनतील. आईने तिच्या मुलीला ही कला शिकवली, तर तिला कसंही सासर मिळो, ती त्या कुटुंबातील लोकांप्रमाणे वागायला, काम करायला शिकेल. स्वतःला त्या वातावरणानुसार अनुकूल बनवेल. अशा रीतीने आपण स्वतःलादेखील प्रशिक्षित करू शकतो.

शिकणं शिकण्याच्या काही विधी पुढीलप्रमाणे आहेत–

१. चूक नाहीशी होईपर्यंत चाचणी चालू ठेवण्याच्या पद्धतीने (ट्रायल अँड एरर मेथडने) आपण प्रशिक्षणाची सुरुवात करू शकतो. आपण एखादं काम हाती घ्याल तर, ते आपल्याला सोयीस्कर वाटेल त्यानुसार करायला सुरुवात करा. समजा, त्यात तुम्ही अपयशी ठरला, तर त्या अपयशाची कारणं शोधण्याचा प्रयत्न करा. कृतीमध्ये कोणता बदल केल्याने त्यात यश येईल, याविषयी विचार करा. अशा प्रकारे विचार करून मिळालेल्या निष्कर्षानुसार ते काम पूर्ण करण्याचा प्रयत्न करा.

२. नवीन प्रयोग केल्यानंतर त्यातील उणिवा दूर करण्यासाठी मननाद्वारे उपाय शोधा. जोपर्यंत आपण या कामात नैपुण्य प्राप्त करत नाही, तोपर्यंत या पद्धतीचा अवलंब करा.

३. झटपट यश मिळवण्यासाठी घाई-गडबड करू नका. आपल्या चुकांमधून शिका. चुकांना घाबरून आपण शिकण्याच्या कलेत प्रवीण बनूच शकणार नाही.

४. पुढच्या वेळी वेगळं काय करता येईल, यावर विचार करून त्याची नोंद करा.

५. एखाद्या कामात अपयश आलं, तर ते करण्याची पद्धत बदलून पाहा. एखादं जुनं काम नवीन पद्धतीनं करा. अशा प्रकारे तुमच्याकडून एखादा आविष्कारही घडू शकतो. कामाच्या निरनिराळ्या पद्धती आजमावून आपण उत्कृष्ट पद्धतीपर्यंत नक्कीच पोहोचू शकतो.

६. आपल्या कामाचा वेग आपण धीरानं हळूहळू वाढवत न्यायला हवा.

७. मनुष्य जेव्हा एखादं काम आरंभापासून शेवटपर्यंत मनोमन करतो आणि ते पूर्ण झाल्याचं पाहतो, तेव्हाच त्याचा त्या कामातील वेग वाढतो. याचाच अर्थ, आपल्याला ज्या कामात प्राविण्य मिळवायचं आहे, ते आपण मनातल्या मनात

करून पाहायला हवं. उदाहरणार्थ, मनातल्या मनात कॉम्प्यूटरवर काम करा. की-बोर्डच्या साहाय्याने टायपिंग करा. कोणत्या कीने कोणतं अक्षर टाइप होतं... कोणत्या बोटाने कोणती की दाबायची... हे सर्व मनःपटलावर पाहा. या पद्धतीचा अवलंब केला, तर तुमच्या टायपिंगची गती अल्प काळातच वाढेल.

८. अशा रीतीने आपण आपल्या मोकळ्या वेळेचा सदुपयोग करायला हवा. याच पद्धतीने क्रिकेट, बुद्धिबळ यांसारखे कोणतेही खेळ वा कार चालवणे, पोहणे यांसारख्या गोष्टी आपण लवकर शिकू शकाल.

९. एखाद्या कामाचं कसब प्राप्त झाल्यानंतर ते काम कठीण परिस्थितीतदेखील करा. असं केल्याने आपली एकाग्रता आणि मनोबल (Will power) वाढेल. उदाहरणार्थ, आपल्याला एकाग्रता वाढवायची असेल, तर कोलाहलातही अभ्यास अथवा एखादं काम करा. मुलं घराबाहेर खेळत असतील, तर त्यांना आत येऊन खेळायला सांगा. अशा रीतीने एकाग्रतेचा अभ्यास सुरुवातीला अगदी शांत जागी करा. त्यात प्रावीण्य मिळाल्यानंतर ते गोंगाट असणाऱ्या ठिकाणीदेखील करा. याने जे मनोबल वाढेल, त्याचा आपल्या जीवनात खूपच लाभ होईल.

आईवडिलांनीदेखील मुलांचं मनोबल वाढवण्यासाठी त्यांना एका तरी कार्यात, कलेत प्रवीण बनवायला हवं. मुलं जेव्हा एखादं काम इतरांपेक्षा चांगल्या प्रकारे पूर्ण करतील, तेव्हा त्यांचं मनोबल वाढेल आणि त्यांच्यात 'मी हे करू शकतो' हा आत्मविश्वास वाढेल. ही आत्मविश्वासाची भावना त्यांच्या जीवनात मोलाचं कार्य करेल.

१०. शिकण्यासाठी आपण 'शॅडो बॉक्सिंग' तंत्राचाही उपयोग करू शकता. मुष्टियुद्ध (बॉक्सिंग) शिकणाऱ्या खेळाडूंना हे तंत्र शिकवलं जातं. प्रतिस्पर्धी कशा प्रकारे बॉक्सिंग करेल आणि त्याचा सामना कशा प्रकारे करायचा, याचं चलचित्र मनःपटलावर पाहायचं. प्रतिस्पर्ध्याने केलेला वार आणि त्याला उत्तर देण्याच्या दृष्टीने आपण केलेला वार, या दोन्ही गोष्टी पाहायच्या आहेत. अशा प्रकारे आपण समोरच्या खेळाडूवर विजय प्राप्त करण्यासाठी आधीपासूनच तयार राहाल.

या तंत्राचा उपयोग आपण काहीही शिकण्यासाठी करू शकता. उदाहरणार्थ, आपल्याला क्रिकेटमधील कौशल्य प्राप्त करायचं असेल, तर स्वतःला बॅटिंग आणि बॉलिंग करताना वर सांगितल्याप्रमाणे पाहा. आपण बॅटिंग करत असाल,

तर समोरील खेळाडू बॉल कशा प्रकारे टाकेल... तो तुमच्यापर्यंत कशा प्रकारे येईल... तो तुम्ही कशा रीतीने टोलवाल... अशा सर्व गोष्टी कल्पनेने मन:पटलावर पाहा. अशा प्रकारे आपण कोणताही खेळ, नृत्य, संगीत इत्यादी गोष्टी सहजतया शिकू शकता.

अशा प्रकारे कोणतीही गोष्ट शिकण्यासाठी वरील तंत्रांचा उपयोग करून आपण संपूर्ण प्रशिक्षणाच्या सर्वोच्च अवस्थेप्रत पोहोचाल.

तुम्हाला मिळणारा मोकळा वेळ अत्यंत मौल्यवान समजून, त्या वेळेचा उपयोग आत्मविकास साधण्यासाठी अथवा एखादा नवा आविष्कार घडवण्यासाठी करा, हाय-टेक बना.

हाय-टेक बनणं म्हणजे उच्च तंत्रांचा उपयोग करणं. ई-मेल, कॉम्प्यूटर, लॅपटॉप, टॅब्लेट, कॅमकॉम यांसारखी उपकरणं तसेच 'माइन्ड मॅप'सारखी तंत्रं आज उपलब्ध आहेत. माइन्ड मॅप (मानसिक नकाशा) हे एक असं तंत्र आहे, ज्याच्या साहाय्याने आपण कितीतरी मोठा मजकूर एका कागदावर उतरवू शकता. एखाद्या विद्यार्थ्याला काही महत्त्वपूर्ण माहिती स्मरणात ठेवायची असेल, तर तो हे तंत्र वापरून एका छोट्या कागदावर उतरवून अगदी सहज लक्षात ठेवू शकतो. पुढील पानावर (P.T.O.) एक माइन्ड मॅप उदहरणादाखल दिला आहे. तो पाहून आपण मानसिक नकाशा तयार करायला शिकू शकता. याच्या मदतीने आपण काहीही शिकू शकाल आणि एकाच वेळी कितीतरी गोष्टी लक्षातही ठेवू शकाल.

आज मानवाला नवतंत्रज्ञानामुळे कित्येक सुविधा उपलब्ध झाल्या आहेत. कितीतरी उपकरणं तयार झाली आहेत. त्यांचा उपयोग प्रत्येकाला करता आला पाहिजे. जो संपूर्ण प्रशिक्षण घेत आहे, असा या युगातील प्रत्येक नागरिक आणि समाजसेवक यांना या तंत्रांचं ज्ञान असणं अनिवार्य आहे. 'आजपर्यंत कॉम्प्यूटरला हातदेखील लावला नाही, तर मी तो कसा शिकणार', असा विचार करू नका. आपल्याला संपूर्ण प्रशिक्षण घ्यायचं असेल, तर हे सात प्रकारचं प्रशिक्षण पूर्ण करायलाच हवं.

असे कितीतरी लोक आहेत, ज्यांना कॉम्प्यूटर वापराचं ज्ञान नव्हतं; परंतु त्यांना कॉम्प्यूटरविषयक काम दिल्यानंतर ते त्याचा वापर करायला शिकू शकले. अर्थातच यात त्यांना कितीतरी अडचणी आल्या. बऱ्याचशा गोष्टी ते वारंवार विसरून जात; परंतु नियमित अभ्यास, सराव करून ते आज कॉम्प्यूटरवरील काम व्यवस्थितपणे करत आहेत. आपण एखादी गोष्ट करण्याचं मनोमन ठरवतो, तेव्हा त्यासाठी मनापासून

संपूर्ण प्रशिक्षण सार मानसिक नकाशा
प्रशिक्षणाचे दोन पासवर्ड
शंभर टक्के देणं
निरंतरता
आत्मानुशासन शिका
आत्मानुशासनाच्या दोन प्रभावी पद्धती १. थोडं पण आज २. समय नियोजन
आत्मानुशासन कोणासाठी का आवश्यक आहे?
विकासपथात येणाऱ्या बाधांपासून बचाव करायला शिका
क्रोध करू नका, तर तोलाचा
भय मुक्ती – सात आत्मसूचना
कपट करण्याची वृत्ती
सुस्तीचं वजन
दोषारोप करण्याचा दोष
कंजुसीचा दोर
अयोग्य वेळ, अयोग्य स्थळ
कौशल्य प्रदान करणारी महान तंत्रं
ध्येयबद्ध बना
विचार करण्याचं प्रशिक्षण
शिकण्याची कला
कलमबद्धतेची सवय
तंत्रांद्वारे प्रशिक्षण
अल्प–आरामाचं प्रशिक्षण
सर्जनशील बनण्याची कला
निर्णयक्षमता वृद्धिंगत करण्याचं प्रशिक्षण

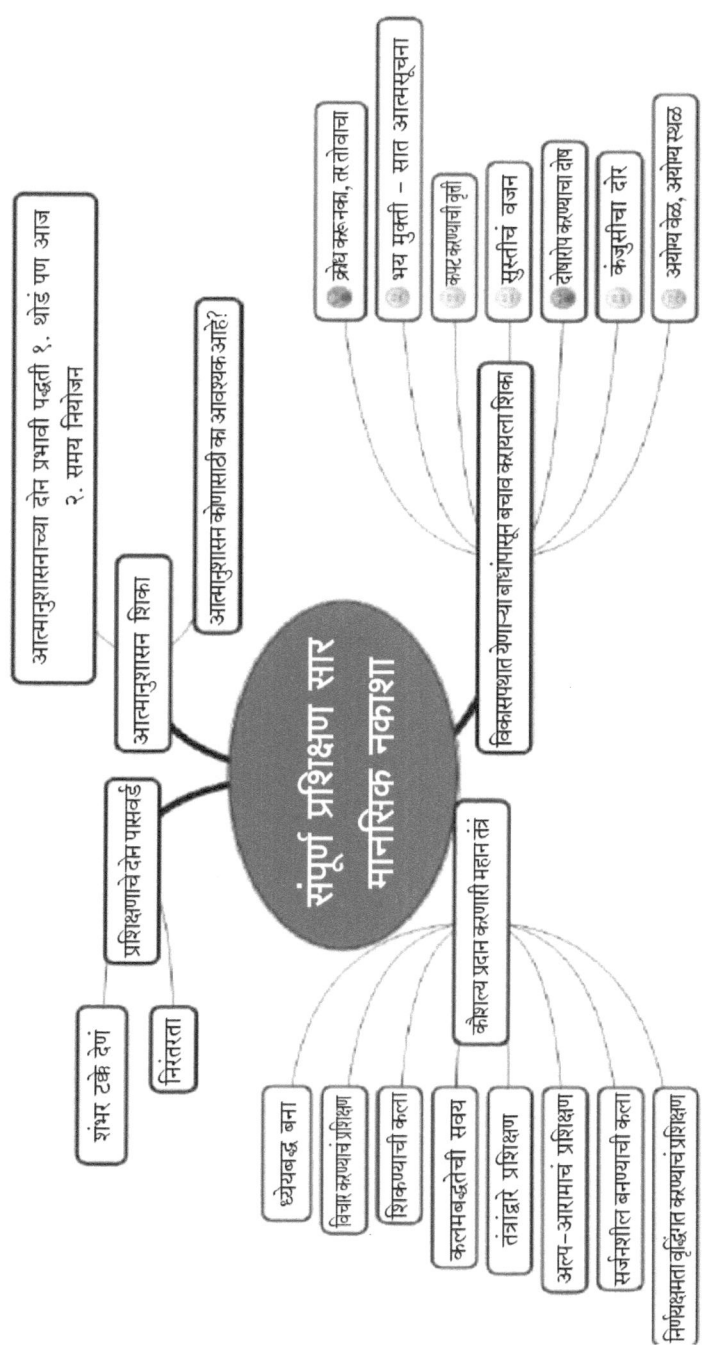

तयार असतो. यासाठीच आपण मोबाइलद्वारे मेसेज पाठवणं, कॉम्प्यूटद्वारे माहिती प्राप्त करणं आणि पोहोचवणं, ई-मेल करणं अशा गोष्टी त्वरित शिकून घ्यायला हव्यात. एका ठिकाणी बसून प्रत्येक बातमी सर्व ठिकाणी कशी पोहोचवायची, प्रत्येक कार्य कॉम्प्युटराइज्ड कसं होईल, याची माहिती आपल्याला असायला हवी.

या सर्व भविष्यातील गोष्टी आहेत; परंतु आज आपली स्थिती काय आहे? किती लोक ई-मेल करू शकतात? जे करू शकत नाहीत, त्यांना या तंत्राचा आवाका माहीतच नाही, असं म्हणावं लागेल. ई-मेल कम्युनिकेशन हे असं तंत्र आहे, ज्याद्वारे आपण दूरवर असलेल्या, अगदी विदेशात असलेल्या माणसाशी क्षणात संपर्क साधू शकतो. आपलं कार्य आधुनिक तंत्रांच्या साहाय्याने अधिकाधिक प्रभावशाली कसं होईल, यावर प्रत्येकाने विचार करायला हवा. आपल्याला मोठं ध्येय प्राप्त करायचं असेल, तर त्यानुसार आपलं शरीरदेखील तयार करावं लागेल. अर्थात, हे सर्व एका दिवसात आत्मसात होईल असं नव्हे. या सर्व गोष्टी शिकण्यासाठी आपण आपला थोडा वेळ दररोज द्यायला हवा. आपल्याला काही माहिती नसेल, तर याबाबतीत आपण जाणकारांचा सल्ला घ्यायला हवा. त्यातून योग्य तो मार्ग नक्कीच मिळेल. यासाठी पुढाकार मात्र आपणच घ्यायला हवा हे निश्चित!

मनन प्रश्न

मी शिकण्याची कला अवगत केली का?

आजचा प्रशिक्षण संकल्प

आज नवीन काम आणि नवी कला शिकायची आहे.

२०
स्वतःला कलमबद्धतेची सवय लावा
THIRD TRAINING

प्रत्येक मनुष्याचं जीवन एक डायरी आहे, त्यात त्याला
एक कथा लिहायची इच्छा असते, परंतु तो लिहितो मात्र
भलतंच. शिवाय तो सर्वांत विनम्र तेव्हा बनतो, जेव्हा त्याने
लिहिलेल्या ग्रंथाची तुलना तो त्याच्या संकल्पांशी करतो.
— सर जे. एम. बॅरी

प्रत्येक माणसाला जीवनात विकास करण्यासाठी सात मुख्य प्रशिक्षणांची आवश्यकता असते. या सात प्रशिक्षणाच्या माध्यमातून आपण आपल्यात चांगल्या सवयी निर्माण करू शकतो. यात तिसरं प्रशिक्षण आहे, 'कलमबद्धता'. कलमबद्धता म्हणजे प्रत्येक गोष्टीची लिखित स्वरूपात नोंद ठेवणं. ज्या लोकांना लिहिण्याची सवय नाही अथवा फारशी नाही त्यांनी ती लवकरात लवकर विकसित करायला हवी.

कलमबद्धतेची सवय प्रत्येकासाठी अत्यंत उपयुक्त ठरल्याचं भविष्यात दिसून येईल. त्यासाठी आपल्याला सुचलेली एखादी कल्पना वा युक्ती

(आयडिया) कलमबद्ध करा म्हणजेच लिहून ठेवा. नवी कार्यप्रणाली, नवी समज आणि नवीन माहिती लिखित स्वरूपात ठेवा. कोणतंही काम करत असताना आपण बऱ्याचशा गोष्टी शिकत असतो; परंतु त्यातील कित्येक गोष्टी काही कालावधीनंतर विसरून जातो. आपल्याला कलमबद्धतेची सवय नसेल, तर आपण ती गोष्ट शिकण्यात पुनःपुन्हा वेळ आणि शक्ती गमावत राहाल. ज्या गोष्टींचा शोध पूर्ण झाला आहे. मग पुन्हा तीच गोष्ट शोधण्यात तुमचा वेळ व्यतीत होईल.

दररोज झोपण्यापूर्वी, 'आपण आज दिवसभरात अत्यंत महत्त्वपूर्ण अशा कोणत्या गोष्टी शिकलो' यावर मनन करा. आपल्याला या सर्व गोष्टी लिहून ठेवण्याची सवय नसेल, तर आपण त्या विसरून जाल. दोन दिवसांनंतर आपल्याला याबद्दल विचारलं, तर काहीही आठवणार नाही. तेव्हा आपण म्हणाल, 'दोन दिवसांपूर्वी मी काहीतरी शिकलो होतो, पण आता काहीच आठवत नाही.' यासाठीच दररोज रात्री झोपण्यापूर्वी दिवसभरात ज्या महत्त्वपूर्ण गोष्टी शिकलात, त्या डायरीत लिहून ठेवा.

प्रत्येक यशस्वी संस्था अथवा व्यक्ती यांच्याकडून कलमबद्धतेच्या सवयीमुळेच नवनिर्माणाचं कार्य होऊ शकलं. विश्वातील सर्व सर्जनशील कार्यं कलमबद्धतेच्या सवयीमुळे संपन्न झाली आहेत. सुरुवातीपासूनच कोणी कुठल्याच गोष्टी कलमबद्ध केल्या नसत्या, तर आज सर्वत्र दयनीय अवस्था दिसली असती.

या युगातील नवीन प्रशिक्षित लोकांनी स्वतःत कलमबद्धतेची सवय विकसित करणं आवश्यक आहे. कारण आपल्याला 'प्रशिक्षित व्यक्ती' बनायचं आहे. प्रशिक्षित मनुष्याकडूनच महान कार्यं घडू शकतात. म्हणून कलमबद्धतेची सवय असणं अनिवार्य ठरतं.

ज्या लोकांना लिहिण्याची सवय नाही, अशा लोकांना सुरुवातीला आळस येईल, ते लिहिण्याचा कंटाळा करतील. लिहिणं टाळण्यासाठी काही कारणं देतील आणि म्हणतील, 'हे ना, मी नंतर लिहितो.' पण नंतर काय होतं, हे आपल्याला माहीत आहेच. ज्या गोष्टी स्मरणातून गेल्या, त्या आपण नंतर कधीही कलमबद्ध करू शकत नाही. यासाठी आपण जे काही शिकाल, ते त्वरित लिहून ठेवायची सवय लावली, तर या सवयीसाठी नक्कीच स्वतःला शाबासकी द्याल.

१. लिखाणाची कार्यप्रणाली

आपल्याकडे लिखाणाची कार्यप्रणाली (सिस्टिम) असेल, तर भविष्यात येणाऱ्या अनेक अडचणींपासून आपला बचाव होऊ शकतो. 'कोणती गोष्ट कुठे, कोणत्या

डायरीत, कोणत्या पानावर लिहिली आहे' हेच बऱ्याच वेळा आपल्याला आठवत नाही. आपल्याला अशा समस्येचा सामना करावा लागू नये, यासाठी एक 'लेखन प्रणाली' तयार करायला हवी. कोणत्याही गोष्टीची लिखित स्वरूपात नोंद करण्यापूर्वी खालील मुद्दे लक्षात घ्यावे :

१. आपण हा मजकूर कुठे लिहिणार आहोत?
२. आपल्याला कोणत्या गोष्टी लिहायच्या आहेत?
३. कोणत्या कार्यप्रणालीद्वारे आपल्याला या गोष्टी लिहायच्या आहेत?
४. काही शब्द वाचूनच आपल्याला ती गोष्ट पूर्णपणे आठवायला हवी, अशी सिस्टिम तयार करायची आहे?
५. लिखित माहितीत कालपरत्वे होणाऱ्या बदलांची नोंद कशा प्रकारे करायला हवी?
६. समयानुरूप कोणत्या गोष्टी काढून टाकायला हव्यात?
७. परिस्थितीनुरूप कोणत्या बाबी निरंतर सुरू ठेवायच्या आहेत?

वरील सर्व बाबींचा विचार करून प्रत्येक गोष्ट लिखित स्वरूपात उतरवण्यासाठी वेगवेगळ्या प्रणाली वापरल्या, तर आपल्यात कलमबद्धतेची सवय पूर्णपणे विकसित होऊ शकेल. जोपर्यंत आपल्यात ही सवय पूर्णपणे विकसित होत नाही, तोपर्यंत आपण वरील मुद्द्यांचा निरंतर अभ्यास करणं आवश्यक आहे.

दररोज आपण कितीतरी गोष्टी ऐकत असतो. त्यातील काही गोष्टींद्वारे आपल्याला नवीन दृष्टिकोन प्राप्त झाला असेल (शिफ्टिंग मिळाली असेल)... त्याद्वारे आपल्यात काही सकारात्मक बदल झाला... ज्या गोष्टीतून आपल्याला काही समज मिळाली... किंवा प्रशिक्षणात उपयोग होईल अशा काही बाबी समोर आल्या, तर त्या त्वरित कलमबद्ध कराव्यात. या गोष्टी अमलात आणल्या तर, आपल्याला चार-आठ दिवसांनंतर याबाबतीत कोणी काही विचारलं तरी ते आपण सांगू शकाल. अन्यथा लोक दोन-तीन दिवसात बऱ्याच गोष्टी विसरून जातात.

आपण एखादा शब्द पूर्ण एकाग्रतेने शब्दकोशात शोधून त्याचा अर्थही जाणतो. परंतु दुसऱ्या दिवशी तोच शब्द आपल्याला शब्दकोशात पुन्हा पाहावा लागतो. कारण आपण त्याचा अर्थच विसरून जातो. अशा रीतीने एकच शब्द शोधण्यासाठी आपल्याला

दोन वेळा शक्ती वाया घालवावी लागली. असं घडल्याचं बऱ्याच वेळा आपल्या निदर्शनात आलंच असेल. परंतु कलमबद्धतेची सवय अंगीकारल्यानंतर आपल्याला अशी समस्या उद्‌भवणार नाही. पुनःपुन्हा तीच चूक आपल्याकडून होऊ नये, यासाठीच आपण कलमबद्धतेची सवय लावून घ्यायला हवी.

कलमबद्धता ही अतिशय किरकोळ बाब आहे, याने काय विशेष फरक पडेल, असंही आपल्याला सुरुवातीला वाटेल. परंतु या गोष्टीने आपल्या जीवनात बऱ्याच गोष्टी सहज, सुलभ झाल्याचं लक्षात येईल. पृथ्वीवर आपण एखादं मोठं ध्येय प्राप्त करण्याचा संकल्प केला असेल, तर कलमबद्धतेची आपल्याला अधिकाधिक आवश्यकता भासेल. महत्त्वपूर्ण बाबी कलमबद्ध करणं निरंतर चालू ठेवलं, तर आपण याची अनन्यसाधारण उपयुक्तता जाणली आहे, असं म्हणता येईल. परंतु ही बाब आचरणात आणली नाही, तर आपण कलमबद्धतेची शक्ती ओळखलीच नाही, असाच याचा अर्थ होईल.

आपल्याला एखादी बाब डायरी, वही, रजिस्टर अथवा कॉम्प्यूटरमध्ये पाहायची असेल, तर या सवयीमुळे आपलं काम अधिक सुकर होईल. आपल्याला हवी असलेली बाब त्वरित मिळेल. त्यामुळे आपली सर्व कामं सहजतेनं आणि वेळेत पूर्ण होतील. ज्यांना यशस्वी बनायचं आहे, त्यांच्यासाठी कलमबद्धतेची सवय चमत्कारासारखी सिद्ध होईल.

डायरी लिहिणं

'प्रत्येक मनुष्याचं जीवन एक अतिशय उत्तम पुस्तक आहे; परंतु त्या पुस्तकाच्या नायकाला ते लिहिता येत नाही.' डायरीबाबतही हीच बाब लागू होते. ज्याने डायरी लिहिण्याचं योग्य तंत्र जाणलं, त्याने प्रशिक्षणासाठी अत्यंत उपयुक्त ठरणारी बाब जाणली, असं म्हणता येईल.

डायरी लिहिताना पुढील बाबी लक्षात घेणं अतिशय आवश्यक आहे–

- शक्यतो चांगली आणि मजबूत कव्हर असलेल्या नोटबुकचा अथवा डायरीचा उपयोग करावा. पेनदेखील चांगल्या गुणवत्तेचं असावं. ज्यायोगे अक्षरही सुबक आणि वळणदार येईल आणि डायरी लिहिण्याचा उत्साह वाढत राहील.
- डायरीमध्ये अगदी विस्तृत लिहिण्याची आवश्यकता नसते. छोट्या टिप्पणीच्या माध्यमातून दिवसभरातील घडामोडी पानावर उतरवणं शक्य असतं. डायरीत छोट्या आणि महत्त्वपूर्ण बाबींचाच उल्लेख करायला हवा.
- डायरी लिहिणं जितकं महत्त्वाचं, तितकंच ती अधून मधून वाचणंदेखील महत्त्वाचं

असतं. आपण जर प्रामाणिकपणे आणि प्रभावीरीत्या डायरी लिहिली, तर ती वाचताना शरीरात एका नव्या ऊर्जेचा संचार होतो. यामुळे आपल्याला योग्य वेळी रिमाइंडर, स्मरण संकेत मिळतो.

- लिहिण्यासाठी केवळ एकच डायरी उपयोगात आणायला हवी. प्रत्येक वेळी वेगवेगळ्या डायऱ्यांचा वापर करणाऱ्यांना संभ्रम आणि त्रास यांशिवाय काहीही हाती लागत नाही.

- दररोज रात्री झोपण्यापूर्वी डायरी लिहा अथवा वाचा. हे अंगवळणी पडण्यासाठी सुरुवातीला थोडे श्रम घ्यावे लागतील. एकदा का यातून आपल्याला आनंद मिळू लागला, तर ही लाभदायी सवय कधीही सुटणार नाही.

- डायरी केवळ एकांतातील मित्रच नव्हे, तर उत्तम मार्गदर्शकदेखील आहे. डायरी लिहिणं म्हणजे एकाकीपणाचा लाभ घेऊन आपले विचार शब्दरूपात प्रकट करण्यासारखं आहे. हे लिखाण म्हणजे आपण आपल्या मित्रांशी केलेल्या गप्पागोष्टी, हितगूज म्हणायला हवं.

- डायरी लिहिणं हा वेळ घालवण्याचा एक चांगला मार्ग होऊ शकतो. अनावश्यक कामात किंवा चुकीच्या गोष्टींमध्ये कालापव्यय करण्यापेक्षा ही सवय निश्चितच उपयुक्त ठरेल.

- डायरीमध्ये आपण ज्या गोष्टी लिहितो, त्यायोगे आपल्यात दडलेल्या नकारात्मक भावनांपासून आपण मुक्त होतो. अशा वेळी डायरी आपल्याला फीड बॅक देण्याचं काम करते.

- डायरी लिहिण्याने आपल्याला आत्मपरीक्षण करण्याची कला प्राप्त होते. कारण डायरी लिहिताना गतकाळातील घटनांवर नजर टाकताच, आपल्याकडून झालेल्या चुका, मूर्खपणा आपल्याला स्पष्टपणे जाणवू लागतात. परिणामी भविष्यात त्या चुका पुन्हा न करण्याचा निश्चय आपल्याकडून होतो. त्यामुळे आपल्या कित्येक समस्या आपोआपच नष्ट होतात.

- डायरी लिहिण्याने मनुष्याला स्वतःचा जीवनाबद्दलचा दृष्टिकोन कळतो आणि आपली विचारसरणीही समजून येते. निरंतरतेनं डायरी लिहिणाऱ्यांच्या जीवनात सकारात्मक बदल घडणं स्वाभाविकच आहे.

- 'डायरी लिहिण्याची सवय' ही बाब आपल्यातील चांगल्या सवयींच्या यादीत

समाविष्ट व्हायला हवी. आपल्या जीवनात अशा कितीतरी गोष्टी असतात, ज्या सदोदित लक्षात राहाव्यात असं आपल्याला वाटतं, त्यासाठी डायरी हे उत्तम साधन आहे.

- डायरी आपली स्मरणशक्ती उत्तम राखण्यात मदत करते. आपण आपले सर्जनशील विचार आणि कल्पना डायरीमध्ये लिहू शकता. डायरी लिहिण्याने आपली विचारशक्ती विकसित होऊ लागते. आपल्याला मनन करण्याची सवय लागते. आपली डायरी आपल्यासाठी आरसा बनते, ज्यात आपलं प्रतिबिंब दिसतं.
- डायरीत लिहिलेल्या सकारात्मक गुणांचं वारंवार वाचन केल्याने आपल्यातील उणिवा नष्ट होण्यास मदत होते. त्यामुळे आपलं भविष्य उज्ज्वल बनवणं आपल्यासाठी सुकर होतं.
- एखादा सुंदर विचार, एखादी उपयुक्त कल्पना (आयडिया), महत्त्वपूर्ण घडामोडी अशा गोष्टींची लिखित नोंद ठेवणं, ही अतिशय छान सवय आहे. ही सवय वृद्धिंगत करण्यासाठी डायरी निश्चितच साहाय्यभूत ठरू शकते. यासाठीच प्रत्येक बाब डायरीमध्ये नोंदवणं आवश्यक असतं.

डायरी लेखनाबरोबरच पठणाचं महत्त्व जाणून पठण करण्याची सवयदेखील प्रत्येकाने अंगीकारायला हवी. त्यामुळे कलमबद्धतादेखील सहजतेने होऊ शकेल.

३. पठण करणं

आपल्याजवळ सतत किमान एक तरी पुस्तक पठणासाठी असायला हवं. ज्या ज्या वेळी आपण बाहेरगावी जाल, त्या त्या वेळी आपल्या सामानात एक-दोन पुस्तकं असायलाच हवीत. आपल्या ऑफिसबॅगेत पठणसामग्री असायलाच हवी. आपल्या अंथरुणाजवळ असलेल्या कपाटात वा टेबलवरदेखील एक-दोन पुस्तकं ठेवायला हवीत. सतत पुस्तकं दृष्टीस पडल्याने आपल्याला पठणाची आठवण तर होईलच. शिवाय पठणाची सवयही लागेल. दिवसातील काही वेळ हा पठणासाठी राखून ठेवायला हवा. संपूर्ण विकास साधण्यासाठी आपल्याला याचा खूप उपयोग होईल.

मनन प्रश्न

कलमबद्धतेची सवय अंगीकारल्याने माझ्या जीवनात कोणकोणतं परिवर्तन होईल?

आजचा प्रशिक्षण संकल्प

आज दिवसभर शिकलेल्या गोष्टी डायरीमध्ये लिहून ठेवायच्या आहेत.

२१

विविध तंत्रांद्वारे प्रशिक्षण

Fourth training

मेहनत हे असं तंत्र आहे, ज्याद्वारे अशक्य बाब शक्य होते.

— ऑलिवर वेंडेल होम्स

'**तं**त्राद्वारे प्रशिक्षण' हे प्रशिक्षणाच्या शृंखलेतील चौथं प्रशिक्षण आहे. याला 'मीटिंग ट्रेनिंग कल्चर (MTC)' असंदेखील म्हणता येईल. एम.टी.सी. म्हणजे एकत्रितपणे समूहात विचारविमर्श करणं. या प्रशिक्षणात आपल्याला 'मीटिंग ट्रेनिंग कल्चर'ची महत्त्वपूर्ण सवय लावून घ्यायची आहे. आपल्या संघालादेखील ही सवय लावायची आहे.

शाळा-कॉलेजमधील शिक्षण पूर्ण झालंय, आता आणखी शिकण्यासारखं काय राहिलंय, अशी भावना प्रशिक्षण घेताना कित्येकदा आपल्यात निर्माण होण्याची शक्यता असते. परंतु आपली ही

विचारसरणी चुकीची असल्याचं आपल्याला 'मीटिंग ट्रेनिंग कल्चर'द्वारेच समजून येईल. प्रत्येक वयाच्या आणि अवस्थेच्या मनुष्याला संपूर्ण प्रशिक्षणाची आवश्यकता असते. यासाठीच 'माझं तर शिकण्याचं वय निघून गेलं' असा विचार कधीही करू नये. याउलट प्रशिक्षणातील प्रत्येक टप्प्यावर ग्रहणशील राहून आपल्या विकासपथातील नवीन आणि सर्वोच्च शक्यता विकसित करण्याचं कार्य नेटाने करत राहायला हवं. 'मीटिंग ट्रेनिंग कल्चर'मध्ये प्रामुख्यानं दोन बाबींचा समावेश होतो. आता आपण त्यांविषयी सविस्तर जाणूया.

१. पहिलं पाऊल - मीटिंग (बैठक)

आपल्या कार्यात अशा कित्येक गोष्टी असतात, ज्या मीटिंगच्या साहाय्याने अगदी सुलभ होऊ शकतात. ज्या मनुष्याला जीवनात काही भव्यदिव्य कार्य करायचं आहे, त्याच्यासाठी 'मीटिंग ट्रेनिंग कल्चर' विकसित करणं खूपच आवश्यक आहे. जे लोक काही महत्त्वाची भूमिका पार पाडत आहेत किंवा ज्यांची अशी भूमिका निभावण्याची इच्छा आहे, त्यांनी मीटिंगची सवय लावून घ्यायला हवी.

'मीटिंग ट्रेनिंग कल्चर'द्वारे आपण मीटिंगमध्ये कशा पद्धतीने विचारविमर्श करावा, मीटिंग नियोजित वेळी कशी सुरू करावी, ती योग्य वेळेत कशी संपवावी, मीटिंगच्या साहाय्याने उचित उद्दिष्ट कसं प्राप्त करावं, यांसारख्या महत्त्वपूर्ण गोष्टी आपल्याला शिकता येतील.

२. मीटिंगचे लाभ (२+२ = ८)

मीटिंगमध्ये ज्यावेळी अप्रशिक्षित लोक असतात, त्यावेळी दोन अधिक दोन बरोबर चार हे समीकरण तयार होतं. परंतु आपण योग्य प्रशिक्षणासह मीटिंगमध्ये उपस्थित राहिला, तर हेच समीकरण दोन अधिक दोन बरोबर आठ असं होईल. याचा अर्थ, चार लोक एकत्रितपणे आठ लोकांचं कार्य पार पाडू शकता. मीटिंगपूर्वी आपण खालील विषयांचा गृहपाठ करायला हवा.

१. मीटिंगसाठी योग्य वेळ ठरवणं (समय निश्चिती).

२. मीटिंगसाठी आवश्यक गोष्टींची पूर्वतयारी करणं.

३. मीटिंगमध्ये सहभागी झालेल्यांकडून ज्या विषयावर विचारमंथन करून घ्यायचं आहे, तो विषय ठरवणं. एखाद्या विषयावरील सर्वांचे विचार अथवा मत

संघामध्ये प्रस्तुत करणं म्हणजेच 'विचार मंथन' होय. मीटिंगमधील सदस्य दिलेल्या विषयावर आधी स्वतंत्ररीत्या मनन करतात. यासाठी त्यांना काही कालावधी दिला जातो. त्यानंतर सर्व सदस्य आपापले विचार अथवा संकल्पना मीटिंगमध्ये प्रस्तुत करतात. सर्वांचे विचार ऐकून त्या विषयासंबंधी काही नवीन पैलू आणि कल्पना समोर येतात. समस्या अथवा संकल्पना यांचे उपयुक्त पैलू मिळाल्याने विचारमंथनाचा उद्देश पूर्ण होतो. त्यानंतर प्रत्येक सदस्य नवी शक्ती, नवा विचार आणि नवी दिशा मिळाल्याने कृतकृत्य होतो, संतुष्टी अनुभवतो (ब्रेन स्टॉर्मिंग).

४. ज्या विषयावर लोकांची विचारसेवा घ्यायची आहे, तो ठरवणं (शेअरिंग).

५. मीटिंगने कोणता परिणाम घडायला हवा, यावर विचार करणं (रिझल्ट आउटपुट).

६. मीटिंगमध्ये कोणत्या सर्जनशील बाबी समोर यायला हव्यात, यावर विचार करणं (क्रिएटिव्ह आयडियाज).

७. प्रत्येक वेळी मीटिंगमध्ये कोणत्या नव्या गोष्टींचा अंतर्भाव व्हावा, यावर विचार करणं (न्यू थिंकिंग).

८. मीटिंगद्वारे संघामधील प्रत्येक सदस्याचा विकास कसा होईल, यावर विचार करणं (ग्रोथ).

आपण जर मीटिंगपूर्वीच वर उल्लेख केलेल्या बाबींवर कार्य केलं, तर अल्प प्रयत्नातदेखील 'मीटिंग ट्रेनिंग कल्चर' विकसित होईल. परिणामी चार लोक एकत्रितरीत्या आठऐवजी सोळा लोकांचं कामदेखील सहजतया करू शकतील.

आपल्या संघात (ग्रुपमध्ये) कोणत्या प्रशिक्षणाची सर्वाधिक आवश्यकता आहे, हे आपण सर्व सदस्यांची मीटिंग घेऊन ठरवू शकता. त्यानंतर 'अमुक इतक्या दिवसात आमचं हे प्रशिक्षण पूर्ण झालं पाहिजे' हे आपल्या संघाचं ध्येयही निर्धारित करू शकता. अशा पद्धतीने आपण आपल्या संघाच्या साहाय्याने सर्वोच्च विकास साधू शकाल.

आपल्याला 'मीटिंग ट्रेनिंग कल्चर'ची सवय नसेल, तर काही दिवसांतच आपण काम करत आहात त्या संघाच्या विकासाची गती मंदावण्याची शक्यता असते. दररोज त्याच त्या पद्धतीने काम करत राहिल्याने काही दिवसांनंतर लोकांची विचारशक्ती क्षीण होते. काही लोक आपल्या कार्याची सुरुवात अगदी उत्तमरीत्या करतात; परंतु काही

कालावधीनंतर त्यांचा विकास थांबतो. कारण ते 'मीटिंग ट्रेनिंग कल्चर'चं योग्य रीतीने पालन करत नाहीत. अशा उदाहरणांतून आपण 'मीटिंग ट्रेनिंग कल्चर'चं महत्त्व जाणू शकता.

ज्या कार्यालयांमध्ये, संस्थांमध्ये आणि कंपन्यांमध्ये 'मीटिंग ट्रेनिंग कल्चर' नसतं, तेथील लोकांच्या चेतनेचा स्तर निम्न होत राहतो. तेथील लोक तुमचं बोलणं सहज, सरळपणे समजू शकत नाहीत. परिणामी लोकांना रागावून, ओरडून त्यांच्याकडून काम करून घ्यावं लागतं. त्यानंतरच ते काम करू लागतात. अन्यथा ते कामाचा विचारदेखील करत नाहीत. उच्च चेतना नसलेल्या लोकांना रागावल्याशिवाय ते कामच करत नाहीत.

क्रोध करणं खरंतर आपल्यालाही आवडत नसतं. कारण क्रोधामुळे आपण प्रेम, आनंद, मौन या गुणांपासून म्हणजेच आपल्या मूळ स्वभावापासून दूर जातो. यासाठी आपण नवीन पद्धत शोधायला हवी. सर्वप्रथम आपल्याला सर्व लोकांच्या चेतनेचा स्तर वाढवण्याचं काम करावं लागेल. आपल्या ऑफिसमध्ये 'मीटिंग ट्रेनिंग कल्चर' विकसित करायला हवं. मीटिंगमध्ये आपण आपल्या स्टाफशी मोकळेपणाने, त्यांचा विकास कशा रीतीने होईल या दृष्टीने विचार करून बोलायला हवं. त्यांना कामामध्ये कोणत्या गोष्टींची आवश्यकता आहे, ती का आहे आणि ती कशा रीतीने हवी आहे, असे प्रश्न त्यांना विचारा. त्यांना आपल्या कंपनीचं ध्येय समजावून सांगा. ते ध्येय कसं प्राप्त करता येईल, याविषयी त्यांचं मत जाणून घ्या. मीटिंगमध्ये आपला प्रस्ताव ठेवण्यापूर्वी सर्व सदस्यांचं मत अजमवा. तसेच त्यांच्या प्रस्तावांचीदेखील दखल घ्या. कंपनीचा प्रोजेक्ट हा त्यांचा प्रोजेक्ट आहे, असं सर्व सदस्यांना वाटायला हवं; तरच ते मन लावून काम करतील. अन्यथा 'आम्ही इतकं काम का करावं? आम्हाला अमुक इतका पगार मिळतो म्हणून आम्ही काम कमीच करणार' असा विचार ते करतील. यासाठीच प्रथम त्यांच्या चेतनेचा स्तर वाढवायला हवा. या प्रशिक्षणाने हे सहज शक्य आहे.

एम.टी.सी.मधील 'टी' म्हणजे ट्रेनिंग. संघातील सर्वांचं ट्रेनिंग व्हायला हवं. कारण ते अप्रशिक्षित आहेत, हेच लोकांना माहीत नाही. त्यांचं पहिलं अज्ञानच ते अप्रशिक्षित आहेत, हे दर्शवतं. आपले गुण विकसित करण्यात केवळ आपलंच नव्हे, तर सर्वांचंच भलं आहे, हे त्यांना सांगायला हवं. यासाठीच कोणतंही काम वेळेत पूर्ण न करता, ते का वेळेत होऊ शकलं नाही, याची कारणं देणं, इतरांची चहाडी, चुगली

करणं, स्वतःला इतरांपेक्षा श्रेष्ठ समजणं, तर्क-कुतर्क करणं, युक्त्या-प्रयुक्त्या लढवणं, भांडणं करणं यांसारख्या गोष्टी बंद करायला हव्यात. अन्यथा अशा गोष्टीत गुरफटून वादविवादातच त्याचा सगळा वेळ वाया जातो.

अशा प्रकारे जेव्हा आपण सर्वांच्या विकासाविषयी विचार कराल, तेव्हाच ते लोक आपल्या कामाप्रति सजग होतील आणि तुम्हालाही योग्य प्रतिसाद देतील.

लोक प्रशिक्षित नसतील तर, त्यांचं ध्येयदेखील त्यांच्या लक्षात राहत नाही. यासाठीच दर आठवड्याला आपल्या स्टाफसोबत मीटिंग आयोजित करा. अशा तऱ्हेची मीटिंग आपण दर आठवड्याला, प्रत्येक महिन्याला अथवा सहा महिन्यांनी एक मोठी मीटिंग घेतली, तर हळूहळू आपला त्यांच्याशी ताळमेळ (ट्युनिंग) होऊ लागेल. त्यांना तुमचा उद्देश समजून येईल. ते तुम्हाला समजून घेऊ शकतील. यातूनच आपली कंपनी, आपण आणि स्टाफ अशा सर्वांचाच संपूर्ण विकास होईल.

अशा वेळी 'माझं नशीबच असं आहे, माझा शेजारी तसा आहे' असे बहाणे दिले तर, त्यांना विचारा, 'अशा परिस्थितीतदेखील हे काम करणं शक्य आहे का?' आपण जर अशा रीतीने प्रश्न विचारू लागला, तर हळूहळू कंपनीतील सर्व सदस्यांनादेखील स्वतःला प्रश्न विचारण्याची सवय लागेल. परिणामी 'ही कारणं असूनही हे कार्य होऊ शकतं का' असा प्रश्न ते कोणतीही परिस्थिती, अवस्था अथवा व्यवस्था असताना स्वतःला विचारतील. 'काम पूर्ण करण्यासाठी एन्डलाइन अगदी कमी मिळाली आहे, तरीदेखील हे काम नियोजित वेळेत कसं पूर्ण होऊ शकेल' यावर ते विचार करू लागतील. त्यानंतर ते कठीण परिस्थितीतदेखील एखादं काम पूर्ण करून दाखवतील. अशा वेळी आपल्याबरोबरच त्यांनादेखील अत्यानंद होईल. ते म्हणतील, 'आम्हाला अशा प्रकारचं प्रशिक्षण कोणी देत आहे, ही आमच्यासाठी खूपच चांगली संधी आहे.' याचा सकारात्मक परिणाम त्यांना त्यांच्या घरीदेखील पाहायला मिळेल.

आपल्या कंपनीतील प्रत्येक सदस्याचा जेव्हा अशा रीतीने विकास होऊ लागेल, तेव्हा त्यांना एक आगळं समाधान मिळेल. 'आजकाल आमच्या ऑफिसमध्ये ट्रेनिंग प्रोग्राम आयोजित केले जातात, आमचा विकास होत आहे, प्रमोशन मिळत आहे, सर्व लोक आनंदी आहेत' याची प्रचिती येईल. आता विचार करा, असं वातावरण असेल, तर कोणी काम कमी करेल का? अशा वातावरणात लोक नक्कीच एकदिलानं, विशिष्ट ध्येय ठेवून कार्य करतील.

३. दुसरं पाऊल - मनी-टाइम कंट्रोल

एम.टी.सी.चा दुसरा अर्थ आहे, 'मनी-टाइम कंट्रोल'. अर्थात, पैसा आणि समय नियंत्रित करणं. संघ संचालकाला (टीम लीडरला) पैसा आणि वेळ या गोष्टी नियंत्रित करता आल्या पाहिजेत. जोपर्यंत कोणी इतर जबाबदार असतात, तोपर्यंत आपल्याला विचार करण्याची गरज पडत नाही. परंतु आपल्याकडे जेव्हा अशी जबाबदारी येते, तेव्हा आपल्यात एक नवी समज तयार होते. एक नवीन जाणीव आपल्यात निर्माण होते.

पैशाची बचत करण्याची सवय आणि तो खर्च करण्याची समज असेल, तर आपली आर्थिक समस्या ८० टक्क्यांपेक्षा कमी होऊ शकते. पैसा नियंत्रित करण्यासाठी आपल्या उत्पन्नातील किमान दहा टक्के पैसा आपण बचतीच्या रूपात ठेवायची सवय स्वतःला लावून घ्यायला हवी. आपण कितीही गरीब असला, तरी थोड्या पैशांची बचत नक्कीच करू शकता. आपल्याकडे 'थेंबे थेंबे तळे साचे' अशी म्हण आहे. म्हणून कोणत्याही छोट्या बचतीला छोटं समजू नका. आपल्या बचत केलेल्या पैशाद्वारे आपल्याकडे आणखी पैसा येईल, अशी योजना बनवा. केवळ खर्च करण्याच्या वृत्तीने खजिनेदेखील रिकामे होतात. दिवसभरात आपल्याकडे जमा झालेली छोटी छोटी नाणी जमा केली, तरी काही कालावधीनंतर आश्चर्यकारक रक्कम जमा होईल. बचत करणं म्हणजे कंजुसी नव्हे. कंजुसी आणि बचत यांतील फरक समजून घ्या आणि आजपासूनच उत्पन्नातील दहा टक्के भाग बचतीच्या रूपात वेगळा काढून ठेवायला सुरुवात करा.

मनुष्याच्या जीवनात धनाचं महत्त्व कोणीही नाकारू शकत नाही. परंतु याचबरोबर समयदेखील एक प्रकारची अमूल्य संपत्तीच आहे, हेही लक्षात घ्यायला हवं. पृथ्वीवर सर्वांनाच २४ तास दिले गेले आहेत. त्यात कुणालाही कमी अथवा जास्त असा भेदभाव केलेला नाही. विश्वात आजपर्यंत जी काही सुंदर चित्रं बनवली... जी बेस्टसेलर पुस्तकं लिहिली गेली... ज्या योजना बनवल्या गेल्या... जे आविष्कार झाले... जी काही तंत्रं उपलब्ध झाली... ती सर्व मनुष्याकडून या २४ तासातच निर्माण केली गेली. यासाठीच 'माझ्याकडे वेळ नाही' असं म्हणून रडत बसू नये. सर्वांकडे एकसारखाच वेळ आहे; परंतु ध्येय नाही. हे विचारात घेऊन एखादं ध्येय ठेवून ते प्राप्त करण्याचा मनाशी चंग बांधा. त्यामुळे आपली सर्व कामं सहजतेने आणि नियोजनबद्ध रीतीने पार पडतील.

आपली काही कामं महत्त्वपूर्ण असतात, तर काही अतिमहत्त्वपूर्ण असतात. अशा कामांचं विभाजन आपण खाली दिल्याप्रमाणे चार भागात करू शकतो.

१. महत्त्वपूर्ण व तातडीची (अर्जंट) (अ प्राथमिक) : अशी कामं अत्यंत महत्त्वपूर्ण आणि त्वरित करण्यायोग्य असतात. अशी कामं करण्यासाठी विलंब लावू नये. अशा कामांची नोंद आपल्या डायरीत अगदी वरच्या क्रमांकावर लिहा. अशी कामं आपल्या संपूर्ण विकासाचं कारण बनतात. उदाहरणार्थ, कुटुंबातील आजारी व्यक्तीला डॉक्टरकडे घेऊन जाणं किंवा आपली उपजीविका ज्यावर अवलंबून आहे अशी कामं.

२. महत्त्वपूर्ण परंतु तातडीने पूर्ण करण्याची आवश्यकता नाही, अशी कामं (इ प्राथमिक) : अशी कामं महत्त्वपूर्ण असतात; परंतु ती काही काळ थांबवता येऊ शकतात. अशा कामांची डायरीत नोंद करून वेळ मिळताच ती पूर्ण करण्याचा प्रयत्न करा. आपला वेळ पहिल्या आणि तिसऱ्या प्रकारची कामं करण्यात व्यतीत करा. ही कामं आपलं भविष्य उज्ज्वल बनवण्यासाठी साहाय्यकारी ठरतील. उदाहरणार्थ, एखादी उपयोगी वस्तू आणि पुस्तक खरेदी करणं.

३. महत्त्वपूर्ण नाहीत परंतु तातडीने करायची कामं (उ प्राथमिक) : अशी कामं महत्त्वपूर्ण नसतात, परंतु ती त्वरित करायची असतात. उदाहरणार्थ, लाइट बिल वेळेवर भरणं, रेल्वेचं तिकिट काढणं इत्यादी. ही कामं इतर कोणामार्फतही करून घेता येतात. अशा कामात आपला वेळ न घालवता अन्य कोणावर याची जबाबदारी सोपवा. अशी कामं तातडीने करण्याची गरज असते. म्हणूनच ती महत्त्वाची गणली जातात. अशा प्रकारची कामं तुम्ही स्वतः करण्याची आवश्यकता नसते.

एखादी वस्तू बाजारातून आणायची असेल, तर इतर कोणी बाजारात चाललं असेल, त्याच्याद्वारे मागवता येऊ शकते. अशाच प्रकारे आपणदेखील आपल्या कामाबरोबरच इतरांचंही कार्य पूर्ण करण्यासाठी हातभार लावू शकता. अशा रीतीने परस्परांच्या मदतीने वेळेची बचत होऊ शकते. यालाच 'योग्य काम योग्य व्यक्तीकडे सोपवण्याची कला' असं म्हटलं जातं.

४. महत्त्वाचीही नाहीत आणि तातडीचीही नाहीत अशी कामं (ऊ) : अशी कामं महत्त्वाचीही नसतात आणि ती तातडीने पूर्ण करण्याचीदेखील आवश्यकता नसते. उदाहरणार्थ, चित्रपट पाहायला जाणं, हॉटेलमध्ये जाणं, क्रिकेट मॅच पाहणं

इत्यादी. अशी कामं शक्य तितकी टाळण्याचा प्रयत्न करायला हवा. अशी कामं उद्यावर टाकायला हवीत.

मनुष्य जेव्हा वर दिल्याप्रमाणे कामाची यादी बनवू शकत नाही, तेव्हा दिवसभराची कामं संपल्यानंतर 'आज काहीतरी अपूर्ण राहिलं, इतकी कामं करूनदेखील कामाचा तणाव कमी झाला, असं वाटत नाही.' अशा प्रकारचे भाव आपल्यात निर्माण होतात. यासाठीच आपली कामं आणि वेळ यांचं नियोजन करायला शिका. चांगल्या सवयी अंगीकारून आपल्या वेळेची बचत करा. आजच्या युगातील आधुनिक तंत्र, कॉम्प्यूटर, मोबाइल इत्यादी उपकरणांचा योग्य वापर कसा करावा, हे शिकून वेळेचा सदुपयोग करा.

मनन प्रश्न

कोणकोणत्या गोष्टीत माझा वेळ व्यर्थ जातो?

कोणत्या गोष्टींसाठी वेळ देणं आवश्यक आहे?

आजचा प्रशिक्षण संकल्प

आज घरातील सर्व सदस्यांबरोबर विकासासाठी मीटिंग करायची आहे.

अल्प आराम देण्याचं प्रशिक्षण
FIFTH TRAINING

तोच इतिहास मूल्यवान आहे,
जो आपण आज निर्माण करतो.
— हेन्री फोर्ड

पाचव्या प्रशिक्षणामध्ये आपल्याला अल्प आराम देण्याची कला शिकायची आहे. आपली पंचेंद्रियं- डोळे, कान, नाक, जीभ, त्वचा आणि हातांना योग्य आराम द्यायला शिकायचं आहे.

आपली इंद्रियं एखाद्या स्पंजप्रमाणे कार्य करतात. ज्याप्रमाणे स्पंज द्रव पदार्थ शोषून घेतात, अगदी त्याचप्रमाणे आपली इंद्रियंदेखील बाहेरून मिळणारी प्रत्येक माहिती/ज्ञान शोषून घेतात. यात पहिला नंबर लागतो आपल्या डोळ्यांचा.

डोळ्यांचा आराम : आपले डोळे हे आपल्या शरीराचं इनपुट डिव्हाइस आहे. आपण डोळ्यांनी

जे काही पाहतो, वाचतो अथवा काही माहिती घेतो, ती सरळ आपल्या मेंदूमध्ये, मेमरीमध्ये जमा होते. वर्तमानपत्र, पुस्तकं, इंटरनेट यांच्या माध्यमातून आपल्याला मिळणारी माहिती, चित्रपट, टीव्ही यांद्वारे दाखवली जाणारी भावनिक दृश्यं, 'हॉरर शो'मधून दाखवण्यात येणाऱ्या नकारात्मक बाबी सरळ आपल्या अंतर्मनात प्रवेश करतात. मग त्यांचा चांगला-वाईट प्रभाव आपल्या जीवनावर पडतो. इतकंच नव्हे, तर नकळत आपण अशा घटना आपल्या जीवनात आकर्षित करतो.

यासाठीच आपण टीव्हीवरील अनावश्यक मालिका, हॉरर शो, न्यूज चॅनल्स पाहणं शक्य तितकं कमी करायला हवं. कारण यांच्या माध्यमातून आपल्यात नकारात्मकताच प्रवेश करते. याचा अर्थ, मनोरंजनाचे कार्यक्रम अजिबात पाहायचे नाहीत, असं नव्हे. परंतु आपल्यावर नकारात्मक परिणाम करणारे कार्यक्रम पाहणं बंद करायचं आहे.

जिभेला आराम : जीभ हे मनुष्याचं अतिशय आवश्यक इंद्रिय आहे. याचे दोन पैलू आहेत- 'शब्द आणि स्वाद.' हे दोन्ही पैलू आपल्या जीवनावर सखोल परिणाम करतात. मनुष्याचं या दोन्ही पैलूंवर नियंत्रण नसेल, तर त्याच्या जीवनात कितीतरी समस्या निर्माण होऊ शकतात.

पिझ्झा, बर्गर्स, पास्ता, फ्रेंच-फ्राइज, कोक, चॉकलेट्स आणि जंक फूड यांसारखे पदार्थ आपल्या आरोग्यासाठी अजिबात चांगले नाहीत. त्यासाठी आपण स्वास्थ्यवर्धक आहार घ्यायला हवा. म्हणूनच 'आपण डॉक्टरांसाठी नव्हे, तर स्वतःसाठी अन्न ग्रहण करायला हवं' असं म्हटलं जातं. आपण आपल्या शरीराचा आदर करायला हवा. आपल्या पोटाला कचराकुंडी समजू नये. आपण आपली चुकीचा आहार घेण्याची, अनावश्यक तसेच गरजेपेक्षा अधिक आहार घेण्याची सवय घालवायला हवी. अधूनमधून उपवासही करायला हवा. उपवास शक्य नसेल, तर किमान दररोजपेक्षा दोन घास कमी खावेत. यातूनच आपला आत्मविश्वास आणि आत्मबळ वृद्धिंगत होईल. त्याचबरोबर आपलं आरोग्यदेखील सुधारेल. एकविसाव्या शतकातील मनुष्याच्या अपयशाला त्याची जीवनशैलीच कारणीभूत आहे. आजच्या युवकांचं जीवन 'हरी (hurry), करी (curry) आणि वरी (worry) (चिंता, असुरक्षा आणि तणाव) यांनीच व्यापलेलं आहे.

ज्या लोकांचं आपल्या शब्दांवर, वाणीवर नियंत्रण नसतं, ते आपलं सामाजिक जीवन, नातेसंबंध, ऑफिस आपल्या मित्रपरिवारात 'लूजर्स' म्हणजेच अपयशी ठरतात. कारण त्यांचे कुणाशीही चांगले संबंध प्रस्थापित होऊ शकत नाहीत. मधुर शब्द, मृदुता, नम्रता सर्वांना आवडते. याच कारणामुळे 'प्लीज (कृपया), थँक्यू (शुक्रिया) आणि

सॉरी (क्षमा) हे शब्द आजदेखील मोठी जादू करतात. अपशब्द, शिवीगाळ यांपासून दूर राहण्यातच आपलं हित आहे. निंदा करणं, टोमणे मारणं, इतरांचे कान भरणं यांसारख्या गोष्टी त्वरित थांबवायला हव्यात, नव्हे यांना आपल्या जीवनातून हद्दपारच करायला हवं. स्लेंज वर्ड्स, कटुता निर्माण करणारे, दोषारोप करणारे, क्षती पोहोचवणारे शब्द वापरणं टाळायला हवं.

कानांना आराम : डोळ्यांप्रमाणेच कानदेखील आपल्यासाठी इनपुट डिव्हाइस आहे. लोकांनी बोललेल्या शब्दांचा आपल्या मनावर परिणाम होतो. 'आपल्या प्रेमळ आणि गोड शब्दांचा केवळ मनुष्यावरच नव्हे, तर वनस्पती आणि पशु-पक्षी यांच्यावरही चांगला परिणाम होतो' हे विज्ञानानं सिद्ध केलं आहे. दुसऱ्या बाजूला इतरांनी आपल्याबद्दल केलेल्या चुकीच्या वक्तव्यामुळे आपल्या जीवनावरही घातक परिणाम होऊ शकतो.

आपण जर इतरांची निंदा, टीका ऐकण्यात स्वारस्य दाखवत असाल, तर आतापासून हे बंद करायला हवं. या गोष्टीवर शक्य तितकं नियंत्रण मिळवण्याचा प्रयत्न करायला हवा. आपण दिवसभरात २० मिनिटं निंदा किंवा चुगल्या अशा अनावश्यक गोष्टी ऐकण्यात आपला वेळ घालवत असाल, तर आता त्यासाठी १० मिनिटंच द्या. अशा रीतीने हळूहळू हा वेळ कमी करत, ती सवय पूर्णपणे नाहीशी करण्याचा प्रयत्न करा.

त्वचेला आराम : इतर इंद्रियांप्रमाणे आपण त्वचेलादेखील आराम देऊ शकतो. आपल्या त्वचेला कळत-नकळत कित्येक गोष्टींची सवय लागली आहे. उदाहरणार्थ, निरनिराळ्या क्रीम, लोशन, डिओडरंट यांचा वापर करणं. चेहऱ्यावर मेक-अप करणं. परंतु अशा सवयींमुळे आपली त्वचा कधीही मोकळेपणाने श्वास घेऊ शकत नाही.

आज नाक, कान, भुवया, हनुवटी, नाभी अशा ठिकाणी वेज पाडून रिंग्ज परिधान करणं, शरीराच्या कुठल्याही भागावर गोंदण म्हणजेच 'टॅटू' करण्याची फॅशन फोफावत चालली आहे. आज केवळ मुलींनाच नव्हे, तर मुलांनाही दागिन्यांची आवड दिसून येते. तेदेखील आपल्या हाताच्या सर्व बोटांमध्ये अंगठ्या घालतात, गळ्यात चेन आणि मनगटावर ब्रेसलेट परिधान करतात.

अशा प्रकारची वेशभूषा करून आपण आपलं स्टाइल स्टेटमेंट बनवू इच्छितो. त्याचबरोबर आपल्या मित्रपरिवारात आपली प्रतिमा चांगली असायला हवी, यांसाठी या गोष्टींचा वापर करतो. परंतु त्यामुळे त्वचेवर कोणता अनिष्ट परिणाम होतो, याकडे आपण लक्षच देत नाही. म्हणूनच त्वचेलादेखील योग्य त्या प्रमाणात आराम

देण्याची आवश्यकता आहे. यामध्ये आपण कोणत्याही टोकाला न जाता मध्यम मार्ग अवलंबण्याची आवश्यकता असते. आपलं रूप सुंदर दिसावं, यासाठी सजणं-धजणं यात गैर काहीही नाही. हे लक्षात घेऊन कुठलाही अतिरेक न करता सजण्या-नटण्याची हौस काही प्रमाणात पूर्ण करावी. परंतु स्वतःला शरीर मानून मेकअप करत राहणं, हे आपल्या विकासासाठी कोणत्याही प्रकारे साहाय्यभूत ठरणार नाही. आपण सुंदर दिसावं, अशी आपली इच्छा का असते? वास्तविक आपण निसर्गतःच खूप सुंदर आहोत. या विधानावर जरूर मनन करा. आपल्याला आरशात वारंवार पाहण्याची आवश्यकता का आणि किती असते? स्वतःला आपल्या खऱ्या स्वरूपाची आठवण करून द्या आणि स्वतःला सजवण्यात जो वेळ व्यर्थ जातो, त्याला आराम द्या. आपण जी कॉस्मेटिक्स वापरतो, त्यांचं प्रमाण थोडं कमी करा. आपलं जटिल जीवन थोडंसं सुकर बनवा... अशा वस्तूंच्या गुलामीतून बाहेर पडल्यानंतर मुक्तीची अनुभूती येईल.

गॅजेट्सना आराम द्या : वारंवार ई-मेल चेक करणं, सोशल साइट्सवर जाणं अशा गोष्टींमध्ये व्यर्थ वेळ दवडू नये. आपलं सेल्फ-प्रोफाइल इंटरनेटवर अपलोड करण्याऐवजी आपल्या ध्येयावर कार्य करणं गरजेचं असतं. यासाठी महिन्यातून किमान एक दिवस तरी या गॅजेट्सना सुट्टी द्यावी आणि त्यांबद्दलची आसक्ती कमी करण्याचा प्रयत्न करावा. या गॅजेट्सचं महत्त्व आहेच. परंतु आपण यांचं गुलाम बनता कामा नये. आपण सर्व गॅजेट्सना एकाच दिवशी आराम देऊ शकत नसाल, तर प्रत्येक गॅजेटसाठी एक वार निर्धारित करा. एखाद्या गॅजेटला आराम द्यायच्या दिवशीच जर काही महत्त्वाचं काम निघालं, जे फोन अथवा एस.एम.एस.द्वारे होऊ शकत असेल, तर त्याचा वापर करायलाच हवा. या गोष्टी तारतम्याने करायला हव्यात.

या अध्यायात दिलेल्या मार्गदर्शनाचा उपयोग करून आपण आपल्या अमूल्य वेळेची बचत करू शकाल. तद्वतच आपल्या इंद्रियांनाही आराम देऊन त्यांची कार्यक्षमताही वाढवू शकाल.

मनन प्रश्न
मी कोणत्या छोट्या परंतु महत्त्वपूर्ण गोष्टीकडे दुर्लक्ष करतो?

आजचा प्रशिक्षण संकल्प
प्रत्येक वस्तू योग्य जागी अगदी व्यवस्थित आणि प्रेमाने ठेवायची आहे.

सर्जनशील बनण्याची कला

आउट ऑफ बॉक्स थिंकिंग

SIXTH TRAINING

> अल्पमत नेहमीच प्रगतीचा मार्ग रोखून धरतो. जे लोक यापासून विभक्त व्हायला घाबरतात, ते मानवसमाजाच्या प्रगतीसाठी जबाबदार असतात.
> – रेमंड बी. फॉस्डिक

काही लोकांना एक कोडं दिलं गेलं, 'तुम्हाला चार झाडं लावायची आहेत. परंतु त्या सर्व झाडांमधील अंतर समान असायला हवं, अशा रीतीने ती लावायची आहेत.' हे कोडं सोडवण्याचा लोकांनी खूप प्रयत्न केला. त्यावर बराच विचारविमर्श केला. कधी पहिल्या आणि तिसऱ्या झाडांतील अंतर कमी व्हायचं तर कधी पहिल्या आणि चौथ्या झाडांतील अंतर कमी जास्त व्हायचं. वेगवेगळ्या पद्धतीनी झाडं लावण्याचा प्रयत्न केला. परंतु सर्व झाडांतील एकमेकांपासूनचं अंतर समान ठेवण्यात त्यांना यश मिळालं नाही.

कोडं सोडवण्याचा प्रयत्न करणारे सर्व लोक निराश झाले आणि ते 'आता काय करावं' अशा

विवंचनेत पडले. याच वेळी एक माणूस बराच वेळ ही सर्व गंमत दुरून पाहत होता. तो त्या लोकांकडे गेला. त्याने त्या लोकांची समस्या ऐकली आणि तो त्यांना म्हणाला, 'आतापर्यंत तुम्ही ठरावीक साचेबद्ध विचार करून ही समस्या सोडवू पाहत होता. आता आपण 'आउट ऑफ बॉक्स' पद्धतीने विचार करूयात. आता एक झाड थोडंसं उंचीवर लावा आणि बाकीची तीन झाडं खालच्या दिशेने लावा. परंतु या तीन झाडांमधील जे अंतर आहे, तेवढ्याच अंतराच्या उंचीवर चौथं झाड असायला हवं.'

लोकांनी त्या माणसाच्या मार्गदर्शनानुसार ती झाडं लावली आणि पाहिलं तर तीन झाडांचा एक त्रिकोण तयार झाला आणि वरती एक झाड पिरॅमिडसारखं लावलं. त्यामुळे सर्व झाडांतील अंतर समान राखलं गेलं. लोक जोपर्यंत त्याच त्या पद्धतीने विचार करत होते, तोपर्यंत हे कोडं त्यांना उलगडलं नाही. परंतु 'आउट ऑफ बॉक्स' विचार केल्याने कोडं तत्काळ सोडवता आलं. हीच आहे सर्जनशील विचारांची जादू आणि आपलं सहावं प्रशिक्षण.

सर्जनशील बनण्याची पद्धत

एखाद्या कारखान्यातून एखादी वस्तू तयार होऊन बाजारात आली, तर ती नवीनच असते, असं आपल्याला वाटतं. परंतु प्रत्यक्षात असं नसतं. जोपर्यंत त्या वस्तूला तिची सर्व वैशिष्ट्यं जोडली जात नाहीत, तोपर्यंत ती वस्तू नवीन म्हणता येणार नाही. एखादी जुनी कार पाहून आपण म्हणतो, 'ही पूर्वीची, जुनी कार आहे.' कारण आधुनिक कारमधील सुखसुविधा वा तंत्रज्ञान त्या कारमध्ये नसतं. त्या कारमधील बऱ्याचशा शक्यता 'अप्रकट' असतात.

सर्जनशील मनुष्य जेव्हा एखादी वस्तू पाहतो, तेव्हा तो त्या वस्तूमध्ये दडलेल्या सर्व शक्यता सहजतेने पाहू शकतो. ज्यांच्या क्रांतिकारी वैज्ञानिक आविष्काराने विश्वात आमूलाग्र परिवर्तन घडलं, अशा 'आयजॅक न्यूटन' या महान शास्त्रज्ञाला आपण ओळखतो. त्यांनी गुरुत्वाकर्षणाचा नियम जगासमोर मांडला.

सफरचंद झाडावरून खाली पडताना पाहणारे न्यूटन हे काही पहिले गृहस्थ नव्हते. परंतु ते इतके संवेदनशील होते, की त्यांनी सफरचंद पडताना पाहिलं आणि त्यांच्या विचारांत क्रांती झाली. 'सफरचंद खालीच का पडलं... ते उडून वर का गेलं नाही...' अशा प्रकारचे प्रश्न त्यांच्या मनात निर्माण झाले. त्या काळी लोकांच्या मनात असे कितीतरी प्रश्न निर्माण झाले होते, ज्यांची समाधानकारक उत्तरं त्यांना मिळाली नव्हती. उदाहरणार्थ, चंद्र पृथ्वीभोवती का फिरतो... अशी कोणती गोष्ट आहे, जिच्यामुळे चंद्र अंतरिक्षात उडून न जाता ठरावीक कक्षेत राहतो... अशा सर्व प्रश्नांमध्ये दडलेले

सिद्धान्त त्यावेळी मानवाला अवगत झाले नव्हते. न्यूटनच्याआधी त्या सिद्धान्तांकडे खूप कमी लोकांनी लक्ष दिलं. न्यूटननी मात्र न्यू टर्न दिला. त्यांची संवेदनशीलता आणि योग्य प्रश्न विचारण्याच्या गुणांमुळे वैज्ञानिक ज्ञानाचा कायापालट झाला. वैज्ञानिक जगतात महान क्रांती घडली.

त्या वेळच्या वैज्ञानिकांनी सुरुवातीला न्यूटननी शोधलेल्या 'गुरुत्वाकर्षण सिद्धान्ताला' कडवा विरोध केला. कुठल्याही नवीन गोष्टींना प्रारंभी विरोधाला सामोरं जावंच लागतं. परंतु न्यूटनच्या सिद्धान्ताने मानवाच्या प्रगतीमध्ये कशा रीतीने योगदान दिलं, हे आपण पाहत आहोतच.

प्रत्येक वस्तूमध्ये दडलेली अशी शक्यता, जी आजपर्यंत इतर कोणीही पाहू शकलं नाही, ती आपल्याला पाहता यावी, अशा प्रकारे आपण आपली अंतर्दृष्टी विकसित करायला हवी. जो सर्जनशील बनू इच्छितो, त्याने ही अनोखी दृष्टी विकसित करायला हवी. आपण एक टेबल पाहत असाल, तर तो पाहून स्वतःला विचारा, 'हा जुना आहे की नवा? या टेबलमध्ये अद्यापही कोणत्या शक्यता दडलेल्या आहेत?' या प्रश्नांचं उत्तर 'आणखी शक्यता दडलेल्या आहेत', असं आलं तर हा टेबल नवीन नसून जुनाच आहे असं समजायला हवं. याला आणखी कितीतरी वैशिष्ट्यपूर्ण गोष्टींची जोड द्यावी लागेल. त्यानंतरच खऱ्या अर्थाने तो नवीन म्हणता येईल.

बहुसंख्य लोक एखाद्या मशिनप्रमाणे साचेबद्ध जीवन जगतात. जसं काही ते झोपेतच चालत आहेत. आम्हाला अमुक कामाचा तमुक वर्षांचा अनुभव आहे, असा दावा करत आयुष्यभर काम करतात. परंतु असं असूनदेखील त्यांच्यात अपूर्णतेची भावना असेल, तर त्यांनी यांत्रिक पद्धतीनेच आयुष्य व्यतीत केलं, असं म्हणावं लागेल. असे लोक आपल्या सवयीचे गुलाम बनतात. त्यांच्या जीवनात ज्या गोष्टी वारंवार घडतात, त्यांवर ते ठरावीक प्रकारे प्रतिक्रिया व्यक्त करतात. ते आसपास दिसणाऱ्या सीमांमध्ये आक्रसून राहतात. ते त्यांच्या जीवनात सर्जनशील विचारांना खुलण्याची संधीच देत नाहीत.

नवीन विचारधारा - बेहोशीवरील इलाज

प्रत्येक वस्तू नवीन रूप घेण्यासाठी तयार असते. ती आणखी वैशिष्ट्यपूर्ण बनू शकते. प्रत्येक वस्तू तिच्या सर्वोच्च क्षमतेपर्यंत कशी पोहोचेल, हाच खरा प्रश्न आहे. लोक दररोज प्रत्येक काम त्याच त्या ठरावीक साचेबद्ध रीतीने करत राहतील, तर त्यात बेहोशी येईल. त्यामुळे ते कंटाळवाणंदेखील वाटेल. 'नवीन विचारधारा हा बेहोशीवरील उत्तम इलाज आहे' हा संदेश अशा लोकांनी ग्रहण करायला हवा. ज्यावेळी नवीन

काही दृष्टिपथात येतं, त्यावेळी बेहोशी राहूच शकत नाही. आपल्याला जुन्या पद्धतीनेच जीवन जगायचं असेल, तर सजगतेची काहीही आवश्यकता नसते. परंतु एकदा का आपण नवीन पद्धत अवलंबायचं ठरवलं, तर आपल्याला बेहोशीत राहता येणार नाही. त्यासाठी सजग व्हावंच लागेल.

यासाठी अधून मधून नवीन प्रयोग करायला हवेत. ऑफिसला जाताना अथवा येताना नेहमीच्या मार्गाऐवजी नवीन मार्गाने जा, एखाद्या नव्या गोष्टीमध्ये रुची घ्या, नवीन लोकांशी संवाद साधा, एखादं साधं काम नव्या पद्धतीने करण्याचा प्रयत्न करा, वेगळ्या पद्धतीने बोलण्याचा प्रयत्न करा. अशा पद्धतीने नवीन पद्धत अवलंबण्याचा प्रयत्न केला, तर आपली जागरूकता वृद्धिंगत होते. त्यामुळे अनंत शक्यतांची दारं उघडली जातील. अशा प्रयोगाने आपण सर्जनशीलतेची शक्ती गहनतेने समजू शकाल.

अर्थातच, नवीन प्रयोग करताना सामान्य बुद्धीचा उपयोगदेखील करायला हवा. नवीन पद्धतींचा अवलंब करणं, म्हणजे जुन्या पद्धतींमधील चांगल्या आणि उपयुक्त गोष्टी सोडून द्यायच्या आहेत, असं नव्हे. 'जुनं काही कामाचं नाही' ही धारणा चुकीची आहे. जे जुने चांगले गुण आहेत, ज्यांची महत्ता वेळोवेळी सिद्ध झाली आहे, ते उपयोगात आणायलाच हवेत.

नवीन गोष्ट स्वीकारताना आवश्यक काळजी घेण्याची गरज असते. उदाहरणार्थ, एखाद्या दिवशी आपल्याला घरी लवकर पोहोचायचं असेल, तर त्या दिवशी नवीन रस्त्याने जाता कामा नये.

आपण ज्यावेळी सारासार विचार न करता इतरांची नक्कल करतो, त्यावेळी खरंतर आपण नव्याचा अपमान करत असतो. आपल्याकडून नव्याचा अपमान घडू नये. बरेच लोक प्रसिद्ध अभिनेत्यांच्या अथवा व्यक्तींच्या वेशभूषेची, कपड्यांची, बोलण्याची नक्कल करतात. यालाच ते 'नवीन फॅशन' म्हणतात. वास्तविक हा नव्याचा अपमान आहे. वास्तविक ते उष्ण कटिबंधातील देशात राहत असूनही एखाद्या थंड हवामानाच्या देशात वापरले जाणारे कपडे परिधान करतात. अशा तऱ्हेने आपण सारासार विचार करण्याचा विवेक हरवून बसतो आणि चुकीच्या गोष्टींचा अंगीकार करतो. खरंतर हा नव्याचा अपमान आहे. नवीन गोष्टीने पूर्णता येते. मनातील सणक, आवेग अथवा कामना पूर्ण करणं म्हणजे नावीन्य नव्हे. नवं स्वीकारण्याच्या नावाने जुन्या सवयीत गुरफटू नये.

एखादी नवी विचारधारा समोर येते, तेव्हा लोकांच्या मनात संभ्रम निर्माण होतो. नवीन विचार त्यांच्या धारणा, कल्पना आणि जुन्या विचारांच्या विरुद्ध असतील, तर

असा नवीन विचार चुकीचाच असावा, असं त्यांना वाटतं. परंतु एखादा विचार नवीन आहे, म्हणजे तो चुकीचाच आहे, असं समजायला नको. उदाहरणार्थ, आतापर्यंत आपण गोल आणि पांढऱ्या रंगाचीच इडली पाहिली आहे. अशात कोणी म्हणाला, 'इडली चौकोनी आणि लाल रंगाची असते,' तर बहुसंख्य लोक त्याच्याशी सहमत होणार नाहीत किंवा आश्चर्य व्यक्त करतील. कारण त्यांच्या मनात इडलीची एक ठरावीक प्रतिमा निर्माण झालेली असते. सर्जनशील मनुष्यानं नवनिर्माणासाठी नव्या विचारधारेला संधी देणं गरजेचं असतं.

सर्जनशीलता हा असा ईश्वरीय गुण आहे, जो नवी विचारधारा आणि शोध यांद्वारे विकसित होतो. ज्याद्वारे आपण न्यू टर्न घेतो अथवा नवीन पद्धतीने विचार करून नवनिर्माण करतो.

नव्या रूपात 'पेन' कसं प्रस्तुत केलं जाऊ शकतं? अभ्यासदेखील मनोरंजक कसा बनू शकतो? स्वयंपाक नवीन पद्धतीने कसा करता येईल? आपण दररोज जे काम करत आहोत, ते वेगळ्या पद्धतीने आणि आनंदाने कसं होऊ शकेल? कमीत कमी वेळेत जास्तीत जास्त काम कसं करता येईल? एखादा जेव्हा अशा दृष्टिकोनातून विचार करतो, तेव्हा नव्या वस्तूंची अथवा विधींची निर्मिती होते.

मनुष्यानेदेखील नित्य नूतन बनण्याचा सदैव प्रयत्न करायला हवा. आपल्या सर्व जुन्या वृत्ती आणि विचारधारा यांचा त्याग करून सर्जनशील बनून नवीन पद्धतीने विचार करण्याची सवय प्रत्येकाने अंगीकारायला हवी. त्यामुळेच त्याला प्रगती साधता येईल. जुन्याचा लय आणि नव्याचा उदय हा जीवनक्रम आहे, निसर्ग नियम आहे. या विचारधारेचा आपण मनापासून स्वीकार केला, तर आपल्यासमोर एक नवीन मार्ग खुला होईल, जो आश्चर्यकारक शक्यतांनी व्यापलेला असेल.

'विश्वातील एखादं काम जर एक मनुष्य करत असेल, तर ते तुम्हीदेखील करू शकता,' या उक्तीवर विश्वास ठेवायला हवा. एखादं काम करण्याचं सामर्थ्य जर हजारो, लाखो लोकांमध्ये असेल, तर तुम्हीदेखील ते काम निश्चितपणे करू शकता.

मनन प्रश्न

प्रत्येक वस्तूमध्ये अथवा गोष्टीमध्ये दडलेली अंतर्दृष्टी, मी कशा प्रकारे विकसित करू शकतो?

आजचा प्रशिक्षण संकल्प

आज ध्यानात बसून नवीन विचार निर्माण व्हावेत यासाठी संधी द्यायची आहे.

निर्णयक्षमता वृद्धिंगत करण्याचं प्रशिक्षण
SEVENTH TRAINING

'निर्णय घेण्याच्या योग्यतेखेरीज कोणतीही कठीण आणि मूल्यवान गोष्ट नाही.
— नेपोलियन

सातवं प्रशिक्षण आहे 'निर्णय घेण्याची कला' शिकण्याचं प्रशिक्षण. प्रत्येक मनुष्याला आपल्या दैनंदिन जीवनात कितीतरी निर्णय घ्यावेच लागतात. त्यातील काही निर्णय घेणं त्याच्यासाठी खूप कठीण असतं, तर काही निर्णय घेण्यात त्याचा वेळ आणि शक्ती नष्ट होते. तद्वतच पुन:पुन्हा तेच ते निर्णय घेणं त्याच्यासाठी ओझं बनतं. उदाहरणार्थ, विद्यार्थ्यांना शालेय शिक्षण पूर्ण झाल्यानंतर पुढे कोणतं क्षेत्र निवडायचं, याबाबत निर्णय घेणं कठीण बनतं. कोणत्या क्षेत्रात नोकरी करायची, याबाबतचा निर्णय घेणं युवकांना अवघड जातं. 'आज स्वयंपाकात

आत्मविकासाची सात पावलं

कोणते पदार्थ बनवावे' याचा निर्णय घेणं महिलांना कठीण जातं. यासाठीच छोटे छोटे निर्णय घेत राहिल्यानेच निर्णय घेण्याच्या कलेत आपण पारंगत बनू शकतो, हे लक्षात घ्यायला हवं. निर्णय घेण्यात कोणत्या अडचणी येतात, याचा सर्वंकष विचार करून पुढे काही उपाय दिले आहेत, ज्याद्वारे आपण आपली निर्णयक्षमता वृद्धिंगत करू शकाल :

१. ज्या गोष्टींवर निर्णय घेण्याची आवश्यकता नाही, अशा गोष्टीत आपला वेळ वाया घालवू नये. जे निर्णय आपले नाहीत, त्यावर आपण निर्णय घेण्याची आवश्यकता नाही. आपल्या ध्येयाचं स्मरण ठेवून निर्णय घ्यायला शिका.

२. निर्णय घेताना, आपल्याकडे उपलब्ध असणाऱ्या पर्यायांपैकी एकाची निवड करायला शिकायचं आहे. उपलब्ध असणारे सर्व पर्याय योग्य वाटत नसतील, तर अशा वेळी सर्व पर्यायांमधील आवश्यक बाबी घेऊन एक नवीन पर्याय तयार करावा. याचा अर्थ, मध्यम मार्ग अनुसरून एक नवीन पर्याय निर्माण करावा, जो पूर्णतः योग्यही नसतो वा पूर्णपणे चुकीचाही नसतो. वेगवेगळ्या प्रसंगी निर्णय घेत घेत आपण ही कला शिकाल. असे निर्णय घेणं, हा बुद्धीसाठी एक चांगला व्यायाम आहे. व्यायाम करताना कधीही घाबरू नका.

३. निर्णय घेताना घाईगडबड करू नये. घाईगडबडीत निर्णय घेण्याची वेळ आली, तर अशा वेळी असे निर्णय घ्या, जे पुन्हा बदलता येतील. काही गोष्टी अशा असतात, ज्याबाबत एकदा का निर्णय घेतला, की पुन्हा तो सहजासहजी बदलता येत नाही. अशा परिस्थितीत आपला पूर्ण वेळ, बळ आणि विचारशक्ती या गोष्टी पणाला लावून म्हणजेच योग्य मनन करून अत्यंत विचारपूर्वक निर्णय घ्यायला हवा. हा उपाय म्हणजे निर्णय घेण्याच्या कलेतील हे एक मोठं आव्हान आहे. कधीही विचार करण्यापासून परावृत्त राहून अथवा 'वेळ नाही' हा बहाणा देऊन सुस्त अवस्थेत निर्णय घेऊ नयेत.

४. योग्य वेळी चुकीचा निर्णय घेणं, हे जसं लाभदायी नसतं, तसंच चुकीच्या वेळी निर्णय घेणं, हेदेखील फायदेशीर ठरत नाही. दोन्ही प्रकारचे निर्णय हानिकारकच ठरतात. यासाठी पुरेसा अवधी असतानाच मनन करून योग्य निष्कर्षाप्रत पोहोचायला हवं आणि योग्य वेळी योग्य निर्णय घ्यायला हवेत.

५. आपण जे निर्णय घेणार आहात, त्यासंबंधीचे सर्व पैलू कागदावर लिहावेत. सर्व पैलू कागदावर लिहून त्यांचा पूर्णपणे आढावा घ्या. यातील निर्णय घेण्यात लाभदायक ठरणारे पैलू, हानिकारक पैलू, असे सर्व मुद्दे आणि इतर सर्व माहिती

आपल्या समोर ठेवावी. त्यामुळे आपली संपूर्ण योजना, त्या विषयीच्या सगळ्या कल्पना आणि शक्यता आपल्यासमोर लिखित स्वरूपात उपलब्ध असतील. ज्यायोगे आपण आपल्या बुद्धीचा पुरेपूर उपयोग करून योग्य निर्णयाप्रत पोहोचू शकाल.

६. निर्णयाचा परिणाम काय होईल, याचा विचार करून निर्णय घ्यायला हवा. अशा वेळी 'मला अमक्याचा सल्ला घ्यावा लागला... कुणाद्वारे निर्णय घेतला गेला... या निर्णयाचं श्रेय कुणाला मिळेल...' अशा गोष्टींचा नाहक विचार करून आपण घेतलेला योग्य निर्णय बदलू नये. श्रेय कुणालाही मिळो; परिणाम मात्र लाभदायीच व्हायला हवा. अहंकारात गुरफटून चुकीचे निर्णय घेऊ नयेत.

७. निर्णय घेण्यापूर्वी त्यासंबंधीच्या सर्व बाबी तपासून घ्यायला हव्यात. अशा बाबींचं मूल्यमापनदेखील करायला हवं. मननातून आलेली विचारधारा आणि स्पष्ट, स्वच्छ दृष्टिकोन यांद्वारेच आपण योग्य निर्णय घेऊ शकाल.

८. छोटे छोटे निर्णय दररोज घ्यायला हवेत. त्यामध्ये टाळाटाळ करू नये. छोटे निर्णय घेण्याचं टाळल्यामुळेच ज्यावर निर्णय घेणं आवश्यक आहे, अशा गोष्टींचा ढीग साठत जातो. कालांतराने त्याचा एक पहाड तयार होतो. या गोष्टीच एखाद्या मोठ्या आणि महत्त्वपूर्ण विषयावर निर्णय घेण्याइतक्याच कठीण बनतात.

९. आपण कर्मचारी अथवा व्यापारी असाल, तर आपल्या निर्णयांचा ज्यांच्यावर परिणाम होणार आहे, त्यांनादेखील निर्णय-प्रक्रियेत सामील करून घ्यायला हवं. ज्यायोगे ते आपल्यासाठी अधिक जबाबदारी घेऊ शकतील. नवीन उपाय, प्रस्ताव आणि सूचना मिळवण्यासाठी आपले सहकारी आणि कर्मचारी यांचादेखील या प्रक्रियेत समावेश असायला हवा. तसेच कुटुंबातील सदस्यांनी मिळून घेतलेला निर्णय, सर्वांचा सहयोग मिळण्यासाठी निश्चितच साहाय्यक ठरतो.

१०. आपण निर्णय घेतला नाही, याचा अर्थच आपण कार्य न करण्याचा निर्णय घेतला आहे, असा होतो. आपण एखाद्या गोष्टीवर निर्णय घेऊ इच्छित नसाल, तर अशा वेळी हे निश्चित करून निर्णय न घेण्याचा निर्णय घ्या (Decide and do).

११. स्वतःवर पूर्ण विश्वास ठेवून निर्णय घ्या. या विश्वासानेच निर्णय घेण्याच्या प्रक्रियेतील सर्व अडचणींचा सामना करण्यासाठीची पात्रता आपल्यात तयार

होते. पूर्ण विश्वासाने निर्णय घ्या आणि निश्चिंत राहा.

१२. आपल्याला जो निर्णय सर्वाधिक योग्य आहे असं वाटतं, त्याबद्दल स्वतः पूर्ण परीक्षण करायला हवं. त्यामुळेच या निर्णयात बदल झाला, तर त्याचे कोणते दुष्परिणाम होतील, ही बाब आपल्याला स्पष्ट होईल.

१३. नवीन आणि मोठे निर्णय घेण्यासाठी आपला वेळ आणि ऊर्जा यांची बचत करा. निर्णय घेण्याची कला शिकल्यानंतर आपण जे काही निर्णय घ्याल, त्यांपैकी ८०टक्के निर्णय स्वतःच घ्यायला हवेत, हे गरजेचं नाही. इतर लोकदेखील आपल्यासाठी निर्णय घेऊ शकतात. काही निर्णय घेण्याची जबाबदारी इतरांवर सोपवा. कधी आपल्या घरातील लोक, ऑफिसमधील कर्मचारी अथवा सेक्रेटरी यांनादेखील निर्णय घ्यायला सांगा. त्यामुळे मोठे आणि महत्त्वपूर्ण निर्णय घेण्यासाठी आपल्याकडे ऊर्जा आणि वेळ मुबलक राहील.

१४. कोणताही निर्णय घेण्यापूर्वी भविष्यात त्या निर्णयाची अंमलबजावणी कशा प्रकारे करायची, या दृष्टीने विचार करणं हादेखील निर्णय घेणाऱ्याच्या जबाबदारीचा एक भाग असतो. कारण निर्णय आणि जबाबदारी दोन्ही एकाच नाण्याच्या बाजू आहेत.

१५. या विशिष्ट परिस्थितीत निर्णय घेणं आवश्यक आहे, हे ज्या क्षणी आपल्याला जाणवतं, त्याच क्षणी सर्व परिस्थितीचा आढावा घेण्याची सुरुवात करावी. निर्णय घ्यायला थोडासा अवधी द्या आणि पुन्हा एकदा परिस्थितीचं निरीक्षण करा. त्यातील सर्व मुद्द्यांचं बारकाईने विश्लेषण करा. त्यांना अंतर्मनात प्रवेश करू द्या. जोपर्यंत निर्णय घेण्याची योग्य वेळ येत नाही, तोपर्यंत ठरावीक कालावधीनंतर त्या निर्णयावर काम करत राहा.

१६. एकदा निर्णय घेतल्यानंतर त्यापासून मागे हटू नका. याचा परिणाम आपल्यावर कशा प्रकारे होत आहे, हे अवश्य जाणा. आपल्या निर्णयाचा पश्चात्ताप करत बसू नका. याउलट त्यावेळी असा निर्णय घेणं योग्यच होतं, असा विचार करा. एकदा का निर्णय पक्का झाला, की थांबूही नका आणि ते कार्य अर्धवटही सोडू नका. उलट त्याची त्वरित अंमलबजावणी करा. त्यानंतर पुढे येणाऱ्या गोष्टींवर विचार करा. किंतु-परंतु, जर-तर अशा गोष्टींना मनातून पूर्णपणे हद्दपार करा आणि निर्णय तडीस न्या.

१७. निर्णय घेण्याची पूर्ण कार्ययोजना आपल्या मनात काल्पनिकरीत्या पाहा. 'फ्लो चार्ट' बनवा आणि त्याद्वारे आपल्या निर्णयाचा कोणता आणि कसा परिणाम होऊ शकतो, हे पाहा.

१८. निर्णय घेतल्यानंतर त्याचा जो काही परिणाम आला असेल, तो डायरीमध्ये लिहून ठेवा. याने पुढच्या वेळी असा निर्णय घ्यायची वेळ आली, तर आपल्याला त्यावर आणखी चांगल्या प्रकारे विचार करता येईल.

हे पुस्तक वाचणं, हादेखील आपला एक महत्त्वपूर्ण निर्णय सिद्ध होईल.

◻ ◻ ◻

मनन प्रश्न
माझा प्रत्येक निर्णय विवेकपूर्ण असतो का?

आजचा प्रशिक्षण संकल्प
आज एक नवीन उच्च तंत्र शिकायचं आहे.

हे पुस्तक वाचल्यानंतर आपला अभिप्राय कृपया या पत्त्यावर अवश्य पाठवा.
Tej Gyan Global Foundation,
Pimpri Colony Post Office, P.O.Box 25, Pune-411017. Maharashtra (India).

परिशिष्ट

अडचणींतून मुक्त होण्याचे ७ संरक्षक उपाय

7 SAFETY TASKS

प्रत्येक विपदेत त्या विपदेच्या मात्रेतच लाभदायी बीजदेखील दडलेलं असतं. प्रत्येक अपयशात एक बोध दडलेला असतो, जो आपल्याला पुढच्या वेळी जिंकण्याची पद्धत शिकवत असतो.

– रॉबर्ट कॉलियर

१

मनुष्य जेव्हा आपलं ध्येय निर्धारित करतो आणि ते प्राप्त करण्यासाठी मार्गस्थ होतो, तेव्हा अज्ञानामुळे आणि प्रशिक्षित नसल्यामुळे मोह, लालसा अशा गोष्टीत अडकून तो आपलं ध्येय विसरून जातो. ज्या गोष्टींमुळे आपण आपल्या ध्येयापासून परावृत्त होऊ, अशा गोष्टींपासून स्वतःचं रक्षण करायला हवं.

प्रत्येक व्यक्तीकडून आपण किमान दोन गोष्टी शिकू शकतो. त्या दोन गोष्टी म्हणजे त्या व्यक्तीतील दोन गुण आपण आत्मसात करू शकतो. आपण जर

आपलं लक्ष लोकांच्या ज्ञानावर आणि गुणांवर दिलं, तर प्रत्येक माणूस कोणत्या ना कोणत्या प्रकारे आपला गुरू बनू शकेल. प्रत्येक मनुष्याकडून आपण काही नवीन बोध घेऊ शकता.

प्रत्येक नवीन माहितीबरोबर आपण प्रामाणिकपणे आत्मविश्लेषण करायला हवं. कारण आत्मविश्लेषणाच्या साहाय्याने आत्मप्रशिक्षण (सेल्फ ट्रेनिंग) प्राप्त करणं, आपल्यासाठी सहज, सुकर बनेल. आत्मप्रशिक्षित बनल्यानंतर आपण कितीही मोठं ध्येय सहजतेने प्राप्त करू शकतो.

आज आपण किती प्रशिक्षित आहात, यावर मनन करा. चहूबाजूंचं वातावरण जाणून, ओळखून आपण लवकरात लवकर आपलं प्रशिक्षण सुरू करायला हवं. त्यासाठी पुढे दिलेल्या पहिल्या मुद्द्यापासून सुरुवात करा.

उच्च पदाच्या लालसेपासून रक्षण

प्रशिक्षित मनुष्य कोणत्याही पदाच्या लालसेत न गुंतता सतत नवनव्या गोष्टी शिकण्यावरच लक्ष केंद्रित करतो. तो आपल्यातील गुण वृद्धिंगत करत आपल्या ध्येयाकडे मार्गक्रमण करतो. त्याला जे पाहिजे ते त्याच्याकडे योग्य त्या वेळी येणारच आहे, हे त्याला माहीत असतं. परंतु काही लोक मात्र एखाद्या कार्याची सुरुवात करण्यापूर्वीच उच्च पदाची मागणी करतात. असे लोक म्हणतात, 'काही करून दाखवण्यासाठी आम्हाला मोठं कार्यक्षेत्र हवं. आम्ही आता कोणतंही कार्य पूर्ण करण्याची योग्यता प्राप्त केली आहे.' प्रत्यक्षात त्यांच्यात किती अज्ञान भरलंय याविषयी ते अनभिज्ञ असतात. त्या अज्ञानातच ते विचारतात, 'काय हे काम मी करू शकत नाही?' त्यांच्यात मोठं कार्य करण्याची शक्यता तर असते. परंतु त्यांना त्यांच्या स्वभावाची नीट ओळख झालेली नसते. ते जेव्हा एखाद्या कार्याची सुरुवात करतील, तेव्हा त्यांच्यातील कोणत्या सवयींमुळे या कार्यात बाधा निर्माण होईल, हे त्यांना त्यांच्या शरीरातील वृत्ती-प्रवृत्ती जाणल्यानंतर लक्षात येईल. एखाद्याला मोठं काम देण्यापूर्वी त्याची पात्रता तपासली जाणं अतिशय गरजेचं असतं.

कोणतंही मोठं कार्य पूर्णत्वाला नेण्यासाठी संपूर्ण सजगता, धीर आणि कार्यकुशलता हे गुण अंगी असणं अत्यावश्यक असतं. हे गुणच यश प्राप्त करण्यात साहाय्यभूत ठरतात. या कारणांमुळेच अशी कार्य पूर्ण करण्यासाठी आपण अप्रशिक्षित माणसाची निवड कदापि करणार नाही.

प्रशिक्षित लोकच महत्त्वपूर्ण कार्य करू शकतात

आपल्याला जर एक सुंदर शहर निर्माण करायचं असेल, समाजनिर्माणाचं कार्य करायचं असेल, तर त्यासाठी मोठ्या जमिनीची आवश्यकता असते. आपण जेव्हा या जमिनीवर (ग्राउंडवर) जाऊ, तेव्हाच इमारती उभ्या करण्यासाठी कोणकोणती व्यवस्था असायला हवी, याविषयी विचार करू शकाल. उदाहरणार्थ, बिल्डिंगमध्ये किती फ्लॅट असणं आवश्यक आहे, त्या फ्लॅटमध्ये कोणती रुम कोणत्या ठिकाणी असावी, बाल्कनी कुठे असायला हवी, ती कशी असायला हवी, स्वयंपाकघर कोणत्या दिशेला असायला हवं आणि त्यात कोणकोणत्या सुविधा असायला हव्यात?

अशा बिल्डिंग बनवण्यासाठी सुरुवातीला आपल्याकडे प्रशिक्षित लोक उपलब्ध असोत वा अप्रशिक्षित; आपण त्यांच्याद्वारेच हे काम चालू कराल. बिल्डिंग तयार करण्यासाठी आपल्याला वीट, दगड, सिमेंट आणि वाळू यांची आवश्यकता असते. या वस्तू पोहोचवण्यासाठी आपल्याला अप्रशिक्षित मनुष्यदेखील चालू शकतो. कोणत्याही मजुराला वस्तू एका ठिकाणाहून दुसऱ्या ठिकाणी पोहोचवण्यासाठी कुठल्याही प्रकारच्या विशेष प्रशिक्षणाची आवश्यकता नसते.

बिल्डिंगचं कार्य जसजसं वाढत जाईल, तसतसं आपल्याला सुपरवायजर, इंजिनिअर, मिस्त्री अशा प्रशिक्षित लोकांची गरज भासते. त्यानंतर हळूहळू सुंदर शहर बनल्याचं आपल्याला दिसून येईल. आता त्या शहरात आपण आणखी काही उच्च दर्जाच्या सुविधा उपलब्ध कराल. उदाहरणार्थ, चांगले आणि स्वच्छ रस्ते... सुशोभित बागबगिचे... इत्यादी. या कार्यासाठी कोणत्याही अप्रशिक्षित माणसाची निवड आपण करू शकत नाही. कारण प्रशिक्षित मनुष्याकडेच कोणतंही कार्य कुशलतेने पूर्ण करण्याची क्षमता असते, हे आपल्याला माहीत असतं. वास्तविक त्यावेळी कितीतरी लोक तुम्हाला म्हणतील, 'हा कार्यभार माझ्यावर सोपवा. मी ते कार्य व्यवस्थित पूर्ण करेन.' त्यावर तुम्ही त्यांना म्हणाल, 'हे कार्य पूर्ण करण्यासाठी आपल्याला प्रशिक्षणाची आवश्यकता आहे. प्रथम ते प्राप्त करा आणि त्यानंतरच हे काम हाती घ्या.' कारण मोठ्या कामाचादेखील एक स्वभाव असतो.

मोठ्या कार्याचा स्वभाव

'मोठ्या कार्याचा स्वभाव' हे वाक्य आपण जीवनात प्रथमच ऐकलं असेल. जसा मनुष्याचा स्वभाव असतो, तसाच मोठ्या कामाचादेखील स्वभाव असतो. मोठ्या कार्याच्या स्वभावात सजगता आणि कार्यकुशलता असणं अनिवार्य असतं.

मोठ्या कार्याचं समय आयोजन करून एक वेळापत्रक बनवलेलं असतं. म्हणून तिथे एक एक क्षण महत्त्वाचा असतो. हे कार्य प्रशिक्षित लोक पार पाडत असतील आणि त्यांच्याबरोबर काही अप्रशिक्षित कर्मचारीदेखील नियुक्त केले, तर प्रशिक्षित लोक त्या कर्मचाऱ्यांना पुनःपुन्हा समजावतील, 'अरे! वेळ संपली तरीही तुमचं काम अजून झालंच नाही. कोणत्याही परिस्थितीत हे काम आजच पूर्ण व्हायला हवं. यासाठी तुम्हाला रात्री उशिरापर्यंत थांबावं लागेल किंवा घरी जाताच येणार नाही.' हे ऐकून अप्रशिक्षित मनुष्य बहाणे देईल, 'मी काय करणार, दोन तास लाइट नव्हती... कॉम्प्यूटर खराब झाला होता, त्यातच मला एक नवीन काम दिलं, त्यामुळे माझं काम पूर्ण झालं नाही. यात माझी काय चूक?'

यात त्या माणसाची चूक आहे. परंतु ती त्याला दिसून येत नाही. कारण तो प्रशिक्षित नाही. त्याने कधी मोठं काम कुशलतेने वेळेवर पूर्ण केलेलंच नसतं. मोठ्या कामात अचानक नवीन कामंदेखील समोर येतात, हा मोठ्या कामाचा स्वभाव त्याला माहीत नसतो. अशा परिस्थितीतदेखील आपल्याला दिलेलं काम पूर्ण करावंच लागतं.

याउलट प्रशिक्षित मनुष्य सजग आणि कार्यकुशल असल्यामुळे मोठमोठी कामं सहजपणे पूर्ण करू शकतो. कोणतीही कारणं पुढे न करता तो दिलेलं काम वेळेवर पूर्ण करतो.

२

मूळ चुकीपासून रक्षण

प्रशिक्षित मनुष्य मूळा चुकांमध्ये अडकत नाही. नेहमी स्वतःचंच सगळंच बरोबर मानणं, ही मूळ चूक आहे. स्वतःचं म्हणणं बरोबर हे गृहीत धरून तो इतरांचं मत व्यवस्थित ऐकूनच घेत नाही. मनुष्याच्या मनात 'मीच बरोबर' हा भाव जितका जास्त असतो, तितके त्याचे नातेसंबंध बिघडतात. माझं धन, माझे नातेवाईक, माझे मित्र, माझं पद या गोष्टी त्याच्यात अहंकार निर्माण करतात.

स्वतःचंच खरं मानणारा मनुष्य आपल्या चुकांचं खापर इतरांवर फोडतो. तो स्वतःतील उणिवा लपवतो आणि साधारण गुण मात्र रंगवून सांगतो. इतरांच्या असाधारण गुणांचं त्याला काहीच कौतुक नसतं. पण स्वतःचे साधारण गुण त्याला खूप महत्त्वाचे

वाटतात. त्याला इतरांमधील चांगुलपणा दिसतच नाही. त्याच्या अशा स्वभावामुळे कुटुंबातील लोकदेखील त्याच्याशी मोकळेपणाने बोलत नाहीत. मनुष्याच्या दुःखाचं कारण बऱ्याच वेळा तो स्वतःच असतो. परंतु यासाठी तो कुटुंबीयांना दोषी ठरवतो.

स्वतःचंच खरं आणि इतरांचं सगळं चूक असा दृष्टिकोन असलेल्या लोकांचं जीवन तक्रारींनी भरलेलं असतं. साहजिकच ते नेहमी दुःखी होत राहतात. परंतु आपण कधी आपल्या दुःखांचा शोध घेतला आहे का? या दुःखाच्या मुळाशी कोणतं कारण आहे, हे जाणण्याचा आपण कधी प्रयत्न केला आहे का? आपल्याला जर अशा प्रकारच्या दुःखापासून मुक्त व्हायचं असेल, तर या दुःखाच्या मुळाशी जावं लागेल. त्यासाठी साधक बनावं लागेल. साधक बनल्यानंतर आपण दुःखातदेखील खुश राहण्याची कला शिकू शकाल. यासाठी आपल्याला आपल्या मनाचं बारकाईने निरीक्षण करावं लागेल. हे निरंतरतेने करत गेला, तर आपण त्यात कमालीचं प्रावीण्य प्राप्त कराल. त्यामुळे दुःखाची सर्व कारणं तुमच्यासमोर येतील आणि विलीन होऊ लागतील. हे एका उदाहरणाद्वारे समजून घेऊया –

'पाहा, मी प्रत्येक कामात किती कुशल आहे... प्रत्येक वस्तू ज्या त्या जागी व्यवस्थित ठेवतो... सर्व कामं लक्षात ठेवून पूर्ण करतो... ऑफिसमधील सर्व कामं व्यवस्थित पार पाडतो... पण माझी मुलं पाहा. त्यांच्या सर्व वस्तू इतस्ततः पडलेल्या असतात... ते माझ्यासारखी शिस्त अंगी का बाणवत नाहीत... बेशिस्त लोक मला अजिबात आवडत नाहीत...' अशा प्रकारची तुमची तक्रार असेल, तर तुम्ही खाली दिल्याप्रमाणे शोध घ्यायला हवा.

तुम्ही सर्व वस्तू ज्या त्या ठिकाणी व्यवस्थित ठेवता, सर्व कामं आठवणीने करता, ही चांगली गोष्ट आहे. परंतु इतर कोणत्या क्षेत्रात आपण हे करत नाही, याचा शोध घ्या.

सुरुवातीला तुम्हाला असं कुठलंही क्षेत्र दिसणार नाही. 'परंतु मी मनाच्या कप्प्यात अनेक विचार योग्य ठिकाणी ठेवतो का? माझी सगळी कामं नियोजनबद्ध रीतीने करतो का? स्वास्थ्याकडे नियमित लक्ष देतो का? माझ्या पैशाचा योग्य विनियोग करतो का? माझी सामाजिक जबाबदारी योग्य रीतीने पार पाडतो का?' यांसारखे प्रश्न स्वतःला विचारले, तर स्वतःचंच स्वतःला आश्चर्य वाटेल. कारण तुम्हाला तुमच्या खऱ्या स्वभावाचं दर्शन घडेल.

आपण जेव्हा सखोल आणि बारकाईनं शोध घ्याल, तेव्हा तुम्ही शारीरिक स्वास्थ्य आणि आवश्यक व्यायाम यांच्याबाबतीत किती बेजबाबदार आहात, हे तुम्हाला

समजून येईल. तुमच्या मनात सतत विचारांचा गुंता झालेला असतो. त्यामुळे तुम्ही ऑफिसमधील चिंतांची सोडवणूक घरी बसून करू पाहता, तर कौटुंबिक समस्यांचा ऑफिसमध्ये विचार करता. पैशाचा उचित उपयोग करत नाही. एखाद्या परिचित इसमानं सांगितलेलं सामाजिक कामदेखील संकट समजून टाळण्याचा प्रयत्न करता. अशा रीतीने तुम्ही कितीतरी क्षेत्रांमध्ये व्यवस्थित कार्य करत नाही, हे तुम्हाला दिसून येईल.

आपण स्वतः इतक्या क्षेत्रांमध्ये बेजबाबदार असताना मुलं केवळ एक-दोन कामांमध्येच बेजबाबदारपणे वागत असतील, तर त्यांच्यावर इतका राग का करावा? वास्तविक ते आपल्यासाठी आरशाचं काम करतात. आपण कोणकोणत्या चुका करता, हे दाखवण्याचं काम ते करतात. त्यानंतर आपण म्हणाल, 'माझी बायका-मुलं माझ्या अपेक्षेप्रमाणे वागत नसतील, तर त्यांच्यावर रागावण्याऐवजी मला माझ्या अंतरंगात डोकावून पाहायला हवं, की मी स्वतः प्रत्येकाच्या अपेक्षेप्रमाणे सर्वत्र वागतो का?' अशा प्रकारे आपल्याला आपल्या चुकांची जाणीव होईल.

या प्रकारे शोध घेतल्यानंतर आपण म्हणाल, 'आतापर्यंत मला वाटत होतं, मी प्रत्येक क्षेत्रात प्रवीण आहे. परंतु थोडासा शोध घेतल्यानंतर लक्षात येईल, की माझे भाव, विचार, वाणी आणि क्रिया यांमध्ये मी परिपूर्ण नाही. त्यांच्यात एकरूपता नाही. त्याचबरोबर मी शारीरिक, मानसिक, आर्थिक, सामाजिक आणि आध्यात्मिक क्षेत्रातदेखील परिपूर्ण नाही. इतरांबाबत तक्रारी करणं, त्यांना चूक समजणं हे पूर्णतः गैर आहे. हे मी बंद करायला हवं. कारण हेच माझ्या दुःखाचं सर्वांत मोठं कारण आहे.'

आपले भाव, विचार, वाणी आणि क्रिया यांमध्ये एकरूपता असेल, तरच आपण परिपूर्ण आणि सुखासमाधानाचं जीवन जगू शकतो. आपले भाव एक तर विचार दुसरेच. शब्द एक तर क्रिया भलतीच असते, तेव्हा आपण खंडित जीवन जगतो. असं छिन्नविच्छिन्न जीवनच दुःखाचं कारण बनतं.

ज्या गोष्टीमुळे आपल्याला दुःख होतं, त्याच्यावर गहन शोध घेऊन उपाय मिळवण्याचा प्रयत्न आपण करायला हवा. आपल्या जीवनातील ज्या घटना आपल्याला दुःखद वाटतात, त्या घटनांकडे आपण जुन्या नजरेने, जुन्या दृष्टिकोनातूनच पाहिलं, तर त्या तेच फळ देतील, जे आजपर्यंत त्या देत आल्या आहेत. तात्पर्य, ज्या घटनांमुळे आपण दुःखी होतो, अशाच घटनांची पुनरावृत्ती आपल्या आयुष्यात होणार आणि पुन्हा दुःखच वाट्याला येणार. या गोष्टींचा मुळापासून शोध घेतला, तर आपल्याला एक नवी दृष्टी प्राप्त होईल. ज्या घटनांमुळे आपण पूर्वी दुःखी होत होता, आता त्याच घटना

तुमच्यासाठी आनंदाचं कारण बनत आहेत, असं लक्षात येईल.

प्रत्येक मनुष्याची इच्छा, मत आणि दृष्टिकोन भिन्न असतात. आजूबाजूचे लोक आपल्यासाठी आरसा आहेत. तो आरसा आपल्याला आपलीच प्रतिमा दाखवत आहे. ही बाब मनुष्याला समजली, तर त्याचा त्याला खूप लाभ होईल. या सर्व गोष्टी माझ्यातही आहेत, हे लोकांकडे पाहूनच त्याला समजून येईल. अशा वेळी त्याला इतरांमध्ये दोष दिसू लागला, तर हा दोषदेखील त्याच्या विचारातच आहे, हे त्याने समजून घ्यायला हवं. तो जेव्हा सर्वांशी चांगले संबंध प्रस्थापित करेल, तेव्हा लोक त्याच्या चुका, चुकीचे अनुमान मोकळेपणाने, अगदी कपटमुक्तपणे त्याला सांगतील. 'मी आयुष्यभर लोकांविषयी विचार करत राहिलो. स्वतःचंच सगळं काही बरोबर आहे, असं मानत राहिलो. परंतु वस्तुस्थिती तशी नाही.' याची त्याला नंतर जाणीव होईल.

आपली मूळ चूक सुधारण्यासाठी कुणी तरी आपल्या मूळ चुकीकडे आपलं लक्ष वेधणं आवश्यक असतं आणि त्यासंबंधी प्रशिक्षण देण्याचीदेखील गरज असते. या प्रशिक्षणानंतर आपली मूळ चूक (मूर्खपणा) नाहीशी होईल. मूर्खपणा हा शब्द वाचून नाराज न होता, ही एक चुकीची सवय आहे, ज्यातून बाहेर येणं आपल्याच फायद्याचं आहे, हे समजून घ्यायला हवं. या सर्व गोष्टींचा बोध झाल्यानंतर मूर्खपणा हा शब्द खटकत असेल, तर आपल्याला प्रशिक्षणाची नितांत आवश्यकता आहे, असंच म्हणायला हवं.

३
तक्रार आणि कारण यांपासून रक्षण

प्रशिक्षित मनुष्य तक्रारी करण्यात आणि कारणं पुढे करण्यात गुंतत नाही. या प्रशिक्षणासाठी पूर्वतयारीची कला अवगत असणं आवश्यक आहे. उदाहरणार्थ, एखादं काम पंधरा तारखेपर्यंत पूर्ण होईल, असं आपण गृहीत धरता. सहा तारखेच्या आसपास आपल्याकडे भरपूर वेळ होता. त्यावेळी आपण 'ससा आणि कासव' या गोष्टीतील सशाप्रमाणे विचार करत होता, 'इतकी घाई कशाला करायची? कासव तर आणखी खूप दूर आहे. तोपर्यंत थोडा आराम करू. त्यानंतर काही वेळातच त्या झाडापर्यंत पोहोचू...' कहाणीचा पुढील भाग आपल्याला माहीत आहेच. भरपूर वेळ हाताशी होता

त्यावेळी अप्रशिक्षित ससा आराम करत राहिला आणि प्रशिक्षित कासवाने मात्र धिम्या गतीनेच परंतु निरंतरतेने काम करून बाजी मारली.

प्रशिक्षित मनुष्य कार्य पूर्ण करण्यासाठी आधीच अशी व्यवस्था करतो, की शेवटच्या टप्प्यात लाइट गेली वा काही नवीन कामं आली तरी त्याची सर्व कामं विनाव्यत्यय पूर्ण होऊ शकतील.

या उदाहरणाचा आशय इतकाच, की कितीही समस्या उद्भवल्या तरीदेखील ठरलेलं काम हे नियोजित वेळेतच पूर्ण व्हायला हवं. प्रशिक्षित मनुष्याला अशा कितीतरी प्रकल्पांचा, अशा कितीतरी कामांचा अनुभव असतो. कामाच्या शेवटच्या टप्प्यात कोणकोणत्या समस्या येऊ शकतात, याची त्याला माहिती असते. 'सबबी पुढे करणं' त्याच्या स्वभावात नसतं. उलट अशी कितीही कारणं समोर आली असतानादेखील त्यांना वळसा घेऊन त्याने कामं पूर्ण केलेली असतात. एखादं काम वेळेत पूर्ण झालं नाही, तर त्याच्याकडूनच काही चूक झाली असणार, हे त्याला कळून येतं. त्यासाठी इतरांना दोष देण्यात काही अर्थ नाही, हे त्याला माहीत असतं.

अशाच प्रकारे आपणदेखील मोठी कामं हाती घेऊन ती पूर्ण करू लागाल, तेव्हा आपला स्वभाव कसा आहे... आपल्यात इतरांना दोष देण्याची सवय आहे... यांसारख्या गोष्टी आपल्या लक्षात येतील. मग अशा सवयी असताना आपण मोठी कामं कशी करू शकाल? अशा प्रसंगी एखादं मोठं काम त्याच्यावर सोपवलं, तर काय होईल याचा अंदाज तुम्हाला आलाच असेल. तो नेहमी 'अमका माणूस असा करतो... तमका तसं करतो' अशी कारणं सांगेल. परंतु प्रशिक्षित मनुष्य, 'एखादं काम अमुक दिवसात पूर्ण व्हायलाच हवं' असं लोकांना सांगतो. त्यात वावगं काहीच नाही. कारण असं सांगणं, हा मोठ्या कामाचा स्वभाव आहे.

अप्रशिक्षित लोक मोठ्या कामाच्या स्वभावानुसार कार्य करू शकत नाहीत. एखादं काम करत असताना आपण तक्रार करत असाल वा ते असुविधाजनक वाटत असेल, तर सोयीसुविधांची आपल्याला सवय जडली आहे, असं समजायला हवं. आपण जिथे सोयीसुविधा आहेत अशा ठिकाणीच धाव घ्याल. जिथे थोडीशी असुविधा जाणवेल, तेथून मन बाजूला होतं, निरनिराळी कारणं शोधून त्यांच्या साहाय्याने ते धूम ठोकतं. मनाच्या या हरकती इतक्या प्रभावी असतात, की आपल्याला त्या अगदी योग्य वाटू लागतात. ते पुढे केले, की आपल्याला कोणीही काहीही बोलू शकत नाही. त्यातूनही एखादा काही बोललाच तर आपण दहा लोकांकडे 'माझी चूक होण्याचं

अथवा हे काम उशिरा पूर्ण होण्याचं अमुक कारण आहे... तरीदेखील अमुक लोक मला तमुक म्हणत आहेत... आता तुम्हीच सांगा माझं बरोबर आहे, की त्यांचं...' ऐकणाराही म्हणतो, 'त्यात तुमची काहीच चूक नव्हती. तुमचं म्हणणं बरोबर आहे.' वास्तविक त्यात तुमचीच चूक होती. फरक इतकाच, की तुम्हाला ती दिसून येत नव्हती.

आपल्या शरीराचा स्वभाव कसा आहे, हे आपल्याला एखादं काम हाती घेऊन ते पूर्ण करण्याची संपूर्ण जबाबदारी घेतल्यानंतर लक्षात येईल. प्रत्येक मोठं काम हे स्वदर्शन घडवण्यासाठीच असतं. आपण एखादं मोठं काम हाती घेतलं आणि त्यात काही व्यत्यय आला वा समस्या उद्भवली, तर 'हा तर मोठ्या कामाचा स्वभावच आहे' असं म्हणायला हवं. कोणतंही मोठं काम पूर्ण करण्यासाठी नैपुण्याची गरज असते. मायेचं आकर्षण आणि पॅटर्नमध्ये राहण्याची सवय या गोष्टींमुळे आपण कोणतंही महत्त्वपूर्ण कार्य पूर्ण करू शकत नाही. कारण तिथे इतरांना दोष देऊन अथवा सबबी सांगून कार्य पूर्ण होऊ शकत नाही.

एखाद्याच्या मनात मोठं कार्य करण्याची इच्छा जागृत झाली असेल, तर तो शुभसंकेतच समजायला हवा. आपल्यात जर एखादं मोठं कार्यक्षेत्र सांभाळण्याची इच्छा निर्माण झाली असेल, तर स्वतःला त्वरित प्रशिक्षित बनवायला हवं.

प्रशिक्षित लोकांना इतरांवर ओरडण्याची गरज पडत नाही. जे अप्रशिक्षित असतात, त्यांनाच अशा गोष्टींची गरज पडते. अशा लोकांचा इतरांवर प्रभाव पडत नाही. कारण कोणत्या शब्दांमुळे इतरांवर आपली छाप पडते, हे अप्रशिक्षित लोकांना माहीत नसतं. अप्रशिक्षित मनुष्याला योग्य रीतीने लोकांशी संवाद साधता येत नाही. म्हणून त्याला इतरांवर ओरडावं लागतं.

नेत्रहीन लोकांच्या पुस्तकातील पानांवर छिद्रांद्वारे उमटलेले शब्द असतात. अंधजन त्या छिद्रांना हाताने स्पर्श करून ते शब्द वाचतात. वाचणारे अंध असल्याने कागदावर छिद्र पाडावी लागतात. तद्वतच एखादा अप्रशिक्षित असल्यामुळेच लोकांशी ओरडून बोलतो, लोकांना दरडावतो. अन्यथा त्याला ओरडण्याची गरजच भासली नसती.

याचाच अर्थ, आपण मूळ चूक करणं बंद करून लवकरात लवकर पूर्णपणे प्रशिक्षित व्हायला हवं. ज्यायोगे पुढे आपल्याद्वारे मोठी कार्यं होऊ शकतील. आपण एखाद्या अंध मनुष्याला थ्रीडी चित्र पाहायला देत नाही, अगदी त्याचप्रकारे एखादं मोठं कार्य अप्रशिक्षित मनुष्याच्या हाती सोपवता येत नाही.

एखाद्या मनुष्याला सुरुवातीला छोटंसं टूडी चित्र देऊन पाहा. त्यावर तो कितपत काम करत आहे, हे पाहा. त्याने ते चित्र कचराकुंडीत टाकलंय, असं जर आढळलं, तर आपण त्याला दुसरं चित्र देऊ का? पहिल्या चेंबरमध्येच (प्रशिक्षण कक्षातच) जर मनुष्य काम करू शकत नसेल, तेथेच तो तक्रारींचा पाढा वाचत असेल, तर त्यावेळी त्याला दुसरं चित्र देता येणार नाही.

तक्रारी आणि सबबी सांगून आपण स्वतःबरोबर इतरांचंही किती मोठं नुकसान करत आहात, याची आपल्याला कल्पना नाही. त्यासाठीच इतरांना आपले त्रास, अडचणी, तक्रारी सांगण्यापूर्वी आपण सजग व्हायला हवं. 'मी जे सांगतोय त्याचा इतरांवर काय परिणाम होईल? मी तर नंतर यातून बाहेर पडेन. परंतु समोरचे लोक प्रशिक्षित नाहीत, त्यामुळे त्यांचं काय होईल याबद्दल मी काहीच सांगू शकत नाही. माझ्याकडून अशी चूक घडू नये.' अशा गोष्टींचा विचार करायला हवा.

मोठं कार्यक्षेत्र सांभाळण्याची पात्रता निर्माण होण्यासाठी, आता आपण ज्या चुका करत आहोत, त्यातून बोध घेऊन 'यापुढे वेगळं काय करता येईल? या चुकीपासून मी काय शिकलो?' हे दोन प्रश्न विचारून नवे प्रयोग करत राहा. आपल्याकडून ज्या चुका होत आहेत, त्या टाळून पुढील मार्गक्रमण करायला हवं.

आपल्याला जेव्हा मोठं कार्य आणि मोठी भूमिका यांचा स्वभाव माहीत होईल, तेव्हा आपण कोणत्याही प्रकारची तक्रार करणार नाही. त्यानंतर आपण म्हणाल, 'ते कार्यच तसं आहे... लोक वाईट नाहीत... जिथे एन्ड लाइन असते, तिथे तणाव येणं स्वाभाविक असतं. या एन्ड लाइनलाच लाइफ लाइन कसं बनवायचं, हे आपल्याला शिकायचं आहे. हे शक्य आहे, हा विश्वास आपल्यात निर्माण झाला, की आपण ते कार्य आनंदाने करू शकाल. यासाठी 'मी किती प्रशिक्षित आहे?' हा प्रश्न स्वतःला विचारायला हवा. अधुरं प्रशिक्षण घेतलं असतानाही बरंच काही करणं शक्य होत आहे, तर संपूर्ण प्रशिक्षण प्राप्त केल्यानंतर निश्चितच महान कार्यदेखील करणं सहज शक्य होईल. या विधानावर सखोल मनन करायला हवं.

४

परनिंदेपासून रक्षण

प्रशिक्षित मनुष्य परनिंदेत सहभागी होत नाही. इतरांची निंदा करणं मनाला खूपच आवडतं, यामुळे मनुष्य ते चालू ठेवतो. काही लोक सतत इतरांची निंदा करत राहतात, त्यांच्या या अवगुणातूनच ते अप्रशिक्षित आहेत, हे समजून येतं. एखादा मनुष्य आपल्याकडे येऊन कोणाची निंदा करत असेल, तर तो अप्रशिक्षित आहे, हे समजायला हवं. यात जर आपण त्याला साथ देऊ लागलात, तर तुम्हीही अप्रशिक्षित आहात, असाच याचा अर्थ होईल.

रामायणातील मंथरा हिने हितचिंतक असल्याचा आव आणून आपल्या गोड बोलण्याने आणि वेगवेगळे तर्क देऊन कैकेयीचा बुद्धिभेद केला. तिला सत्याच्या मार्गावरून हटवून दुःख आणि पश्चात्ताप यांच्या दरीत ढकललं. मंथरेचं बोलणं ऐकून कैकेयीचा विश्वास डगमगला. इतकंच नव्हे, तर तिची सारासार विचार करण्याची शक्तीच नष्ट झाली. आपण आपल्या आसपास बारकाईनं अवलोकन केलं, तर समाजामध्ये कितीतरी लोक अत्यंत कौशल्याने मंथरेची भूमिका बजावत असल्याचं आपल्याला आढळेल. अशा लोकांना त्वरित ओळखणं अतिशय गरजेचं आहे. कारण अशाच एका मंथरेमुळे एखाद्या कैकेयीचा आपल्या रामावरील विश्वास ढळू नये. ती रामापासून दुरावू नये. तिच्याकडून रामाला वनवासात पाठवण्याची चूक घडू नये.

परनिंदेने काही लोकांच्या जिभेला आणि कानाला रस मिळतो. एक असतो, थर्ड पर्सन टॉक आणि दुसरा असतो, थर्ड पर्सन झाग.

थर्ड पर्सन टॉक म्हणजे दोन लोक मिळून तिथे अनुपस्थित असणाऱ्या अन्य व्यक्तीची निंदा करणं होय. एखादी समस्या सोडवण्यासाठी कोणा अन्य माणसाविषयी चर्चा करणं गरजेचं असेल, तर ते अवश्य करायला हवं. परंतु काही लोक निंदा करण्यासाठी हे तंत्र अवलंबतात, ते अत्यंत अयोग्य आहे.

आता आपण 'थर्ड पर्सन झाग' म्हणजे काय, हे समजून घेऊया. यातील 'झ' आहे जहर म्हणजे विषासाठी. लोकांच्या मनात विष पसरवणं, भांडणं लावणं, हे काहींचं उद्दिष्टच असतं. असे लोक समोर उपस्थित नसलेल्या माणसाविषयी काहीबाही सांगून,

खोटं बोलून त्यांच्याविषयी इतरांच्या मनात विष कालवण्याचं काम करतात. ज्यायोगे आपापसात गैरसमज व्हावेत आणि त्यांच्यात भांडणं व्हावीत. हे काम ते इतकं चातुर्यानं करतात, की समोरचा त्यांच्या बोलण्याला लगेच भुलतो. अगदी कैकेयी मंथरेच्या बोलण्याला भुलली तसंच!

उदाहरणार्थ, एखादा आपल्याला म्हणतो, 'पाहा, अमका तुमच्याबद्दल तमुक बोलत होता.' खरंतर तो काहीच म्हणालेला नसतो. पण तो हे सगळं इतकं चलाखीने सांगतो, की समोरच्या माणसाचा चटकन त्याच्यावर विश्वास बसतो. तो म्हणतो, 'तो तुमच्याबद्दल अमुक तमुक बोलला, परंतु तुम्ही त्याला त्याची ओळख देऊ नका. कारण त्यामुळे आमच्यातच भांडणं लागतील.' त्यामुळे तुम्हीही समोरच्याशी बोलून खरं काय, खोटं काय हे न जाणता अनुमान लावून त्यातच फसता. त्यामुळे तुमचा चहाडी करणाऱ्यावरचा विश्वास आणखी वाढत जातो आणि तुम्ही म्हणता, 'नक्कीच तो असं म्हणाला असणार. तो आहेच तसा!' वास्तविक हे विष पसरवण्यासारखं आहे. आपण या विषापासून वाचण्याचा प्रयत्न करायला हवा. त्याचप्रमाणे या विषाचा नायनाट कसा करता येईल, यावर विचार करायला हवा. अशी खेळी कोणी तुमच्याबरोबर करत असेल, तर अशा वेळी त्वरित सजग व्हायला हवं. आपल्यात सजगता येण्यासाठी स्वतःला काही प्रश्न विचारा.

झागमधील 'अ' आहे अहंकारासाठी. असे लोक तुमची स्तुती करून तुमचा अहंकार पुष्ट करतील, 'अरे! तुम्ही किती छान काम करताय... तुमच्यासारखा त्याग आणि परिश्रम कोणीही करू शकत नाही... तुमच्यामुळे तर तुमचं घर चालतं... तुम्ही नसता तर यांचं काही खरं नव्हतं. तुम्ही खरंच खूप ग्रेट आहात!' त्याला जर तुमच्या घरातील एखाद्या सदस्याशी भांडण लावायचं असेल, तर तो म्हणेल, 'अरे! अमुक कार्य तू केलंस पण याचं श्रेय मात्र तमक्याला मिळतंय. तो तर काहीच करत नाही.' अशा प्रकारे अत्यंत गोड शब्दात आणि तितक्याच आत्मविश्वासाने तो तुमच्यावर अशी काही जादू करतो, की तुमचा अहंकार बळावल्याशिवाय राहत नाही. तो म्हणतो, 'तुम्ही अगदी योग्य बोलत आहात... मी तर हेदेखील केलं... तेदेखील केलं...' बस्स! त्याचे हे शब्द ऐकताच तुम्ही त्याच्या जाळ्यात अडकता. यासाठीच अशा लोकांपासून स्वतःचा बचाव करण्यासाठी आपली सजगता वाढवायला हवी. यासाठी एक पथ्य पाळायला हवं. ते म्हणजे, 'स्वतः कुणाची निंदा करू नका आणि इतरांची निंदा ऐकू नका.'

झागमधील 'ग' आहे गुस्सा म्हणजेच क्रोधासाठी. अशा लोकांमध्ये नेहमी क्रोध आणि तिरस्कार भरलेला असतो. ज्यामुळे ते लोकांमध्ये भांडणं लावायचं काम करत असतात. विष कालवण्याची वृत्ती, अहंकार आणि तिरस्कारयुक्त क्रोध यालाच 'झाग' म्हणतात.

कुणाच्याही गोड बोलण्याला बळी न पडता कोणतंही चुकीचं पाऊल उचलू नका. याउलट तुमच्याकडे येऊन कोणी अशी खेळी करू लागला, तर तुम्ही त्याला विचारायला हवं, 'ज्यावेळी ही चर्चा चालली होती, त्यावेळी तुम्ही तिथे उपस्थित होता का? तुम्ही त्यावेळी नेमकं कुठे होता? तो माणूस कुठे होता?' तुम्ही त्याला असे प्रश्न विचारताच त्वरित तो काढता पाय घेईल. कारण समोरचा त्याच्यावरच शंका घेत आहे, हे त्याच्या लक्षात येईल.

अगदी अशाच प्रकारे तुमच्यामध्ये जेव्हा दुःखद विचारांचं थैमान सुरू होईल, तेव्हा हे थर्ड पर्सन झागवाले विचार आहेत, हे जाणायला हवं. नातेवाइकांबद्दल असे कितीतरी विचार येत असतात. उदाहरणार्थ, 'अमका कधी सुधारेल... तमका मला किंमतच देत नाही... याला नोकरी कधी लागेल... त्याचं लग्न कधी होईल...' वगैरे. आपणही अशा विचारांत फसत जाता आणि म्हणता, 'तो कधीच सुधारणार नाही, हे मला पक्कं माहीत आहे.' अशा प्रकारे विचारांमध्ये कुणाविषयी निंदा चालू असेल, तर हा थर्ड पर्सन झाग चालू आहे, हे समजायला हवं. काही लोक तर अशा गोष्टींवर तासन्तास विचार करतात. असं करून ते अशा प्रकारच्या विचारांना किती उत्तेजन देत आहेत, हे त्यांना कळतच नाही. परंतु आता आपण सजग होऊन असे झाग पूर्णपणे नामशेष करायचे आहेत.

कोणी आपली निंदा करत असल्याचं आपण ऐकल्यानंतर 'निंदकाचे घर असावे शेजारी' हे संत तुकारामांचं वाक्य आठवायला हवं. कारण निंदा करणारा योग्य असेल, तर ते ऐकून आपण आपल्यात सुधारणा कराल. जर तो चुकीचा असेल, तर त्याच्याकडे दुर्लक्ष करून आपण आपलं उद्दिष्ट साध्य करण्याच्या दिशेने अग्रेसर व्हाल. दोन्ही बाबतीत आपलाच लाभ होईल. या सर्व बाबींचा विचार करूनच संत तुकारामांनी वरील विधान केलं. परंतु याचा अर्थ असा नव्हे, की आपण निंदक बनावं. कारण आपण इतरांची निंदा करण्याची स्वतःला एक वाईट सवय लावून घेतो. निंदक वृत्तीमुळे आपल्याला इतरांचे दोषच दिसतात. कुणाच्याही सद्‌गुणांकडे आपलं लक्षच जात नाही. आपल्याला जोपर्यंत स्वतःची प्रशंसा प्रिय वाटते आणि इतरांची निंदा प्रिय असते,

तोपर्यंत आपण लोकव्यवहार शिकलाच नाही, असं समजायला हवं. प्रत्येक घटना आपल्याला स्वदर्शन करवत असते. म्हणून प्रत्येकाने प्रत्येक घटनेतून काही शिकायला हवं. काही बोध घ्यायला हवा.

इतरांच्या अनावश्यक गोष्टी ऐकून लोक स्वतःचं खूप नुकसान करून घेतात. त्यामुळे ऐकीव माहितीवर विश्वास ठेवण्यापूर्वी कोणत्या गोष्टींना किती महत्त्व द्यायचं आणि कोणत्या गोष्टी कशा ऐकायच्या, याबद्दल आपण सजग असायला हवं. आपल्यात ही सजगता आली असेल, तर आपण कधी हलक्या कानाचे बनतो, कोणत्या गोष्टी ऐकण्यात रस घेतो, कोणत्या गोष्टी ऐकताना दुर्लक्ष करतो, याचं आकलन होईल. परिणामी आपण त्या अनुषंगाने स्वतःमध्ये योग्य ते बदल कराल.

मनुष्य गप्पा मारण्यात, अनावश्यक गोष्टींची चर्चा करण्यात, इतरांची निंदा वा टिंगल करण्यात, टोमणे मारण्यात सुख शोधत असतो. निंदा करणं जितकं घातक, तितकंच इतरांची निंदा ऐकणं हेदेखील हानिकारकच असतं. कारण या गोष्टींचा आपल्या चेतनेवर नकारात्मक परिणाम होतो. परिणामी आपण नकारात्मक शब्दांवर, बाबींवर चिंतन करू लागतो आणि हळूहळू आपले विचार तसेच बनतात. त्यानंतर काही काळाने आपण निंदा करणाऱ्या ग्रुपमध्ये दाखल होऊन इतरांची निंदा करण्यात सहभागी होतो. त्यामुळे जिथे परनिंदा, नकारात्मक चर्चा, चहाडी, चीप-टॉक चालला असेल, त्या ठिकाणाहून आपण त्वरित दूर जायला हवं.

५

बेजबाबदारपणापासून रक्षण

प्रशिक्षित मनुष्य आपल्या कार्याप्रति जबाबदार आणि वचनबद्ध असतो. प्रत्येक मनुष्याच्या दृष्टिकोनानुसार जबाबदारीचा अर्थ वेगवेगळा असू शकतो. काही लोक यश प्राप्त करणं, मोठं पद प्राप्त करणं, एखादं सुवर्ण पदक मिळवणं म्हणजेच जबाबदार बनणं असं समजतात. काही लोक आपलं घर आणि कुटुंब यांच्यासाठी सुखसुविधा प्राप्त करण्याची जबाबदारी घेतात, तर काही लोक इतरांचं जीवन सुखी व्हावं यासाठी प्रयत्नशील असतात. उदाहरणार्थ, असहाय, अनाथ मुलं आणि स्त्रिया यांच्यासाठी आश्रमाची स्थापना करणं, अंध आणि विकलांग लोकांना आर्थिक मदत देणं इत्यादी.

असे लोक समाजकल्याणालाच अधिक महत्त्व देतात. समाजाची जबाबदारी घेणं हेच त्यांचं कर्तव्य समजतात. काही लोक राष्ट्रसेवेचं कार्य करतात. त्यांच्यासाठी तेच महत्त्वाचं असतं. परंतु संपूर्ण विश्वाची आणि अखिल मानवजातीची जबाबदारी घेणारे लोक खूप कमी आढळतात.

कोणत्या जबाबदारीपासून सुरुवात करावी

आपणही आपल्या आसपास जी कार्यं चालली आहेत, ती पाहून स्वतःला विचारा, 'मी यांपैकी कोणती जबाबदारी घेऊ शकतो?' आपल्या गल्लीत आजूबाजूला भरपूर कचरा साठलेला असेल, तर तो साफ करण्याची जबाबदारी घेऊन ती पार पाडावी. आता आपल्या आजूबाजूचा परिसर नेहमी स्वच्छ राहू लागल्याचं आपल्याला दिसून येईल. 'लोक असे आहेत... सरकार असं आहे... महानगरपालिका अशी आहे...' अशा प्रकारची तक्रार आपण करत राहिलो, तर सफाईचं काम कधीच होणार नाही. सर्वजण आपापली जबाबदारी ओळखून ती व्यवस्थित पार पाडू लागले, तर विश्वात आज ज्या समस्या आहेत त्यांचं निराकरण होईल.

आपण शारीरिकदृष्ट्या स्थूल असाल, तर 'दोन महिन्यात मी दहा किलो किलो वजन कमी करणारच' असं ठरवून ती जबाबदारी पार पाडा.

एखाद्या सिगारेट ओढणाऱ्या मनुष्याने जर या सवयीतून मुक्त होण्याची जबाबदारी पूर्णपणे स्वीकारली, तर त्याला जो आनंद मिळेल तो सिगारेट ओढण्याने मिळणाऱ्या आनंदापेक्षा कैकपटीने अधिक असेल. यासाठी 'माझ्यात कोणते अवगुण आहेत, जे मी घालवायला हवेत? मी कोणत्या गुणांची कास धरायला हवी?' असे प्रश्न स्वतःला विचारायला हवेत. उदाहरणार्थ, विश्वास, सबुरी, सुसंवाद, लोकव्यवहार इत्यादी. हे सर्व गुण आत्मसात करण्याची जबाबदारी आपण घ्यायला हवी. जबाबदारीपासून पलायन करण्याचं धोरण कधीही अवलंबू नये.

दूरदर्शिता आणि आत्मविश्वास हे गुण असलेले कितीतरी लोक विश्वात आहेत. परंतु बहुसंख्य लोक या गुणांचा उपयोग केवळ व्यक्तिगत स्वार्थासाठी करतात. जो मनुष्य दूरदर्शितेने भविष्यकाळाकडे पाहून त्यानुसार वर्तमानात क्रांती घडवतो, अशा माणसालाच खऱ्या अर्थाने जबाबदार मनुष्य म्हणायला हवं. अशी क्रांती अत्यंत महान आणि अव्यक्तिगत (इम्पर्सनल) असते. जो अव्यक्तिगत कार्य करतो, तोच खऱ्या अर्थाने जबाबदार समजला जाऊ शकतो. अशा मनुष्याचा दृष्टिकोन अखिल विश्वात क्रांती घडवतो. जबाबदार मनुष्यासाठी काम कधीही ओझं बनत नाही. तो कधीही

इतरांवर दोषारोप करत नाही. कोणाविषयी तक्रार न करता आपलं कार्य पूर्ण करतो. तो आपली जबाबदारी ओळखून वागतो. त्याला स्वतःच्या जबाबदारीची जाणीव सर्वाधिक असते. कारण जबाबदारी घेणाऱ्यालाच स्वातंत्र्य मिळतं, हे त्याला माहीत असतं.

आपण जबाबदारी दोन पद्धतींनी घेऊ शकतो. पहिला प्रकार आहे, आपल्यावर एखाद्याने जबाबदारी लादणं. वास्तविक काही कारणांनी ती आपल्याला ओझं वाटते. म्हणून आपण ती जबाबदारी स्वीकारायला तयार नसतो. किंबहुना आपण ती अगदी नाइलाजाने स्वीकारतो. दुसरी पद्धत म्हणजे आपण स्वतःहून एखादी जबाबदारी स्वीकारली आहे. स्वतः एखादी जबाबदारी स्वीकारणं हे आपण सजग, समजदार आणि आत्मविश्वासानं ओतप्रोत असल्याचं द्योतक आहे. आपल्याला जर खरोखरच आपल्या जबाबदारीची जाणीव झाली असेल, तर ते आपलं परिपक्व बनण्याच्या दृष्टिकोनातून टाकलेलं सर्वांत मोठं पाऊल ठरेल. जबाबदारी घेणं आणि ती पूर्णपणे निभावणं हे सुदृढ, निष्ठावान आणि अखंड मनुष्याचं लक्षण आहे. योग्य समज आणि पूर्ण सजगता या गुणांनाच प्रत्येक जबाबदारीचा भक्कम पाया मानलं जातं.

काही लोक जबाबदारी घ्यायला घाबरतात. 'मीदेखील याच लोकात मोडतो का' असा प्रश्न आपण स्वतःलाच विचारायला हवा. या प्रश्नांचं उत्तर 'हो' असं असेल, तर आपल्याला पुढील बाबींकडे विशेष लक्ष द्यावं लागेल. ज्या लोकांना स्वतःची जबाबदारी समजत नाही, त्यांना बेजबाबदार म्हटलं जातं. असे लोक नेहमी इतरांच्या चुका काढत असतात. कारण ते स्वतः सक्षम नसतात. अशा लोकांनी एखादी जबाबदारी स्वीकारली, तरी ते ती शेवटपर्यंत निभावत नाहीत. कारण बेजबाबदारपणा सोबतच त्यांच्यात आत्मविश्वास, निरंतरता, सक्षमता या गुणांचादेखील अभाव आढळतो. त्यामुळे एखादं काम त्यांच्याकडून पूर्ण झालं नाही, तर त्यांना त्याबद्दल कोणी काही विचारण्यापूर्वीच ते कारणं तयार ठेवतात. यामुळेच असे लोक आपल्या जीवनात प्रगती करू शकत नाहीत.

आपण जबाबदारी घेतात अशा लोकांशीच संपर्क ठेवतो. बेजबाबदार लोकांशी आपण संभाषण, व्यवहार वा व्यापार अशा स्वरूपात संबंध प्रस्थापित करू इच्छित नाही. अशा तऱ्हेने आपण जबाबदार बनलो, तरच इतर लोकदेखील आपल्याशी विविध स्वरूपात संबंध ठेवतील.

जबाबदारी घेताच आपण स्वातंत्र्य प्राप्त करतो. जबाबदारी स्वीकारताच लोक स्वतःहून आपल्याला मदतीचा हात पुढे करतात. किंबहुना यासाठीच आपण कधी

एखादी जबाबदारी घेतोय याची ते वाटच पाहत असतात. ज्यांनी एखादी मोठी जबाबदारी स्वीकारली, त्यांना लोकांनी भरपूर सहयोग केला आहे, असं आढळून येतं. कारण जे लोक एखाद्या कार्याची जबाबदारी घेतात, ते त्या कार्याप्रति वचनबद्ध असतात, हे त्यांना माहीत असतं.

वचनबद्धता म्हणजे सोपवलेलं कार्य दिलेल्या वेळेत पूर्ण करणं. वचनबद्धता एक अशी भावना आहे, ज्यात साहसाबरोबरच बुद्धी आणि हृदय यांचा उपयोग करणं या गोष्टींचादेखील अंतर्भाव असतो. काम करण्याची प्रेरणा मिळावी यासाठी साहसाची आवश्यकता असते. कारण साहसाद्वारे काम करण्यासाठी प्रेरणा मिळते. आपण जेव्हा एखाद्याला, 'मी तुमचं काम करण्यासाठी वचनबद्ध आहे' असं म्हणतो, तेव्हा आपण ते कार्य पूर्ण करणारच अशी त्याला खात्री असते. आपण एखाद्या कार्यासाठी वचनबद्ध होतो, तेव्हा त्या कामाविषयी आपला सकारात्मक दृष्टिकोन तयार होतो. एखादं काम न करण्यामागे त्या कामामागे असलेला नकारात्मक दृष्टिकोनच सर्वस्वी कारणीभूत ठरतो.

एखाद्या कामाप्रति आपण जे वचन दिलेलं आहे, त्यावर ठाम राहणं, म्हणजेच 'वचनबद्धता' होय. 'प्राण जाए पर वचन न जाए' हा वाक्प्रचार सर्वश्रुत आहे. एखादं कार्य पूर्ण करण्यासाठी अनंत सीमा पार करून आपल्यातील क्षमता पूर्णपणे विकसित करण्याची आवश्यकता असते. म्हणजेच अनंत अडचणींना, संकटांना तोंड देत आपल्यातील प्रत्येक शक्यता प्रकट करण्याची आवश्यकता असते.

वचनबद्ध होण्याचे लाभ

कोणतीही संस्था, कंपनी अथवा मनुष्य वचनबद्धतेशिवाय आपल्या क्षेत्रात प्रावीण्य मिळवू शकत नाही. कारण वचनबद्धतेने आपल्याला कोणत्याही कामात नैपुण्य प्राप्त करण्याचं बळ मिळतं. शंभर वचनबद्ध नसलेल्या लोकांपेक्षा दहा वचनबद्ध लोकच उत्तम विकासासाठी अधिक उपयुक्त ठरतात.

वचनबद्धता हा असा गुण आहे, ज्यामुळे कोणतंही कार्य पूर्ण होण्याची शक्यता कित्येक पटीने वाढते. वचनबद्ध होऊनच मनुष्य आपल्यातील सर्व शक्यता जाणून त्या विकसित करून पूर्णपणे उमलतो.

वचनबद्धतेमुळे आपण विश्वसनीय बनतो. आज प्रत्येक संस्थेत, कंपनीत विश्वसनीय लोकांची आवश्यकता आहे. कारण त्यांच्या वचनबद्धतेवर मालकाचा पूर्ण विश्वास असतो. जे लोक वचनबद्ध नसतात, ते कंपनीचा बराचसा वेळ व्यर्थ

घालवतात. असे लोक नसतील तरच बरं. यांच्या जागी इतर कोणाला नेमलं, तर वेळेची उत्तम बचत होईल, असं मालकांना वाटतं.

वचनबद्ध लोक नेहमी आपल्या कार्याप्रति उत्साहित असतात, असं आढळून येईल. कारण काम पूर्ण झाल्यानंतर त्यांना एक वेगळा आनंद आणि आत्मसंतुष्टी अनुभवायला मिळते. अशा लोकांसाठी 'आत्मसंतुष्टी'च इनाम बनते. त्यांना अन्य इनामांची आवश्यकताच भासत नाही.

जे लोक काम पूर्ण करण्यासाठी सक्षम असतात, त्यांच्यावरच पुढील जबाबदाऱ्या सोपवल्या जातात. कारण अशा लोकांनी त्यांच्यातील विश्वास आणि वचनबद्धता या गुणांच्या साहाय्याने आपल्या उन्नतीचा मार्ग खुला केलेला असतो. एखाद्या कामासाठी वचनबद्ध राहून आपण ते काम पूर्ण करतो, तेव्हा आपल्याला इतर कर्मचाऱ्यांपेक्षा अधिक सन्मान मिळतो. मग ते काम कितीही छोटं असो वा मोठं.

आपण वचनबद्ध व्हाल तेव्हा आपल्याला जीवनात वरील सर्व लाभ मिळाल्याचं आढळून येईल. एकदा का आपण वचनबद्ध बनलो, की आपल्या जीवनात वचनबद्धतेचं महत्त्व आणखी वाढेल. वचनबद्ध मनुष्य लोकांना तर आवडतातच. शिवाय त्यांना स्वतःलादेखील अंतर्यामी पूर्णतेची अनुभूती येते. यासाठीच आपण आपल्या जबाबदाऱ्यांप्रति वचनबद्ध बनून आपल्या जीवनात आणि कामांत पूर्णता आणा.

६

अयोग्य संवादापासून (मिस कम्युनिकेशनपासून) रक्षण

कोणाशी तरी संवाद साधल्याखेरीज मनुष्य राहूच शकत नाही. तो शरीर, वाणी आणि हावभाव, देहबोली यांच्या रूपानं सतत काही ना काही संवाद करतच असतो. काही न बोलूनदेखील तो काहीतरी सांगतच असतो. त्यामुळेच कित्येक वेळा लोकांमध्ये गैरसमज पसरतो. मनुष्य अयोग्य प्रकारे संवाद साधून समोरच्याला चुकीची किंवा अपूर्ण माहिती देतो. त्यामुळे कित्येकदा नातेसंबंधात तणाव निर्माण होतो. एखाद्या सदस्याला तणाव आला असेल, तर त्याच्या संवादातून तो इतरांकडेही स्थानांतरित होतो. अशा

प्रकारे केवळ चुकीच्या पद्धतीने संवाद केल्याने कित्येकदा नातेसंबंधात कटुता निर्माण होते. यासाठीच आपल्याला योग्य रीतीने संवाद साधण्याचं प्रशिक्षण प्राप्त करण्याची आवश्यकता असते.

'तो असं करतो, तो तसं करतो' अशा प्रकारे लोक परस्परांविषयी तक्रार करत असतात. अशा वेळी जो मनुष्य तक्रारी ऐकत असतो, तो तणावग्रस्त होतो. मग ज्याच्याविषयी तक्रारी ऐकलेल्या असतात, तो मनुष्य भविष्यात त्या मित्राला किंवा नातेवाइकाला भेटतो, तेव्हा त्याचा राग अनावर होतो. त्याला त्या मित्राच्या वा नातेवाइकाच्या सर्व नकारात्मक गोष्टींची आठवण होते, जी त्याने इतरांद्वारे ऐकलेली असते. जोपर्यंत त्याने त्या मित्राच्या अथवा नातेवाइकाच्या नकारात्मक बाबी ऐकल्या नव्हत्या, तोपर्यंत तो त्यांच्याशी अतिशय चांगल्या प्रकारे बोलत होता. परंतु आता मात्र त्या लोकांविषयी काही चुकीचं ऐकल्यामुळे त्याच्यात तिरस्कार आणि क्रोध या भावना जागृत होऊ लागतात. त्यांना पाहताच त्यांच्याविषयी पूर्वी झालेली चर्चा त्या मनुष्याला आठवू लागते.

आपण अजाणतेपणीही असा चुकीच्या पद्धतीने संवाद करू नये. आपल्याला वाटतं, की आपण संवाद साधत आहोत. परंतु वास्तवात आपण तक्रारींचा पाढा वाचत असतो. इतरांविषयी तक्रारी, चहाडी, परनिंदा करणं, ही आपली सवय बनते. अशी सवय वेळीच घालवायला हवी.

तणाव वाढल्यानंतर लोक गप्प बसणं ग्राह्य समजतात. म्हणजेच ते मिस कम्युनिकेशनकडून, अयोग्य संवादाकडून, नो कम्युनिकेशनकडे वळतात. अबोला धरतात. वास्तविक वार्तालाप न करणं हादेखील एक प्रकारचा वार्तालापच आहे, हे त्यांना माहीत नसतं. अबोला धरून तो समोरच्याला 'मी तुझ्यावर नाराज आहे' हे सांगत असतो. आता समोरचा वारंवार विचारत असतो, 'तू माझ्यावर नाराज आहेस का? तुला झालंय तरी काय?' अशा वेळी अबोला धारण केलेला मनुष्य चिडतो आणि अयोग्य पद्धतीने बोलतो. म्हणजेच अपशब्दांचा वापर करतो.

वेगवेगळ्या परिस्थितीत लोक गैरसमजाला बळी पडतात आणि त्यांच्या नातेसंबंधात वितुष्ट निर्माण होतं. अशा गोष्टी आपल्याला टीव्हीवरील मलिकांमध्ये पाहायला मिळतात. त्या मालिकांमधील वेगवेगळे कलाकार आपापसात बरेच गैरसमज निर्माण करत असताना आपण पाहत असतो. असे गैरसमज आपण आपल्या जीवनात

होऊ द्यायचे नाहीत, हा दृष्टिकोन या कार्यक्रमाच्या रूपाने प्राप्त करायचा आहे, ही समज मिळवायची आहे.

गैरसमज निर्माण होण्याची कारणं आणि ते दूर करण्याचे उपाय योग्य रीतीने चित्रपटात दाखवले गेले, तर लोकांना चित्रपटाद्वारेदेखील बरंच काही शिकता येईल. पुढील उदाहरणाच्या साहाय्याने आपण हे समजून घेऊया-

दोन माणसं होती. त्या दोघांपैकी एक समोरच्याला काही बोलूच शकत नव्हता. तो दुसऱ्यासमोर जाऊही शकत नव्हता. त्याच्या डोळ्याला डोळा भिडवूच शकत नव्हता. त्यामुळे त्याने दुसऱ्या मनुष्याला पत्र लिहिलं. पत्रात त्याने समोरच्याला शुभचिंतक असं संबोधलं. त्याच्या सर्व सद्‌गुणांचं वर्णन केलं. त्यानंतर त्याच्याविषयीची तक्रार अगदी चांगल्या शब्दात लिहिली आणि समोरच्याला ते पत्र दिलं. त्या पत्रामुळे त्यांच्यातील गैरसमज दूर झाले. अशा प्रकारचं दृश्य पाहून 'मीदेखील माझी समस्या अशा रीतीने सोडवू शकतो' असा विचार आपणही करू शकाल. लिखित संवादाची जादू वेगळाच प्रभाव पाडते. यासाठीच नात्यांमधील आपुलकी वाढवण्यासाठी पत्र आणि ग्रीटिंग्ज यांचा कौशल्यानं उपयोग करायला हवा.

काही प्रयोग करण्यापूर्वी मनन करणं आवश्यक ठरतं. कोणत्या बाबतीत स्वतःमध्ये सुधारणा करायला हव्यात... लोकांमध्ये गैरसमज निर्माण होण्याची छोटी छोटी कोणती कारणं आहेत... या गोष्टी जाणणं मननाद्वारे सहज शक्य होतं. काही वेळा समोरच्याने आपल्याला काय सांगितलं किंवा आपण समोरच्याला काय बोललो, हेच आपल्या लक्षात नसतं. त्यामुळे गैरसमज निर्माण होतात. कित्येक वेळा आपण काय बोललो, हेच समोरच्याला समजत नाही. त्याबरोबरच आपण त्याला जे बोललो ते त्याला समजलं नाही, हेदेखील तो आपल्याला सांगू शकत नाही. त्यामुळे गैरसमज निर्माण होण्यासाठी वाव मिळतो.

समोरचा माणूस कामात व्यग्र असल्याचं पाहून त्याने सांगितलंय ते न कळूनही दुसरा माणूस त्याला पुन्हा विचारत नाही. त्यामुळे गैरसमज निर्माण होण्याची शक्यता बळावते. ऐकणाऱ्याला सांगणाऱ्याची भाषा अवगत नसेल, तर गैरसमज होतात. कित्येक लोक एकच शब्द वेगवेगळ्या संदर्भात उपयोगात आणतात. त्यामुळेदेखील गैरसमज होण्याची शक्यता असते.

एखाद्या मनुष्याला एखाद्या घटनेची अर्धवट माहिती असते आणि तीच तो इतरांना सांगतो. त्यातूनही गैरसमज निर्माण होतात. काही वेळा लोकांच्या दृष्टीने

संबंधित मनुष्याला योग्य ती माहिती देणं गरजेचं वाटत नाही. त्यातूनही समोरच्याला त्रास होतो. आपल्यासाठी किरकोळ असणारी एखादी गोष्ट समोरील माणसाच्या दृष्टीने अतिशय महत्त्वाची असते. यासाठीच संबंधित व्यक्तीपर्यंत लवकरात लवकर माहिती पोहोचवण्याची सवय अंगीकारायला हवी. अन्यथा फोन, ई-मेल, एस.एम.एस. यांचा काय उपयोग?

लोकांबद्दल चुकीचं अनुमान लावल्यामुळे गैरसमज निर्माण होतात. त्या माणसाने हा निर्णय तमुक कारणांमुळेच घेतला असावा, अशा प्रकारे लोक अनुमान लावतात. एवढंच नव्हे, तर ते लोक त्यांचं अनुमान माहितीच्या रूपात सर्वत्र पसरवतात. वास्तविक ती खरी माहिती नसते, तर केवळ त्यांचं अनुमान असतं. म्हणूनच जोपर्यंत एखाद्या गोष्टीची शहानिशा होत नाही, तोपर्यंत आपले अनुमान स्वतःजवळच ठेवायला हवेत.

बऱ्याच वेळा एखादा मनुष्य आपल्याला काही सांगत असतो, तेव्हा आपल्या मनात अन्य विचार चालू असतात किंवा आपण भलतीकडे पाहत असतो. अशावेळी त्या माणसाने आपल्याला जे सांगितलं, ते आपण नीट ऐकलेलं नसतं. अशा प्रसंगांतून गैरसमज निर्माण होण्याला वाव मिळतो.

एखाद्याशी संवाद साधल्यानंतर आपण जे सांगितलंय, ते त्याला व्यवस्थित समजलंय की नाही, हे कुणी पडताळून पाहतच नाही. अशा वेळी समोरच्याने आपल्या शब्दांचा अपेक्षित अर्थ न लावल्यामुळेही गैरसमज निर्माण होऊ शकतो.

'चींटी से बचने के लिए चीते को आमंत्रित करना' या उक्तीप्रमाणे लोक असुविधा टाळण्यासाठी काही गोष्टींची समोरच्याला कल्पना देत नाहीत. परंतु कालांतराने हीच गोष्ट उग्र रूप धारण करते. एखादी गोष्ट समोरच्यासाठी कितीही अप्रिय असली, तरी ती योग्य वेळी त्याला सांगायलाच हवी. अशा वेळी समोरचा आपल्याला रागावला तरी चालेल. परंतु त्याला खरी माहिती द्यायलाच हवी. यामुळे पुढे उद्भवणाऱ्या कित्येक गोष्टींपासून आपला बचाव होतो.

संवादमंच मजबूत करा

प्रत्येकाने योग्य माहिती योग्य वेळी योग्य त्या माणसापर्यंत पोहोचवण्याची अत्यंत आवश्यकता असते. यासाठीच आपापसात संवादमंच स्थापन करायला हवा. काही प्रिय अथवा अप्रिय गोष्टी सांगण्यासाठी विशिष्ट मुद्रा वा शब्द यांचा प्रभावीपणे उपयोग करून संवाद साधायला हवा. त्याद्वारे आपण समोरच्याला नाराज करत नाही... आपण

कामात व्यग्र आहोत... अशा बऱ्याच गोष्टी सांगू शकतो.

गैरसमजरूपी आजार बळावू नये, म्हणून या आजारांची कारणं नामशेष करायला हवीत. या अध्यायात उद्धृत केलेल्या सर्व कारणांवर मनन करून आपण कशा प्रकारे संवाद साधणार आहात, याची एक कार्ययोजना बनवून ती राबवायचा प्रयत्न करा. याद्वारे आपला संवाद स्पष्ट आणि प्रभावी होऊ शकेल, ज्यात गैरसमजाला थाराच नसेल.

७

आराम सीमेपासून रक्षण

एक विद्यार्थी इच्छा असूनही अभ्यासासाठी वेळ देऊ शकत नव्हता. तो अभ्यास करण्याबद्दल विचार करत होता. परंतु प्रत्येकवेळी अभ्यास करण्याचं टाळायचा. एके दिवशी तो रोजच्याप्रमाणे शाळेत पोहोचला. शाळेत त्याला एक रिकामा तास (फ्री पीरियड) मिळाला. असा रिकामा वेळा मिळाला, की तो एका मित्राशी गप्पा मारत असे. परंतु त्या दिवशी तो मित्र शाळेत आला नव्हता. तो कंटाळून मनातल्या मनात स्वतःला विचारू लागला, 'आता काय करावं?' त्यानंतर काही वेळाने त्याने एक पुस्तक उघडलं आणि ते वाचायला सुरुवात केली. एक-दोन पानं वाचल्यानंतर त्याची वाचनाची गोडी वाढू लागली. तो रिकामा तास संपेपर्यंत त्याने वाचन चालूच ठेवलं. त्या एक तासात त्याचा बराचसा अभ्यास झाला. आता तो विचार करू लागला, 'अरे! हे तर यापूर्वीही होऊ शकलं असतं. यात काहीच कठीण नाही. यापुढे मी सर्वप्रथम अभ्यासाला प्राधान्य देईन आणि तो पूर्ण झाल्यानंतर गप्पागोष्टीसाठी वेळ देईन.' वास्तविक त्याच्याकडे असलेली वेळ आणि क्षमता यांचा तो योग्य उपयोग करत नव्हता. परंतु एका घटनेने त्याला धडा शिकवला. त्या घटनेने त्याचे डोळे उघडले.

आपणही वेळेचं महत्त्व जाणायला हवं. आपलं ध्येय जितकं मोठं असेल, तितकी वेळेचा सदुपयोग करण्याची कला अवगत असणं आवश्यक असतं. 'योग्य वेळेत निर्धारित काम पूर्ण करणं' म्हणजेच वेळेचा सदुपयोग करणं, समन्वय साधणं होय.

'छोटी छोटी कामं करण्यात माझा बराचसा वेळ व्यतीत होतो आणि महत्त्वाची कामं करण्यासाठी शरीरात ऊर्जाच शिल्लक राहत नाही' अशी बऱ्याच लोकांची तक्रार

असते. ठरावीक कालावधीनंतर आपल्यात इतकी मरगळ येते, की आपण शक्तिहीन झालो आहोत असंच आपल्याला वाटतं. आपल्याकडे वेळ तर भरपूर असतो. परंतु त्यात काही करण्याची आपली इच्छाच नसते. कित्येक वेळा मनुष्याला बरंच काही करायचं असतं. परंतु पुरेसा वेळ नसल्याचं सबब देत तो पुढचं पाऊल उचलतच नाही. 'वेळ नाही ही सबब योग्य नसून त्याने एक आराम सीमा बनवली आहे' याची त्याला कल्पनाच नसते.

आराम सीमा तोडा

एका मुलाला संगीताची खूप आवड होती. परंतु त्यासाठी तो वेळच काढू शकत नव्हता. त्यामुळे तो संगीत शिकू शकला नाही. परिणामी या क्षेत्रात तो प्रगती करू शकला नाही. एके दिवशी त्याच्या घराजवळच संगीताचा नवीन क्लास सुरू झाल्याचं, त्याला त्याच्या एका मित्राने सांगितलं. हे ऐकताच तो म्हणाला, 'संध्याकाळी सहानंतर ऑफिसमधून आल्यावर अन्यत्र कुठे जायची इच्छाच होत नाही.' तो त्याची 'आराम सीमा' तोडू शकत नव्हता, हेच त्याचा विकास खुंटण्यामागील मुख्य कारण होतं.

असे किती तरी लोक आहेत, जे अज्ञानवश आराम सीमा तोडू शकत नाहीत आणि वेळ नसल्याचा बहाणा देतात. आपल्याबाबतीतही असं घडतंय का, हे पाहायला हवं. वास्तविक प्रत्येक जण किमान एखाद्या क्षेत्रात तरी आराम सीमेच्या बंधनात अडकला आहे.

आपण निश्चित केलेली वेळ, शक्ती आणि उत्साह संपल्यानंतर आपण त्यापुढे काम करू इच्छित नाही. ठरावीक मर्यादेनंतर असुविधा, तणाव नकोसा होतो. त्यामुळे आपण अधिक जबाबदारी घेऊ शकत नाही. ज्या ठिकाणी आपण आपली नियमित कामं करतो अगदी आरामात, कसलाही ताण न घेता आपापल्या पद्धतीने करतो, त्या ठिकाणाला 'मानसिक सुरक्षा क्षेत्र' असं म्हटलं जातं. अशा ठिकाणी काम करायला अथवा राहायला त्याला आवडतं. कारण येथे त्याच्या वृत्ती, प्रवृत्तींवर कसलंही बंधन येत नाही.

मुलाच्या वरील उदाहरणातून आपण पाहिलं, की तो सायंकाळी सहा वाजेपर्यंत सगळी कामं करू शकत असे. त्यावेळी तो अगदी आरामात असे. परंतु सहानंतर मात्र त्याला घराबाहेर पडायला नको वाटायचं. अशा वेळी त्याचं शरीर आणि मन प्रतिकार करू लागायचं. ते आपल्या आराम सीमेतून बाहेर पडू इच्छित नव्हतं. शरीर आणि मन

यांच्या या सवयीमुळे मनुष्य विकास करू शकत नाही. तो जे कार्य करू शकला असता, ते तो कधीही करू शकत नाही. त्यामुळे त्याच्या अंतर्यामी असलेल्या सर्व शक्यता दबून जातात, अप्रकट राहतात. शरीर आणि मन यांची अशी सीमा जिचं उल्लंघन झालं, की त्यांच्यात आरामदायी आणि सुविधाजनक भाव राहत नाहीत, या स्थितीला 'आराम सीमा' म्हटलं जातं. आराम सीमा तोडणं म्हणजे तणाव ओढवून घेणं आणि धोका पत्करणं, असा विचार मनुष्य करतो. या धारणेचा परिणाम सकारात्मक वा नकारात्मकही होऊ शकतो. परंतु आपण आपली आराम सीमा तोडा आणि आपल्या विकासात बाधा बनू देऊ नका. त्यासाठी हे प्रशिक्षण आवश्य घ्यायलाच हवं.

विकास रहस्य

आपल्या जीवनात जेव्हा कधी एखादी नवी, अनोखी आणि एक पाऊल पुढे घेऊन जाणारी संधी येते, ती केवळ आराम सीमा तोडल्यामुळेच! मग भलेही आपल्याकडून हे कार्य अजाणतेपणीही घडलं असो. आपला विकास त्याच कामांतून होतो जी आपण आपली दैनंदिन कामं संपल्यानंतर करतो. दैनंदिन जीवन तर उपजीविका, घर, कुटुंब, शाळा-कॉलेज इत्यादी कामांमध्येच समाप्त होतं. त्याने आपला विकास होत नाही. आपल्याला जर आपला विकास साधायचा असेल, तर आपण आपली आराम सीमा तोडून आपल्या विकासासाठी साहाय्यभूत ठरतील अशा काही गोष्टी करायला हव्यात. हा मुद्दा अधिक स्पष्ट होण्यासाठी पुढे उदाहरणादाखल काही गोष्टी दिल्या आहेत –

१. काही नवीन शिकण्यासाठी काही वेळ, शक्ती आणि धन खर्च करा. हे करताना सुरुवातीला आपल्याला आपल्या मनाची अथवा शरीराची साथ मिळणार नाही. परंतु तरीदेखील आपण निर्धारानं हे करायलाच हवं.

२. नवीन लोकांना भेटून त्यांच्याशी विचार-विमर्श करा.

३. आपल्या आजूबाजूला काही नवीन उपक्रम चालू असतील, तर त्यात सहभागी व्हा. प्रसंगी आपलं शरीर याला विरोध करेल. परंतु आपण निश्चयाने हे कार्य करायला हवं.

४. समाजामध्ये परिवर्तन होईल असं एखादं सामाजिक कार्य करा.

५. आपली आवड आणि गरज लक्षात घेऊन संगीत, नृत्य, कला, व्यक्तिमत्त्व विकास, स्मरणशक्ती विकास यांसारख्या विषयांचे क्लास लावा.

६. व्यायाम, योग शिका आणि नियमितपणे त्यांचा अभ्यास करा. एखाद्या स्वास्थ्य

केंद्राचे सदस्य बना, रेकी शिका किंवा इतरांना रेकी द्या.

७. आध्यात्मिक प्रवचनांचा लाभ घ्या. वेगवेगळ्या ध्यानविधी शिका आणि त्यांचा घरी अभ्यास करा.

८. एखाद्या विषयावर लिखाण करा. वृत्तपत्र अथवा मासिक यांच्यासाठी लेख, कथा अथवा कविता लिहा. वेगवेगळ्या क्षेत्रांतील लोकांना पत्र लिहा. पत्रव्यवहाराद्वारे, ई-मेलद्वारे जगभरातील घडामोडी जाणून घ्या.

९. आराम सीमा तोडण्यासाठी दररोज एक-दोन नवीन कामं जरूर करा. या गोष्टीसाठी कदाचित मन राजी होणार नाही. अशी कामं ते उद्यावर टाकेल. तरीही आपण आपला संकल्प धैर्याने पूर्ण करायला हवा.

१०. नवीन पुस्तकं वाचा. एखाद्या ग्रंथालयाचे वा जागृत ग्रुपचे सदस्य बना.

११. टीव्ही, घर, चहा आणि वृत्तपत्र यांचा मोह थोडासा कमी करून हळूहळू आपली आराम सीमा वाढवा. हे आत्मक्रांती होण्यासाठी साहाय्यक ठरेल. अन्यथा आपल्याला आजपर्यंत जे मिळालंय, तेच यापुढेही मिळत राहील.

१२. काही नवीन प्रयोग करून बघा. उदाहरणार्थ, आसपासच्या मुलांना शिकवणं, घरातील मशिन दुरुस्त करणं, एखादं चित्र काढणं, एखाद्या कार्यक्रमात प्रबंधकाची भूमिका करणं. अनोळखी लोकांशी बोलणं इत्यादी. आपलं मन सुरुवातीला अशी कामं करायला धजणार नाही. परंतु आराम सीमेला आव्हान देण्याची ही चांगली संधी आहे, असं समजून या गोष्टी करायला हव्यात.

१३. एखाद्या ठिकाणी भाषण द्या. मनाला हे सुखावह वाटणार नाही. परंतु यामुळे आपला आत्मविश्वास वृद्धिंगत होईल, आपलं व्यक्तिमत्त्व विकसित होईल.

१४. एखाद्या दिवशी पूर्ण दिवस मौन धारण करा. असा दिवस आपल्याला बरंच काही शिकवून जाईल. याद्वारे आपण आपल्या मनाचा स्वभाव जाणू शकाल. तद्वतच आपल्याला त्याचे खेळही पाहायला मिळतील.

१५. एखाद्या दिवशी डोळ्यांवर पट्टी बांधा. डोळे बंद केल्यानंतर आपण काही अशा गोष्टी पाहाल वा जाणू शकाल, ज्या यापूर्वी कधीही आपल्या जाणल्या नव्हत्या.

आपापली सोय आणि रुची यांनुसार काही कामांची निवड करून आराम सीम ेला आव्हान द्या. अन्यथा आराम सीमेत अडकून आपण कधीही न खुलता कायम

आक्रसूनच राहू. त्यामुळे केवळ आपल्याच नव्हे, तर आपल्या अवतीभोवती असणाऱ्या लोकांच्या जीवनातही आनंद येणार नाही.

आता आपल्यासमोर केवळ दोनच पर्याय राहतात. एक आपली आराम सीमा जाणणं. दुसरं ती तोडण्याचा प्रयत्न करणं. या दोन गोष्टी केल्यानंतर आपल्याला आपल्या अंतर्यामी दडलेल्या शक्तीचं दर्शन होईल आणि आश्चर्य वाटेल. यासाठीच आपण आराम सीमा तोडण्याचं आव्हान स्वीकारायला हवं. असं केल्यानंतर नक्कीच आपण यशशिखरावर विराजमान होऊ शकाल.

एक अल्प परिचय
सरश्री

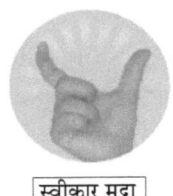

स्वीकार मुद्रा

सरश्रींचा आध्यात्मिक शोधाचा प्रवास त्यांच्या बालपणापासूनच सुरू झाला होता. हा शोध सुरू असतानाच त्यांनी अनेक प्रकारच्या पुस्तकांचं अध्ययन केलं. त्याचबरोबर या शोधकाळात त्यांनी अनेक ध्यानपद्धतींचा अभ्यासही केला. त्यांच्यातील या जिज्ञासेने त्यांना अनेक वैचारिक आणि शैक्षणिक संस्थांमध्ये जाण्यासाठी प्रेरित केलं. जीवनाचं रहस्य समजण्यासाठी त्यांनी **प्रदीर्घ काळ मनन करून आपलं शोधकार्य सातत्याने सुरू ठेवलं.** या शोधातूनच त्यांना '**आत्मबोध**' **प्राप्त झाला.** आत्मसाक्षात्कारानंतर त्यांना जाणवलं, की अध्यात्माचा **प्रत्येक मार्ग ज्या शृंखलेने जोडलेला आहे, तो म्हणजे 'समज'** (Understanding). आत्मबोधप्राप्तीनंतर त्यांनी अध्यापनाचं कार्य थांबवलं आणि जवळ जवळ दोन दशकांहूनही अधिक काळ आपलं समस्त जीवन मानवजातीच्या कल्याणासाठी आणि आध्यात्मिक विकासासाठी अर्पण केलं.

सरश्री म्हणतात, "सत्यप्राप्तीच्या सर्व मार्गांचा प्रारंभ जरी वेगवेगळ्या मार्गांनी होत असला, तरी सर्वांचा अंत मात्र एकच समज प्राप्त केल्याने होतो. ही '**समज**'**च सर्व काही असून ती स्वतःमध्ये परिपूर्ण आहे.** आध्यात्मिक ज्ञानप्राप्तीसाठी या 'समजे'चं श्रवणच पुरेसं आहे." ही समज प्रकाशमान करण्यासाठी आजपर्यंत त्यांनी **आध्यात्मिक विषयांवर तीन हजारांहून अधिक प्रवचनं दिली आहेत.** या प्रवचनांद्वारे ते अध्यात्मातील अतिशय गहन संकल्पना सहज, सुलभ आणि व्यावहारिक भाषेत समजावून सांगतात. समाजातील प्रत्येक स्तरावरील मनुष्य सरश्रींद्वारे सांगितल्या जाणाऱ्या या समजेचा लाभ घेऊ शकतो.

ही समज प्रत्येकाला आपल्या अनुभवातून प्राप्त व्हावी, यासाठी सरश्रींनी '**महाआसमानी परमज्ञान शिबिर**' आणि त्यासाठी आवश्यक असणारी कार्यप्रणाली (सिस्टिम) तयार केली. **तिचा लाभ आज लाखो लोक घेत आहेत.** या प्रणालीला आय.एस.ओ. (ISO 9001:2015) प्रमाणपत्रही लाभलंय. या प्रणालीमुळेच अनेकांना सत्यमार्गावर वाटचाल करण्याची प्रेरणा मिळाली आहे. या समजेचा प्रचार

आणि प्रसार करण्यासाठी त्यांनी 'तेजज्ञान फाउंडेशन' या आध्यात्मिक संस्थेचा पाया रचला. **'हॅपी थॉट्सद्वारे उच्चतम विकसित समाजाची निर्मिती करणे,'** हेच या संस्थेचं मुख्य उद्दिष्ट आहे.

विश्वातील प्रत्येक मनुष्य आज सरश्रींच्या मार्गदर्शनाचा लाभ घेऊ शकतो. त्यासाठी कोणत्याही धर्म, जात, उपजात, वर्ण, पंथ वा लिंग यांचं बंधन नसतं. विश्वाच्या प्रत्येक कानाकोपऱ्यांतील लोक आज 'तेजज्ञान'च्या अनोख्या ज्ञानप्रणालीचा (System for Wisdom) लाभ घेत आहेत. याच व्यवस्थेचा आणखी एक महत्त्वपूर्ण भाग म्हणजे, **दररोज सकाळी आणि रात्री ९ वाजून ९ मिनिटांनी लाखो लोक विश्वशांतीसाठी प्रार्थना करत आहेत.**

बेस्ट सेलर पुस्तक 'विचार नियम' शृंखलेचे रचनाकार म्हणूनही सरश्रींना ओळखलं जातं. **केवळ पाच वर्षांच्या कालावधीत या पुस्तकाच्या १ कोटीपेक्षा अधिक प्रती वितरित** झाल्या आहेत. याशिवाय आजवर त्यांनी विविध विषयांवर **१०० हून अधिक पुस्तकं लिहिली** आहेत. त्यांपैकी 'विचार नियम', 'स्वसंवाद एक जादू', 'शोध स्वतःचा', 'स्वीकाराची जादू', 'निःशब्द संवाद एक जादू', 'संपूर्ण ध्यान' इत्यादी पुस्तकं बेस्ट सेलर झाली आहेत. ही पुस्तकं दहापेक्षा अधिक भाषांमध्ये अनुवादित असून, पेंगुइन बुक्स, हे हाउस पब्लिशर्स, जैको बुक्स, मंजुळ पब्लिशिंग हाउस, प्रभात प्रकाशन, राजपाल अ‍ॅण्ड सन्स, पेंटागॉन प्रेस आणि सकाळ प्रकाशन इत्यादी प्रमुख प्रकाशन संस्थांद्वारे ती प्रकाशित झाली आहेत.

तेजज्ञान फाउंडेशन परिचय

तेजज्ञान फाउंडेशन आत्मविकासातून आत्मसाक्षात्कार प्राप्त करण्याचा एक मार्ग आहे. यासाठी सरश्रींद्वारा एक अनोखी बोधप्रणाली (System for Wisdom) निर्माण झाली आहे. या प्रणालीला आंतरराष्ट्रीय प्रमाणपत्राद्वारे ISO 9001:2015च्या आवश्यकतेनुसार आणि निकष पडताळून सरळ, व्यावहारिक आणि प्रभावी बनवलं गेलं आहे.

या संस्थेच्या प्रबोधनपद्धतीच्या भिन्न पैलूंना (शिक्षण, निरीक्षण आणि गुणवत्ता) स्वतंत्र गुणवत्ता परीक्षकांद्वारे (Quality Auditors) क्रमबद्ध पद्धतीने पडताळलं गेलं. त्यानंतर या पैलूंना ISO 9001:2015 साठी पात्र समजून या बोधपद्धतीला हे प्रमाणपत्र प्रदान करण्यात आलं.

या फाउंडेशनचे लक्ष्य आहे नकारात्मक विचारांकडून सकारात्मक विचारांकडे वाटचाल. सकारात्मक विचारांकडून शुभ विचारांकडे म्हणजे हॅपी थॉट्सकडे प्रगती. शुभ विचारांकडून निर्विचार अवस्थेकडे मार्गक्रमण आणि निर्विचार अवस्थेच्या अंती आत्मसाक्षात्कार प्राप्ती. 'मी सर्व विचारांपासून मुक्त व्हावे' हा विचार म्हणजे शुभु विचार (हॅपी थॉट्स). 'मी प्रत्येक इच्छेपासून मुक्त व्हावे', अशी इच्छा म्हणजे शुभ इच्छा.

तेजज्ञान म्हणजे ज्ञान व अज्ञान या दोहोंच्या पलीकडचे ज्ञान. पुष्कळ लोक सामान्य ज्ञानाच्या (General Knowledge) माहितीलाच ज्ञान मानतात. परंतु अस्सल ज्ञान आणि नुसती माहिती यांत फार मोठे अंतर आहे. आजमितीला लोक सामान्य ज्ञानाच्या उत्तरांनाच जास्त महत्त्व देतात. अशा ज्ञानाचे विषय म्हणजे कर्म आणि भाग्य, योग आणि प्राणायाम, स्वर्ग आणि नरक इत्यादी. आजच्या युगात सामान्यज्ञान प्राप्त करणारे लोक, शिक्षक मोठ्या प्रमाणावर आहेत; परंतु हे ज्ञान ऐकून जीवनात परिवर्तन घडून येत नाही. असे ज्ञान म्हणजे केवळ बुद्धिविलास आहे किंवा अध्यात्माच्या नावावर चाललेला बुद्धीचा व्यायाम आहे.

सर्व समस्यांवरील उपाय आहे तेजज्ञान. क्रोध, चिंता आणि भय यांपासून मुक्त जीवन म्हणजे तेजज्ञान. शारीरिक, मानसिक, सामाजिक, आर्थिक आणि आध्यात्मिक प्रगतीचा, सर्वांगीण प्रगतीचा मार्ग आहे तेजज्ञान. तेजज्ञान आपल्या अंतरंगात आहे. येथे या आणि या गोष्टीचा अनुभव घ्या.

आपल्याला असे ज्ञान हवे आहे, की जे सामान्य ज्ञानापलीकडे आहे, जे प्रत्येक समस्येवरील उत्तर आहे, जे प्रत्येक समजुतीपासून, गृहीत धारणांपासून आपल्याला मुक्त

करते, ईश्वरी साक्षात्कार घडविते, अंतिम सत्यात स्थापित करते. आता वेळ आली आहे शाब्दिक, सामान्यज्ञानातून बाहेर येऊन तेजज्ञानाचा अनुभव घेण्याची!

आजवर जप-तप, तंत्र-मंत्र, कर्म-भाग्य, ध्यान-ज्ञान, योग-भक्ती असे अनेक मार्ग अध्यात्मात सांगितले आहेत. या सर्व मार्गांनी प्राप्त होणारी अंतिम समज, अंतिम ज्ञान, बोध एकच आहे. अंतिम सत्याच्या शोधकाला, साधकाला शेवटी जी एकच 'समज' प्राप्त होते, ती 'समज' श्रवणानेसुद्धा प्राप्त होऊ शकते. अशा समजप्राप्तीसाठी श्रवण करणे यालाच तेजज्ञान प्राप्त करणे म्हटले गेले आहे. तेजज्ञानाच्या श्रवणाने सत्याचा साक्षात्कार घडतो, ईश्वरीय अनुभव मिळतो. हेच तेजज्ञान सरश्री महाआसमानी शिबिरात प्रदान करतात.

महाआसमानी परमज्ञान
शिबिर परिचय आणि लाभ (निवासी)

तुम्हाला सर्वोच्च आनंद हवाय? असा आनंद, जो कोणत्याही बाह्य कारणावर अवलंबून नाही... जो प्रत्येक क्षणी वृद्धिंगत होतो. या जीवनात तुम्हाला प्रेम, विश्वास, शांती, समृद्धी आणि परमसंतुष्टी हवी आहे का? शारीरिक, मानसिक, सामाजिक, आर्थिक आणि आध्यात्मिक अशा आयुष्याच्या सर्व स्तरांवर यशस्वी होण्याची तुमची इच्छा आहे का? 'मी कोण आहे' हे तुम्हाला अनुभवाने जाणावंसं वाटतं का?

तुमच्या अंतर्यामी अशा सर्व प्रश्नांची उत्तरं जाणण्याची इच्छा आणि 'अंतिम सत्य' प्राप्त करण्याची तृष्णा असेल, तर तेजज्ञान फाउंडेशनतर्फे आयोजित 'महाआसमानी शिबिरा'त तुमचं स्वागत आहे. हे शिबिर सरश्रींच्या मार्गदर्शनावर आधारित आहे. सरश्री, आजच्या युगातील आध्यात्मिक गुरू असून, ते आजच्या लोकभाषेत अत्यंत सहजपणे आध्यात्मिक समज प्रदान करतात.

महाआसमानी परमज्ञान शिबिराचा उद्देश :

विश्वातील प्रत्येक मनुष्यानं 'मी कोण आहे', या प्रश्नाचं उत्तर जाणून तो सर्वोच्च आनंदाच्या अवस्थेत स्थापित व्हावा, हाच या शिबिराचा मुख्य उद्देश आहे. प्रत्येकाला असं ज्ञान प्राप्त व्हावं, जेणेकरून त्यानं प्रत्येक क्षणी वर्तमानात जगण्याची कला आत्मसात करावी. तो भूतकाळाचं ओझं आणि भविष्याची चिंता यांतून मुक्त व्हावा. प्रत्येकाच्या आयुष्यात कधीही न संपणारा आनंद आणि योग्य समज यावी. शिवाय, प्रत्येकानं समस्या

विलीन करण्याची कला आत्मसात करावी. थोडक्यात, मनुष्यजन्माचा उद्देश सफल व्हावा, हाच या शिबिराचा उद्देश आहे.

'मी कोण आहे? मी येथे का आहे? मोक्ष म्हणजे काय? या जन्मातच मोक्षप्राप्ती शक्य आहे का?' असे प्रश्न जर तुमच्या मनात असतील, तर त्यांवरील उत्तर आहे- 'महाआसमानी परमज्ञान शिबिर'.

महाआसमानी परमज्ञान शिबिराचे मुख्य लाभ :

वास्तविक या शिबिराचे लाभ तर असंख्य आहेत; पण त्यांपैकी मुख्य लाभ पुढीलप्रमाणे-

* जीवनात शक्तिशाली ध्येय निश्चित होतं
* 'मी कोण आहे' हे अनुभवाने जाणता येतं (सेल्फ रियलायजेशन)
* मनाचे सर्व विकार विलीन होतात.
* भय, चिंता, क्रोध, बोरडम, मोह, तणाव या नकारात्मक बाबींतून मुक्ती
* प्रेम, आनंद, मौन, समृद्धी, संतुष्टी, विश्वास अशा दिव्य गुणांशी युक्ती
* साधं, सरळ पण शक्तिशाली जीवन जगता येतं
* प्रत्येक समस्येचं निराकरण करण्याची कला प्राप्त होते
* 'प्रत्येक क्षणी वर्तमानात जगणं' हा तुमचा स्वभाव बनतो
* आपल्यातील सर्व सकारात्मक शक्यता खुलतात
* याच जीवनात मोक्षप्राप्ती होते

महाआसमानी परमज्ञान शिबिरात सहभागी कसं व्हाल?

या शिबिरात सहभागी होण्यासाठी तुम्हाला खालील बाबींची पूर्तता करायची आहे-

१. तुमचं वय कमीत कमी अठरा किंवा त्यापेक्षा अधिक असायला हवं.

२. सर्वप्रथम तुम्हाला 'सत्य-स्थापना' (फाउंडेशन ट्रुथ रिट्रीट) शिबिरात सहभागी व्हावं लागेल. या शिबिरात, तुम्ही प्रामुख्यानं दोन बाबी शिकाल- प्रत्येक क्षणी वर्तमानात जगण्याची कला कशी आत्मसात करावी आणि निर्विचार अवस्था कशी प्राप्त करावी.

३. प्राथमिक स्तरावर तुम्हाला काही प्रवचनं ऐकायची असून, त्यांतून तुम्ही मूलभूत समज आत्मसात कराल आणि महाआसमानी शिबिरात प्रवेश करण्यासाठी तयार व्हाल.

हे शिबिर साधारणपणे एक-दोन महिन्यांच्या अंतराने आयोजित करण्यात येतं. यात हजारो सत्यशोधक सहभागी होतात. या शिबिराची तयारी दोन पद्धतींनी करू शकता. पहिली पद्धत- मनन आश्रम, पुणे येथे ५ दिवसीय शिबिरात भाग घेऊ शकता. दुसरी पद्धत- तेजज्ञान फाउंडेशनच्या जवळच्या सेंटरवर जाऊन सत्यश्रवणाद्वारेही करू शकता. महाराष्ट्रात अहमदनगर, सातारा, औरंगाबाद, नाशिक, नागपूर, वर्धा, अमरावती, चंद्रपूर, यवतमाळ, कोल्हापूर, सांगली, रत्नागिरी, लातूर, बीड, नांदेड, परभणी, पनवेल, मुंबई, ठाणे, सोलापूर, पंढरपूर, जळगाव, अकोला, बुलढाणा, धुळे, भुसावळ आणि महाराष्ट्राबाहेर सुरत, अहमदाबाद, बडोदा, नवी दिल्ली, बेंगलुरू, बेळगाव, धारवाड, रायपूर, भुवनेश्वर, कोलकाता, रांची, लखनौ, कानपूर, चंदीगढ, जयपूर, चेन्नई, पणजी, म्हापसा, भोपाळ, इंदोर, इटारसी, हर्दा, विदिशा, बुऱ्हाणपूर या ठिकाणी महाआसमानी शिबिराची पूर्वतयारी करू शकता.

तेजज्ञान फाउंडेशनमध्ये उपलब्ध असणाऱ्या सरश्रीलिखित पुस्तकांचं वाचन करून तुम्ही या शिबिराची पूर्वतयारी करू शकता. याशिवाय, तुम्ही रेडिओ किंवा यू ट्युबवरील सरश्रींच्या प्रवचनांचा लाभही घेऊ शकता. पण लक्षात घ्या, पुस्तकांतील ज्ञान, रेडिओ आणि यू ट्युबवरील प्रवचनं म्हणजे 'तेजज्ञानाची तोंडओळख' आहे; 'संपूर्ण तेजज्ञान' मुळीच नाही. तुम्ही महाआसमानी शिबिरात सहभागी होऊनच तेजज्ञानाचा आनंद घेऊ शकता. तेव्हा आगामी महाआसमानी शिबिरात सहभागी होण्यासाठी आजच संपर्क करा- 09921008060/75, 9011013208

महाआसमानी परमज्ञान शिबिरस्थान :

हे शिबिर पुण्यातील मनन आश्रम येथे आयोजित केलं जातं. येथे तुमच्या निवासाची आणि भोजनाची व्यवस्था केली जाते. तुम्हाला काही शारीरिक व्याधी असतील आणि त्यासाठी जर तुम्ही नियमितपणे औषधं घेत असाल, तर शिबिरात येताना ती सोबत बाळगावीत. शिवाय, वातावरणानुसार गरम कपडे, स्वेटर, ब्लँकेटही आणावं.

पुणे शहरापासून १७ किलोमीटर अंतरावर अत्यंत निसर्गरम्य परिसरात मनन आश्रम वसलेला आहे. आश्रमात महिला आणि पुरुष यांच्या निवासाची स्वतंत्र व्यवस्था असून येथे जवळपास ८०० लोकांच्या राहण्याची व्यवस्था आहे. आपण हवाईमार्ग, हायवे किंवा रेल्वे अशा कोणत्याही मार्गाने पुण्यात येऊ शकता.

मनन आश्रम : मनन आश्रम, पुणे, सर्व्हे नं. ४३, सणस नगर, नांदोशी गाव, किरकटवाडी फाटा, तालुका- हवेली, जिल्हा- पुणे- ४११०२४. फोन- 09921008060

'सरश्रीं'द्वारे रचित इतर पुस्तकं

संपूर्ण सफलतेचं लक्ष्य
अपूर्व यशाची गुरुकिल्ली

Also available in Hindi & English

पृष्ठसंख्या : १९२ | मूल्य : ₹ २१०

या पुस्तकाद्वारे आपल्याला 'महासफलतेचं' दर्शन घडत आहे. मूळ सफलता, मूलभूत सफलता आणि महासफलता या प्रवासात आपल्या जीवनाचा प्रत्येक कोपरा उजळून काढणाऱ्या दिव्य प्रकाशाची प्राप्तीच आपल्याला होणार आहे. आयुष्याच्या प्रत्येक पैलूवर काम करून सजगपणे या महासफलतेचा अनुभव घ्यायला हे पुस्तक आपल्याला शिकवतं. अशक्य वाटणाऱ्या गोष्टी सहज सुलभ करून आपल्या समोरचा मार्ग उजळून टाकेल. हे पुस्तक आपल्याला आयुष्याच्या प्रत्येक पैलूवर काम करून सजगपणे या महासफलतेचा अनुभव घ्यायला शिकवतं. अशक्य वाटणाऱ्या गोष्टी सहज सुलभ करून आपल्या समोरचा मार्ग उजळून टाकतं.

संपूर्ण लक्ष्य
संपूर्ण विकासाची गुरुकिल्ली

Also available in Hindi, English & Gujarati

पृष्ठसंख्या : २२४ | मूल्य : ₹ २२५

निसर्गाचे नियम ज्यांना ज्ञात असतात ते आपल्या जीवनात छोटं लक्ष्य कधीच निश्चित करत नाहीत. ते महान, सर्वोच्च लक्ष्यच ठरवतात. हे लक्ष्य साध्य करण्यासाठी सूत्रबद्ध आखणी करतात. संपूर्ण विकासाचा राजमार्ग समजावून घेतात. संपूर्ण विकास म्हणजे शारीरिक, मानसिक, आर्थिक, सामाजिक आणि आध्यात्मिक या सर्वच पैलूंचा विकास. हा संपूर्ण विकासच आपल्याला संपूर्ण आत्मज्ञानाकडे, सर्वोच्च लक्ष्याकडे घेऊन जातो. हे पुस्तक म्हणजे संपूर्ण विकास साध्य करण्याची गुरुकिल्लीच आहे.

* तेजज्ञान इंटरनेट रेडिओ *

तेजज्ञान इंटरनेट रेडिओद्वारे २४ तास ३६५ दिवस, सरश्रींच्या प्रवचन आणि भजनांचा लाभ घ्या. त्यासाठी पाहा लिंक–
http://www.tejgyan.org/internetradio.aspx

विविध भारती F.M. वर दर रविवारी
सकाळी १०:०५ ते १०:१५ वा.

नोट : *या कार्यक्रमांच्या वेळेत बदल झाल्यास नोंद ठेवावी.*

www.youtube.com/tejgyan च्या साहाय्यानेदेखील सरश्रींच्या प्रवचनांचा लाभ घेऊ शकता.
For online shoping visit us - www.tejgyan.org,
www.gethappythoughts.org

आपणास हवी असलेली पुस्तकं घरपोच मिळण्यासाठी मनीऑर्डर पाठवा.
ही पुस्तकं आमच्या खर्चाने रजिस्टर्ड पोस्ट, कुरिअर आणि व्ही.पी.पी.द्वारे पाठवली जातील. त्यासाठी खालील पत्त्यावर संपर्क साधावा.

वॉव पब्लिशिंग्ज् प्रा. लि.
*रजिस्टर्ड ऑफिस : E-4, वैभव नगर, तपोवनमंदिराजवळ, पिंपरी, पुणे –४११०१७
* पोस्ट बॉक्स नं. ३६, पिंपरी कॉलनी, पोस्ट ऑफिस, पिंपरी–पुणे – ४११०१७
फोन नं. : 09011013210 / 9146285129

आपण पुस्तकांची ऑर्डर ऑनलाईनही देऊ शकता.
लॉग इन करा – www.gethappythoughts.org
५०० रुपयांहून अधिक किमतीची पुस्तकं मागवल्यास १०% सूट मिळेल आणि डिलिव्हरी फ्री.

तेजज्ञान फाउंडेशनच्या मुख्य शाखा

पुणे : (रजिस्टर्ड ऑफिस)
विक्रांत कॉम्प्लेक्स, तपोवन मंदिराजवळ, पिंपरी, पुणे : ४११ ०१७.
फोन : (०२०) २७४१२५७६, २७४११२४०

मनन आश्रम :
सर्व्हे नं. ४३, सणस नगर, नांदोशी गांव, किरकटवाडी फाटा,
तालुका : हवेली, जि. पुणे: ४११ ०२४. फोन : ०९९२१००८०६०

e-books
The Source • Celebrating Relationships • The Miracle Mind • Everything is a Game of Beliefs • Who am I now • Beyond Life • The Power of Present • Freedom from Fear Worry Anger • Light of grace • The Source of Health and many more. Also available in Hindi at gethappythoughts.org

Free apps
U R Meditation & Tejgyan Internet Radio on all platforms like Android, iPhone, iPad and Amazon

e-magazines
'Yogya Aarogya' & 'Drushtilakshya'
emagazines available on www.magzter.com

e-mail
mail@tejgyan.com

website
www.tejgyan.org, www.gethappythoughts.org

---

* नम्र निवेदन *
विश्वशांतीसाठी लाखो लोक दररोज सकाळी
आणि रात्री ९:०९ मिनिटांनी प्रार्थना करत आहेत.
कृपया, आपणही यामध्ये सहभागी व्हा.

www.ingramcontent.com/pod-product-compliance
Lightning Source LLC
LaVergne TN
LVHW040143080526
838202LV00042B/3010
* 9 7 8 8 1 8 4 1 5 6 1 7 1 *